திராவிடம் என்றால் என்ன?

திராவிடம் என்றால் என்ன?

சி. சரவணகார்த்திகேயன்

ZDP SPECIFICS

Title: Dravidam Endraal Enna?
Author's Name: C Saravanakarthikeyan

Published by ZDP Specifics

SPECIFICS

ZDP Specifics
(An imprint of Zero Degree Publishing)
No. 75, 76, I Floor, Kuppusamy Street,
Balaji Nagar, Padi,
Chennai - 600 050

Website: www.zerodegreepublishing.com
E Mail id: zerodegreepublishing@gmail.com
Phone: 89250 61999

ZDP Specifics First Edition: December 2024
ISBN: 978-93-48439-12-3
TITLE NO ZDP Specifics: 98

Rs. 270/-

Cover Design: Vijayan, Creative Studio
Layout: Vidhya Velayudham
Printed at Manipal Technologies, India

சமர்ப்பணம்

அப்பாவுக்கு...

பொருளடக்கம்

மனிதர்க்கழகு

என் தலைமுறையினர் எவரையும் போல் திராவிடம்தான் எனக்கு முதலில் அறிமுகம் செய்து வைக்கப்பட்ட அரசியல் சித்தாந்தம். அப்போது எனக்கு எட்டு வயதிருக்கலாம்.

என் தாத்தா சுதந்திரப் போராட்டத்தில் சிறை சென்றவர். காந்தியை விரும்பி ஏற்றவர். இறுதி வரை கதர் அணிந்தார். வருடந் தவறாமல் சுதந்திர தினத்துக்கும் குடியரசு தினத்துக்கும் வீட்டில் மூவர்ணக் கொடியேற்றி மகிழ்ச்சியடைந்தார். ராஜிவ் காந்தி வெடித்து இறந்ததற்கு அழுது சாப்பிடாமல் இருந்தவர். *Naturally*, காங்கிரஸ் அனுதாபி. என் அப்பா திமுக ஆதரவாளர். கலைஞரின் விசிறி. அவரது எழுத்துக்கள் வெளியான பத்திரிக்கைத் துண்டங்கள், அவர் படம் அச்சான பொங்கல் வாழ்த்து அட்டைகள் என அவரது சேகரிப்பு இருந்தது. *Obviously*, எம்ஜிஆரையும் ஜெயலலிதாவைப் பிடிக்காது அவருக்கு. என் அப்பாவுக்கும் தாத்தாவுக்கும் இடையே நடக்கும் உரையாடலைக் கேட்டிருக்கிறேன் அந்த வயதில். திமுக *Vs* காங்கிரஸ் என்ற எதிர்வு அதில் இருக்கும். (அன்று காங்கிரஸூம் அதிமுகவும் கூட்டணியில் இருந்தன. ஜெயலலிதா ஆட்சியில் இருந்தார்.) அவை ஆழமான உரையாடல்கள் அல்ல. பரஸ்பரச் சீண்டலை உத்தேசமாகக் கொண்ட துண்டு துண்டான எளிய பேச்சுகள். ஆனால் எனக்கு ரொம்பப் பிடித்தது.

கலைஞர் ஊழல்வாதி என்ற பிம்பம் மட்டுமே அன்று எனக்கு இருந்தது. அப்போதுதான் திமுகவை உடைத்து வைகோ மதிமுக கண்டார். அப்போது நான் நாளிதழ்கள், வார சஞ்சிகைகள் வாசிக்க ஆரம்பித்திருந்தேன். அவை அவருக்கு ஒரு நாயக பிம்பத்தை அளித்தன. அவ்வயதில் இயல்பாகவே ஈர்க்கப்பட்டேன். ஆக, கால வரிசையில் என்னை ஈர்த்த முதல் தலைவர் வைகோதான். மிகச் சீக்கிரத்திலேயே அந்த ஈர்ப்பு மங்கி விட்டது.

1996 தேர்தலில் மூப்பனாருடன் கூட்டணி, ஆர்எம் வீரப்பன் மற்றும் ரஜினியின் ஆதரவு என திமுக தேர்தலைச் சந்தித்தது. அப்போது கலைஞர் அதிநாயகனாகத் தோன்ற ஆரம்பித்தார். நான் விரும்பியவாறே பெருத்த வெற்றியைப் பெற்றது திமுக கூட்டணி. ஜெயலலிதா கூடத் தன் தொகுதியில் தோற்றுப் போனார். கலைஞர் முதல்வரானார்.

அப்போது முதல் நானும் என் அப்பா போல் திமுக ஆதரவாளன் ஆனேன். அப்போதிருந்து கால் நூற்றாண்டுக்கு மேலாக கலைஞரின் நிமித்தமும் திராவிடத்தின் நிமித்தமும் திமுகவை ஆதரித்து வந்திருக்கிறேன். (இடையில் ஈழப் படுகொலையின் போது மட்டும் பின்வாங்கினேன்.) மிகச் சமீபத்தில்தான் என் நிலைப்பாடு மாறத் தொடங்கியது.

பெரியார் மிகப் பிற்பாடே எனக்குத் தீவிரமாக அறிமுகமானார். அவரது வரலாறும் எழுத்துக்களும் நெருக்கமாகி, அவர் கலைஞரை விடப் பெரியவர் என எனக்குப் புரிந்த போது கல்லூரி கடந்திருந்தேன். பெரியார் திரைப்படமும் அதே சமயம் வெளியானது.

இந்த நூல் நான் திராவிடனாக இருப்பதன் வெளிப்பாடு. திராவிடம் பற்றியும் பெரியார் பற்றியும் கலைஞர் பற்றியும் நான் அவ்வப்போது எழுதிய கட்டுரைகள், பதிவுகளின் தொகுப்பு. திராவிடம் என்றால் என்ன? என்ற கட்டுரை மட்டும் புதிதாக எழுதியது.

★

2018ம் ஆண்டு கலைஞரின் பிறந்த நாள் (ஜூன் 2) தொடங்கி இரண்டு மாதங்களுக்கு அவரது சுயசரிதையான நெஞ்சுக்கு நீதியின் முதல் பாகத்துக்கு தினம் ஓர் அத்தியாயம் என ஃபேஸ்புக்கில் சுருக்கவுரை எழுதினேன். இளைஞர்களை, குறிப்பாக மாணவர்களை உத்தேசித்தது அது. பரவலான வரவேற்பைப் பெற்றது அத்தொடர். சரியாக கலைஞரின் மறைவுக்கு (ஆகஸ்ட் 7) முந்தைய நாள் வரை தொடர்ந்து எழுதினேன். அது வரை முதல் 39 அத்தியாயங்கள் முடிந்திருந்தன. கல்லக்குடிக் களம் பற்றி பீடிகை போட்டிருந்தார்.

அவர் மரணத்தை ஒட்டி அவசரமாக பெங்களூரிலிருந்து சென்னை கிளம்பிச் சென்று தங்கி அஞ்சலி செலுத்தி விட்டுத் திரும்பினேன். அந்த இரண்டு நாட்களில் தடைபட்ட பணியைப் பின் தொடரவில்லை. அது ஒரு துயரத்தின் நிமித்தமான கைவிடல்தான். பிறகு ஏனோ மனம் அதில் ஈடுபட மறுத்து விட்டது. உள்ளூர எனக்கு மொத்தமாக ஆறு பாகத்தையும் முடித்து விட்டு அவரது நூறாவது அகவையில் போய்ச் சந்திக்க வேண்டும் என எண்ணம் இருந்தது. அது நடக்கவில்லை என்ற எரிச்சல் காரணமாக இருக்கலாம்.

இன்று அது நடந்து ஆறாண்டுகளுக்கு மேலாகி விட்டது. இடையில் ஆறு பாகத்திற்கும் இல்லாவிடினும் முதல் பாகத்தையாவது முடித்து விடலாம் என நினைத்துப் பின் அதுவும் நிறைவேறாமல் போய் விட்டது. ஒரு கட்டத்தில் இதை நான் ஒரு போதும் எழுத மாட்டேன் எனப் புரிந்து விட்டது. நெடுங்காலம் கழித்து இப்போது மறுபடி வாசித்துப் பார்க்கையில் பாதியில் நிற்கும் இவ்வடிவே ஒரு விதக் கவித்துவ நீதியாக இருப்பது போல் தோன்றியது.

எனவே இதைப் பிரசுரம் செய்யத் தீர்மானித்து விட்டேன். இடையில் கலைஞர் நூல்கள் அனைத்தும் நாட்டுடைமை ஆக்கினார் தமிழக முதல்வர் முக ஸ்டாலின். எனவே அதை ஓர் புற உந்துதலாக எடுத்துக் கொண்டு இம்முறை புத்தகமாக்கி விடத் தீர்மானித்தேன்.

பிரபலத் தொலைக்காட்சியில் நெஞ்சுக்கு நீதியை தினம் ஓர் அத்தியாயம் ஒளிபரப்பத் திட்டமிட்டு, நான் எழுதி வந்த சுருக்கவுரைத் தொடரை *script*-ஆகப் பயன்படுத்த அனுமதி கேட்டார்கள். ஆனால் அது மேற்செல்லவில்லை. இப்போதும் கலைஞரின் பெருவாழ்வை இளைஞர்கட்கு எடுத்துச் செல்லும் அவசியம் இருக்கிறது. இதை யாராவது தொடரலாம். அல்லது கொஞ்சம் பொறுத்தால் *Generative AI* இதே வேலையைச் செய்து முடித்து விடும்!

★

கலைஞர் மறைந்த போது கிட்டத்தட்ட தமிழின் எல்லாப் பத்திரிக்கைகளும் அவருக்குச் சிறப்பிதழ் வெளியிட்டன. அவை யாவும் அவரது சமூக, அரசியல் பங்களிப்புகளையே முன்னிலைப்படுத்தின. சில இதழ்கள் ஒரே ஒரு கட்டுரை மட்டும் எழுத்துக்கு ஒதுக்கின. அதுவே நியாயமும் தேவையும் கூட. மாறாக, கலைஞரை ஓர் எழுத்தாளராக மட்டுமே முன்னிலைப்படுத்தி சிறப்பிதழ் கொண்டு வந்த ஒரே இதழ் என் தமிழ் மின்னிதழ்தான். அதுவும் மிக விரிவாக 140+ பக்கங்களில், சுமார் 25 கட்டுரைகளுடன். நிறைவான செயல்.

’கலைஞர்: நவீனத் தமிழகத்தின் சிற்பி’ நீள்கட்டுரையை உயிர்மையில் எழுதினேன் (அநீதிக் கதைகள் என்ற கட்டுரைத் தொகுப்பில் இடம் பெற்றுள்ளது). இன்று வரை அதன் பகுதிகள் பல இடங்களில் எழுத்தாகவும் பேச்சாகவும் பயன்படுத்தப்பட்டு வருகிறது.

கலைஞர் மறைவை ஒட்டிய சிறப்பு நீயா நானா நிகழ்வில் கலந்து கொண்டு பேசினேன்.

இப்படி பல வகைகளில் கலைஞரைக் கொண்டாடிக் கொண்டே இருந்திருக்கிறேன். விமர்சனங்களும் செய்திருக்கிறேன். நெடுங்காலம் என் தினசரிகளில் இருந்தார்.

★

ஒரு பக்கம் திராவிடத்தால் தமிழகத்துக்கு ஒன்றுமே பயனில்லை என்று அப்பட்டமாய் மறைக்கிறார்கள். மறுபக்கம் திராவிடம்

இல்லையென்றால் தமிழன் இப்போது வரை கோவணம்தான் கட்டிக் கொண்டிருந்திருப்பான் என மிகைப்படுத்துகிறார்கள். இந்த இரு தரப்பு கோமாளிகளுக்கும் நடுவே திராவிடத்துக்கு மரியாதை தர வேண்டியுள்ளது.

தமிழகத்தின் சரியான எதிர்காலத்துக்கான கருவி திராவிடம்தான். அதை நாம் விடாமல் பற்றிக் கொள்ள வேண்டும். அதற்கு அதைப் பற்றிய துல்லியமான புரிதல் அவசியம். திராவிடம் 2.0, திராவிட மாடல் எல்லாம் வந்து விட்ட காலத்தில் உண்மையில் நாமறிந்து கொள்ள வேண்டியது இன்றைய சூழலில் திராவிடத்தின் பொருத்தப்பாடு என்ன என்பது.

எவை திராவிடம் என்பதை மட்டுமின்றி எதுவெல்லாம் திராவிடம் இல்லை என்பதையும் இப்புத்தகத்தின் கட்டுரைகள் பேசுகின்றன. பெரியார் மீதும் கலைஞர் மீதும் வெளிச்சம் பாய்ச்சுகின்றன. திராவிடர்களுக்கு மயிர்க்கூச்செரியும் கணங்கள் இந்நூலில் உண்டு.

நான் ஆயிரம் பக்கப் பெருநாவல் (ஆதித்த கரிகாலன் கொலை வழக்கு) எழுதிய போது என்னை மீறிக் கொண்டு அதில் இயல்பாகவே திராவிடச் சித்தாந்தம் வெளிப்பட்டது. அது எனக்கே வியப்பான ஓர் அனுபவம்; என்னை திராவிடன் என அடிக்கோட்ட நிகழ்வு!

இந்நூலை எனக்கு கலைஞரையும் திமுகவையும் அறிமுகம் செய்த என் தந்தை அமரர் இரா. சின்னதுரை அவர்களுக்குச் சமர்ப்பணம் செய்வது பொருத்தம் எனக் கருதுகிறேன்.

நூலைச் செப்பனிட்ட சௌம்யாவுக்கு, பதிப்பிக்கும் ராம்ஜி மற்றும் காயத்ரிக்கு நன்றி.

இத்திராவிட நூலை வாசித்து விமர்சியுங்கள். திராவிடம் என்பதே நூல் விமர்சனம்தான்!

சி.சரவணகார்த்திகேயன்
பெரியார் நினைவு தினம், 2024

பகுதி 1: பெரியார்

1. திராவிடம் என்றால் என்ன?

திராவிடம் என்றால் என்ன? நாம் திராவிடரா தமிழரா? இன்று திராவிடம் அவசியமா? என திராவிடம் பற்றி ஏராளம் கேள்விகள் மக்கள் மத்தியில் உலவுகின்றன. புதியவர்கள், இளைஞர்கள், மாணவர்கள் மட்டுமின்றி சித்தாந்த அறிவும், அரசியல் அனுபவமும் கொண்டவர்களுக்கே கூட இதில் குழப்பங்கள் இருக்கின்றன. திராவிடக் கட்சிகள் எனச் சொல்லிக் கொள்பவர்களுக்கே கூட இதில் தெளிவு இருக்கிறதா என்பது நிச்சயமில்லை.

அதனால் இது பற்றிக் கொஞ்சம் ஆய்ந்து சொல்லி விடலாம் என்றே எழுதப் புகுந்தேன்.

★

திராவிடம் என்பது எதைக் குறிக்கிறது? நிலத்தையா, மொழியையா, இனத்தையா, சித்தாந்தத்தையா? அப்படிக் கோடு போட்டு அடைக்க முடியாது என்பது என் புரிதல்.

நிலம் என்றால் தமிழ் நாடு, கேரளா, கர்நாடகா, ஆந்திரா,

தெலுங்கானா ஆகிய ஐந்து மாநிலங்களின் தொகுப்புதான் திராவிட நாடு. அண்ணா எழுப்பிய திராவிட நாடு / திராவிடஸ்தான் கோரிக்கை இந்த நிலப் பரப்பை உத்தேசித்துதான். திராவிடம் என்பது இந்நிலம் சார்ந்த மக்களை, அவர்கள் பண்பாட்டைக் குறிக்கிறது எனச் சொல்லலாம்.

மொழி என்றால் தமிழ், மலையாளம், கன்னடம், தெலுங்கு, துளு உள்ளிட்ட தென்னக மொழிகளின் தொகுப்பை திராவிட மொழிகள் என்கிறார்கள். எனவே அம்மொழி பேசும் மக்களை அவர்களின் கலாசாரத்தை திராவிடம் என அழைக்க முகாந்திரம் உண்டு.

இனம் என்று பார்த்தால் பரத கண்டம் அல்லது நாவலந்தீவு (சமஸ்கிருதத்தில் ஜம்புத் தீவு) என்றழைக்கப்பட்ட சில ஆயிரம் ஆண்டுகளுக்கு முன் இந்திய மண்ணில் வாழ்ந்த பூர்வீக மக்களைத் திராவிடர்கள் என்ற சொல் குறிக்கிறது. அவ்வகையில் நிலவியல், மொழியியல் எல்லை கடந்து வடக்கில் செழித்த சிந்து சமவெளி நாகரிகமே திராவிடப் பண்பாடுதான். அது அழிந்த பிறகு கைபர், போலன் கணவாய் வழியே இந்தியாவிற்குள் ஆரியர்கள் நுழைந்தார்கள். மத்திய கிழக்கிலிருந்து நம் நாட்டுக்கு புலம் பெயர்ந்து வந்த வந்தேறி ஆரியர்களுக்கு எதிர்வாக பூர்வக்குடிகளை திராவிடர்கள் என்று அழைத்தனர்.

சித்தாந்தம் என்று பார்த்தால் மேற்சொன்ன திராவிடர்களின் வாழ்க்கை முறையைக் குறிப்பதுதான் திராவிடம். அன்று ஆரியர்கள் வேதங்களை ஒட்டி தம் பண்பாட்டை அமைத்திருந்தனர். இந்து புராணங்கள் எல்லாம் அதிலிருந்து வந்தவைதாம். அதைப் பிராமண மதம் அல்லது பார்ப்பனிய மதம் அல்லது வைதீக மதம் எனலாம் (அன்று சைவம், வைணவம் இல்லை, இந்து என்ற சொல்லும் இல்லை.) மதத்தைக் கறாராகக் கடைப்பிடிப்போர், அதனால் உயர்ந்தோர் என்பதுதான் அம்மதம் ஆரியர்கள் பற்றிச் சொல்லி வைத்த கற்பிதம். அதற்கு எதிரான திராவிடர்களின் வழிதான் திராவிடம்.

எனவே திராவிடம் என்ற சொல் நிலம், மொழி, இனம், சித்தாந்தம் என நான்கையும் குறிக்கிறது. அல்லது இவற்றில் ஒன்றைக் குறிக்கவில்லை என்று மறுக்க முடியாது. வரலாறும் புவியியலும் மொழியியலும் மானுடவியலும் தத்துவமும் 'திராவிட' என்ற சொல்லை மேற்சொன்ன விஷயங்களைக் குறிக்கப் பயன்படுத்தி வருகிறது. எனவே திராவிடம் என்பது கற்பனையோ கற்பிதமோ நம்பிக்கையோ நப்பாசையோ அல்ல.

அதாவது ஆரியர் அல்லாதோர் திராவிடர்; ஆரியம் அல்லாதவை திராவிடம் எனலாம்.

★

திராவிடம் என்ற சொல்லின் வேர் என்ன? திராவிட மொழிகளின் ஒப்பிலக்கணம் எழுதிய அறிஞர் ராபர்ட் கால்டுவெல் திராவிடம் என்ற சொல்லே திரிந்து தமிழ் என்றானது எனச் சொன்னார். பிறகு வந்த மொழி ஞாயிறு தேவநேயப் பாவாணர் தமிழ் என்ற சொல்தான் திரிந்து திராவிடம் என்றானது எனத் தெளிவுபடுத்தினார்: தமிழ் > தமிழம் > த்ரமிளம் > த்ரமிடம் > த்ராமிடம் > த்ராவிடம் > திராவிடம். (இது போல் தமிழ் என்கிற சொல்லுக்கு தமிள, தமிட, தமிழி, தம்மிரிக, திரமிள எனப் பல திரிபுகள் அன்று புழக்கத்தில் இருந்தது.)

மூன்று உதாரணங்கள் சொல்லலாம்: காமிகாகமம் என்ற ஆகம நூல் தமிழை த்ராவிட பாஷா என்கிறது. பௌத்த நூலான லலிதாவசுத்திர தமிழ் எழுத்துக்களை திராவிட லிபி எனக் குறிக்கிறது. சமண முனி வஜ்ரநந்தி மதுரையில் சங்கம் ஒன்று நிறுவினார், பெயர் த்ராவிடா ஸங்கா. ஆதிசங்கரர் திருஞானசம்பந்தரை திராவிடச் சிசு என்று அழைத்ததை அறிவோம். ஆக, தமிழையே திராவிடம் என்ற சொல்லில் ஆரம்ப காலத்தில் குறித்தனர்.

ஆனால் அச்சொல் காலப் போக்கில் விரிவு கொண்டு பிற தென்னக மொழிகளையும் தெற்கு மாநிலங்களையும் குறிக்க ஆரம்பித்தது என்பதாக எடுத்துக் கொள்ளலாம்.

இன்று தென்மாநிலத்தவர் எல்லோரையும் மதராஸி என வடக்கர்கள் அழைக்கிறார்கள். அதாவது மெட்ராஸ்காரன் என்ற பொருளில். அன்றைய மெட்ராஸ் மாகணம் தமிழ் நாடு தாண்டி விரிந்திருந்தது என்பது காரணம் என்றாலும் அதில் கர்நாடகமும், கேரளமும் இல்லை என்பதைக் கவனிக்கலாம். எனவே மதராஸி என்ற சொல் தென்னிந்தியர்கள் எல்லோருக்கும் அடையாளமாகிப் போனது காலப் போக்கில் நிகழ்ந்த திரிபுவாதம். அப்படித்தான் திராவிடர் என்பதும் தெற்கிற்கான ஒரு குடைச் சொல்லாக மாறியது.

மலையாளிகளோ, கன்னடர்களோ, தெலுங்கர்களோ தம்மை இயல்பாக திராவிடர் என அடையாளப்படுத்திக் கொள்ளாததன் பின் இந்தச் சரித்திர இடைவெளியும் உண்டு.

★

இச்சூழலில் 19 மற்றும் 20ம் நூற்றாண்டுகளில் பார்ப்பனர் மேலாதிக்கத்திற்கு எதிரான குரல்கள் ஆரம்பிக்கின்றன. குறிப்பாக அயோத்திதாசரும், பெரியாரும் திராவிடர் என்ற சொல்லைக் கையாள ஆரம்பித்தனர். பார்ப்பனரல்லாதோர் என்பதற்கான மாற்றுச் சொல்லாக திராவிடர் என்பதைப் பயன்படுத்தினர் - பார்ப்பன ஒடுக்குமுறைக்கு எதிரானோர் திராவிடர். அச்சொல் இயற்கையாக நிலத்தை, மொழியை, இனத்தைக் குறிப்பதிலிருந்து மாறி அரசியல் முக்கியத்துவம் பெற ஆரம்பித்த முதற்புள்ளி இதுவே.

திராவிடம் என்ற சொல்லே தமிழைக் குறிக்கிறது என்ற தெளிவு ஒரு புறம். இன்னொரு பக்கம் வேறு சிக்கல் இருந்தது. அப்போது தெற்கே இருந்தவை நான்கு மாகாணங்கள்: மதராஸ், மைசூர், திருவிதாங்கூர் மற்றும் ஹைதராபாத். திராவிடர் கழகம் / நீதிக் கட்சி தொடங்கியவர்கள் அப்போது இயங்கியது மதராஸ் மாகாணம் சார்ந்து. அது இன்றைய தமிழ் நாடு தவிர ஆந்திரா, கர்நாடகா, கேரளா என மற்ற மூன்று மாநிலங்களிலும் சில பகுதிகள் சேர்ந்து உருவானதே. அதனால் அன்று தமிழர் தவிர தெலுங்கு, கன்னடம், மலையாளம் பேசும் மக்களும் மதராஸ் மாகாணத்தில் வாழ்ந்தனர். ஒட்டுமொத்தமாய் மதராஸ்

மாகாண நலனைப் பேச முனையும் ஓர் இயக்கம், தமிழர்கள் பெரும்பான்மை என்பதாலேயே அந்த அடையாளத்தை மட்டும் முன்னெடுக்க முடியாது (அது இன்றைய பாஜக, நாதக வெறி மாதிரியாகி விடும்). அதனால் எல்லா மக்களுக்கும் பொதுவான அடையாளமாகக் காலப் போக்கில் ஆகி விட்ட திராவிடத்தைக் கையிலெடுத்தார்கள்.

அப்படி உருவானதே 'திராவிடர்' என்ற அடையாள அரசியல். ஆக, மலையாளி, கன்னடர், தெலுங்கரை எல்லாம் தமிழரோடு வலிந்து இணைத்து திராவிடம் என்பதாகப் பெயர் சூட்டவில்லை. அன்றைய தேதியில் அதுவே சாத்தியம். அதுதான் இயல்பும் கூட. அப்படி வந்த அந்த திராவிட அடையாளம் இன்று ஆரியர் X திராவிடர், வடக்கு X தெற்கு என்கிற இருமைகளுக்கும் பொருந்துவதால் அதைத் தொடர்கிறோம். இவ்வளவுதான் விஷயம்.

இந்த வரலாற்றுப் பிரக்ஞை இல்லாத தற்குறிகள்தாம் அசட்டுத்தனமாய் கேரளாவில், கர்நாடகாவில், ஆந்திராவில் எல்லாம் 'திராவிடர்' எனச் சொல்வதில்லை, தமிழராகிய நாம் மட்டும் சொல்லிக் கொண்டிருக்கிறோம் என்கிறார்கள். நான் மொழிவாரி இனத்தால் தமிழன், மதராஸ் மாகாணத்தில் வாழ்ந்த மூதாதை வழி வந்தவன் என்ற முறையில் வரலாற்றுப்பூர்வமாய் திராவிடன், இன்று இந்துத்துவத்தை, பார்ப்பனியத்தை, ஆரியத்தை, வடக்கின் ஆதிக்கத்தை எதிர்க்க வேண்டிய இடத்தில் இருப்பவன் என்ற வகையில் அரசியல்பூர்வமாய் திராவிடன். இதில் எனக்கு எந்தக் குழப்பமும் இல்லை.

★

நிலம், மொழி, இனப் பயன்பாடுகளை விடுத்தால் நாம் இன்று தினப்படி விவாதங்களில் சித்தாந்த அடிப்படையில்தான் திராவிடம் என்ற சொல்லைப் பயன்படுத்தி வருகிறோம். எனவே அது பற்றிக் கொஞ்சம் ஊன்றிப் பார்த்துப் புரிந்து கொள்ள முயற்சி செய்வோம்.

அரசியல் ரீதியாக திராவிடம் என்பது ஆரியத்துக்கு நேர்

எதிரானது எனப் பார்த்தோம். எனவே ஆரியம் சொல்லும் நல்லன அல்லாதவைகளை எல்லாம் திராவிடம் எதிர்க்கும்.

ஆரியத்தில் நல்ல விஷயங்கள் இருக்கலாம். ஆனால் அதன் பிற்போக்குத்தனங்களையே அச்சொல்லால் அடையாளப்படுத்துகிறோம். இன்றைய பயன்பாட்டில் பார்ப்பனியம், பிராமணியம் என வெவ்வேறு சொற்களால் இந்து மதத்தின் / சனாதன தர்மத்தின் இந்தக் கெட்ட விஷயங்களின் தொகுப்பு அழைக்கப்படுகிறது. அவை என்னென்ன?

பிறப்பால் ஏற்றத்தாழ்வு பாராட்டுவது, மூட நம்பிக்கைகளைக் கை கொள்வது - இந்த இரண்டும்தான் பிரதானமானவை. இதை எதிர்த்தே மானமும் அறிவும் மனிதர்க்கு அழகு என மொழிந்தார் பெரியார். அதாவது சுயமரியாதையும் பகுத்தறிவுமே திராவிடத்தின் அடிப்படைக் கொள்கைகள். காலம் மற்றும் சூழலுக்கேற்ப இந்த இரண்டையும் நாம் நடைமுறைக் கொள்கைகளாக மொழிபெயர்த்துக் கொள்ள வேண்டும். உதாரணமாக இன்றைய நிலையில் இவை இந்த ஐந்து விஷயங்களை உணர்த்துகின்றன எனலாம்:

1) சமத்துவம் / சமூக நீதி / சாதியொழிப்பு 2) மாநில சுயாட்சி 3) இந்தி / சமஸ்கிருதத் திணிப்பு எதிர்ப்பு மற்றும் தாய் மொழி வளர்ப்பு 4) பெண்ணுரிமை 5) அனைவரையும் உள்ளடக்கிய வளர்ச்சி 6) மத, மொழி, இன நல்லிணக்கம் 7) அறிவு, நேர்மை வளர்த்தல்.

கவனித்தால் இவை எல்லாமே பார்ப்பனியத்துக்கு எதிரானவை எனப் புலப்படும். சாதிப் பிரிவினையும் ஒடுக்குமுறையும் அதன் கூறுகள். அதை எதிர்த்து இட ஒதுக்கீடு மற்றும் கலப்பு மணங்களின் வழி சாதி ஏற்றத்தாழ்வுகளை மங்கச் செய்தல் திராவிட வழி. மத்திய அரசின் அதிகாரக் குவிப்பு பார்ப்பனியச் சதியே. அதை எதிர்த்து மாநில உரிமைகளைப் பாதுகாப்பது திராவிட மார்க்கம். சமஸ்கிருதமே உயர்ந்தது என்று சொல்லியும் இந்தியை அனைவரும் கட்டாயம் கற்க வேண்டும் என்று சொல்வதும் பார்ப்பனியம். அதை மறுத்து தாய் மொழியும் ஆங்கிலமுமே போதுமானவை என்று சொல்வது திராவிடம்.

பெண்களை வீட்டில் ஒடுக்குவது பார்ப்பனியம். அவர்களுக்குச் சம உரிமைகள் அளித்து சுதந்திரமாக வாழச் செய்வது திராவிடத் திட்டம். பிராமணர் உள்ளிட்ட உயர்சாதியினரும் பணக்காரரர்களும் மட்டும் வளர்ந்தால் போதும் என்பது பார்ப்பனியம். வறியவரும், சமூகப் படிநிலையில் கீழிருப்போரும் வளர, அவர்களோடு சேர்ந்து மொத்த மாநிலமும் / நாடும் வளர்ந்தால் போதுமானது என்பது திராவிடம். பல மூட நம்பிக்கைகள் வழி மக்களை ஏமாற்றிப் பிழைக்க நினைப்பது பார்ப்பனியம். சுய அறவில் வாழ்வை மேற்கொள்வதும், விஞ்ஞானப் பார்வையில் எதையும் அணுகுவதும், அடுத்தவரைச் சுரண்டி வாழப் பிடிக்காத நேர்மையும் திராவிடத்தின் கூறுகள். கடவுளை மறுப்பதும், சடங்குகளை நிராகரிப்பதும் கதைகளை நம்பாததும் இதில்தான் வருகிறது.

பெரியார் சொன்ன திராவிடத்தை இப்படித்தான் ஒருவர் புரிந்து கொள்ள முடியும்.

★

உங்களுக்குத் தோன்றலாம், ஆட்சியில் இருக்கும், இருந்த திராவிடக் கட்சிகளே கூட இவற்றில் சில பலவற்றைப் பின்பற்றவில்லை, அல்லது அக்கறை உள்ளது போல் பாவனை மட்டுமே காட்டினார்களே என. எனில் அவர்கள் திராவிடத்தின் பாதையில் இருந்து விலகி நடக்கிறார்கள் என்று அர்த்தம். அதை திராவிடத்தின் போதாமையாகச் சொல்ல முடியாது. (இந்துத்துவர்கள், தமிழ்த் தேசியவாதிகள், கம்யூனிஸ்ட்கள் அப்படித் திரிக்க முயற்சி செய்கிறார்கள். பெரியாரை ஒழித்துக் கட்டுவதுதான் அவர்கள் இலக்கு.)

உதாரணமாக மார்க்ஸியத் தத்துவத்தைப் பின்பற்றி அரசமைத்த நாடுகளில் பிற்பாடு சர்வாதிகாரக் கொடுங்கோண்மை வந்ததற்கு மார்க்ஸியத்தைப் பொறுப்பாக்கலாகாது!

எனவே திராவிடக் கட்சிகளின் செயல்பாடுகள், திராவிட மாடல் என்ற கருத்தாக்கம் - இவை எல்லாம் திராவிடத்தைப் புரிந்து கொள்ள போதுமானதும் ஏதுவானதும் அல்ல. மாறாக,

பெரியார் சிந்தித்தவற்றிலிருந்து நாம் இன்றைய சூழலுக்குப் புரிந்து கொள்ள வேண்டியவைதாம் அசலான திராவிடக் கொள்கைகள். திராவிடம் என்பது அதுதான்.

இன்னொன்றும் கவனிக்கலாம். மேற்சொன்ன கொள்கைகளில் தமிழ் என்ற குறிப்பிட்ட மொழி சார்ந்து ஏதுமில்லை. எனவே நிச்சயம் பிற திராவிட மாநிலங்களுக்கும் இதை நீட்டிக்கலாம், ஏன் ஒட்டுமொத்த இந்தியாவுக்கும் கூட எடுத்துக் கொள்ளலாம். அதாவது எங்கெல்லாம் பார்ப்பனியத்தின் பிடி இறுகிப் போய் மேற்சொன்ன பிரச்சனைகள் நோயாகப் பீடித்திருக்கிறதோ அங்கெல்லாம் திராவிடம் எனும் மருந்து வேலை செய்யும். அங்கெல்லாம் எவரும் திராவிடத்தை முறையாக முன்னெடுக்கவில்லை என்பதுதான் வித்தியாசம். எனவே திராவிடம் என்பது தமிழ்நாட்டுக்கோ தென்னிந்தியாவுக்கோ மட்டுமானது எனச் சுருக்கவியலாது. மொத்த இந்தியாவுக்கும் உரிய ஒரு கோட்பாடு.

பூமியில் அதர்மம் தழைக்கும் போதெல்லாம் நான் அவதாரமெடுப்பேன் எனபதாக பகவான் கிருஷ்ணன் பகவத் கீதையில் சொல்வது போல், எங்கெல்லாம் ஆரியம் தலை விரித்தாடுகிறதோ அங்கெல்லாம் பெரியாரால் திராவிட அவதாரம் எடுக்க முடியும்.

★

ஆக, பெரியாரியத்தின் சமகால வடிவமே திராவிடம் எனும் கொள்கைச் சித்தாந்தம்.

ஏன் சமகாலம் என்பதை அழுத்துகிறேன்? பெரியார் அவரது காலத்துக்கு ஏற்பத்தான் சிந்தித்தார். உதாரணமாக அவர் அன்று ஒட்டுமொத்தமாகப் பிராமணர்கள் யாவரையும் நிராகரித்தார், எதிரிகளாக நிறுத்தினார். பிறப்பால் பிராமணர் அல்லாதவர்களுக்காக மட்டுமே அவர் போராடுவதாக அடையாளப்படுத்திக் கொண்டார். அதனால்தான் இன்று வரை பிராமணர்கள் யாரும் திராவிடர் கழகத்தில் உறுப்பினர் ஆக முடியாது. அவர்கள் தீட்டு என வெளியில் நிறுத்தி

வைத்ததற்கான எதிர்விளையாட்டுதான் இது எனலாம்.

அவர் காலத்தில் அது சரியானதாக இருந்திருக்கலாம். ஒருவேளை மிகப்பெரும்பான்மை பிராமணர்கள் அத்தகைய இழிசிந்தனை கொண்டவர்களாக அன்று இருந்திருக்கலாம்.

இன்று அந்த ஒட்டுமொத்த நிராகரிப்பு அவசியமில்லை. பிராமணர்களில் மாற்றம் வந்திருக்கிறது. அவர்கள் எல்லோரும் பழைய சாதி மேட்டிமைவாதித்தில் ஊறிக் கிடப்பவர்கள் அல்லர். திராவிடத்தின் விமர்சனம் பார்ப்பனியத்தின் மீதுதானே ஒழிய, ஒட்டுமொத்த பிராமணர்கள் மீதல்ல. மனு தர்மம் உள்ளிட்ட நூல்கள் விரித்துரைக்கும் பார்ப்பனச் சித்தாந்தத்தை நம்பும், செயல்படுத்தும் பிராமணர்களையே பார்ப்பனர் என்ற சொல்லில் அடையாளப் படுத்துகிறோம். (பார்ப்பனச் சித்தாந்தத்தை நம்பி, சாதியத்தைப் பின்பற்றும் பிற சாதியினரை நவபார்ப்பனர் எனலாம்.) ஆக, பிறப்பால் பிராமணராக உள்ள எல்லோரும் பார்ப்பனர்கள் அல்லர். இத்தெளிவு மிக முக்கியம்.

பிராமணர் என்பதாலேயே ஒருவர் நமக்குப் பிடித்தவர் ஆக முடியாதது போல் எவரும் பிராமணர் என்பதாலேயே நமக்குப் பிடிக்காமலும் ஆக வேண்டிய அவசியமில்லை என்பதைத்தான் அடிக்கோடிடுகிறேன். பார்ப்பனர்கள் பிறப்பை ஒட்டித்தான் மற்ற சாதியினரை அவமதித்தனர், சுரண்டினர். அதே வேலையை திராவிடம் பேசுவோரும் பிராமணர்களுக்குத் திரும்பச் செய்வதில் என்ன அறம், தர்க்கம் இருக்க முடியும்?

மனிதர்களின் சொல்லும் செயலுமே அவர்களை நமக்கு நெருக்கமோ விலக்கமோ கொள்ளச் செய்கிறது. அவர்களின் பிறப்பின் அடையாளம் நமக்கு ஒரு பொருட்டே இல்லை. ஆக, திராவிட எதிர்ப்பு பார்ப்பனியத்துக்கு; பிராமணர்களை நோக்கி அல்ல.

இதனைப் புரிய வைக்காமல் போனால் திராவிடம் பார்ப்பனர்களை மட்டுமல்லாது பார்ப்பனியம் பேணாத பிராமணர்களையும் காயப்படுத்தும். இலக்கை விடுத்த மற்ற

அம்பெய்தல்கள் போரில் வெற்றியைத் தாமதப்படுத்தும், தோல்வி நோக்கித் தள்ளும்.

★

அடுத்து திராவிடம் தொடர்பான சில திட்டமிட்ட அவதூறுகளுக்கும் அல்லது தவறான புரிதல்களுக்கும் விளக்கம் சொன்னால்தான் இந்தக் கட்டுரை முழுமையடையும்.

முதல் விஷயம் திராவிடம் ஓர் இன வெறி அல்லது பிரிவினைவாதம் எனச் சொல்வது. பிறப்புரீதியாக ஓர் எதிராளியைக் கட்டமைத்து அதே அடிப்படையில் ஆள் சேர்க்கும் எதுவுமே வெறியில்தான் சேர்த்தி. அவை யாவும் அழிவில்தான் முடியும். அதனால்தான் நாஜிக்களின் ஆரிய தேசியத்தையும், பாஜகவின் இந்து தேசியத்தையும் நாம் தமிழரின் தமிழ் தேசியத்தையும் ஒரே தட்டில் வைத்துப் பார்க்க வேண்டியிருக்கிறது. மூன்றுமே அப்பட்டமான அயோக்கியத்தனப் பிரிவினைவாதம். நேர்மாறாக திராவிடம் பிறப்பின் அடிப்படையிலான சித்தாந்தமல்ல. அது டிஎன்ஏ டெஸ்ட்டை நம்பியில்லை. திராவிடம் பார்ப்பனியத்தை எதிர்க்கிறது. பிராமணர்களில் பார்ப்பனியத்தைப் பேணாதவன் திராவிடத்தின் எதிரி அல்ல. போலவே வேறு சாதிகளில் பிறந்து பார்ப்பனியத்தைக் கடைப்பிடிப்பவன் அல்லது அடிவருடுபவன் அதன் எதிரி. அதனால்தான் அறிவுள்ளவன் திராவிடத்தை இப்பிரிவினைவாதச் சாக்கடைகளுடன் வைத்துப் பார்க்க மாட்டான்.

திராவிடத்துக்கு என ஒரு வெறி இருக்குமாயின் அது சமத்துவ வெறி, சமூக நீதி வெறி!

திராவிடம் என்பது தெலுங்கர்களின் தமிழ் முகமூடி என்பது இனவாதப் பேச்சு மட்டுமே. அதில் எந்த அடிப்படை உண்மையும் இல்லை. இது விடுதலை இதழில் 19.9.1938 அன்று வெளியான தலையங்கத்திலிருந்து ஒரு பகுதி: “காங்கிரஸ் லட்சியம் ‘சுயராஜ்யம்’ என முதன் முதலில் கூறியது காலஞ்சென்ற தாதாபாய் நௌரோஜி. அதுபோலவே ’தமிழ்

நாடு தமிழருக்கே' என தமிழர்களின் பிரதிநிதிகளான மூன்று பெரியவர்கள் சென்ற 11-ந் தேதி சென்னை திருவல்லிக்கேணி கடற்கரையில் ஒன்றரை லட்சம் தமிழர்கள் முன்னிலையில் கூறிவிட்டார்கள். அக்கூட்டத்துக்கு தலைமை வகித்த மறைமலை அடிகள் மதவாதிகள் பிரதிநிதி, அக்கூட்டத்தில் பேசிய பாரதியார் காங்கிரஸ்காரர் பிரதிநிதி, அன்று பேசிய ஈ. வெ. இராமசாமி பெரியார் பகுத்தறிவாதிகளின் பிரதிநிதி. ஆகவே தமிழ்நாட்டின் அபிப்பிராயம் அக்கூட்டத்திலே பூரணமாக பிரதிபலித்தது என்று தைரியமாகக் கூறலாம்." திராவிடம் என்பது முகமூடி என்றால் ஏன் பெரியார் 'தமிழ் நாடு தமிழருக்கே' என முழங்கப் போகிறார்? எனவே திராவிடம் என்பது தெங்கர்களின் இன வெறி என்ற *conspiracy theory*-க்கு எந்த இடமும் இல்லை. அது துவேஷப் பிரச்சாரம்.

திராவிடம் இந்து மதத்துக்கு மட்டுமே எதிரானது என்பது நிலவும் இன்னொரு அவதூறு. அப்படி இல்லை. திராவிடம் எல்லா மதங்களின் பிற்போக்குத்தனங்களையும், மூட நம்பிக்கைகளையும் சமமாகவே எதிர்க்கிறது. இங்கே பெரும்பான்மை இந்துக்கள் என்பதால் அது இந்து மதத்தை மட்டுமே எதிர்ப்பதாகத் தோன்றுகிறது. பெரியார் இஸ்லாம் கிறிஸ்துவத்தையும் அவற்றின் புனித நூல்களையும் விமர்சித்திருக்கிறார்.

திராவிடம் என்ன செய்தது? சாதியத்தை, மதவாதத்தை நன்றாக வைத்துச் செய்தது. திராவிடத்தின் மூலம் பெரியார் மக்கள் மனங்களில் புரிதலையும் அதன் பலனான நேரடி மாற்றத்தையும் கொண்டு வரப் போராடினார். அண்ணா, கலைஞர், எம்ஜிஆர், ஜெயலலிதா என திராவிடக் கட்சிகள் ஆட்சிக்கு வந்த போது பெரியாரின் கொள்கைகள் சட்டங்களாகவும் திட்டங்களாகவும் மாறன. அவற்றை திராவிடத்தின் சாதனையாகவே எடுக்க வேண்டும். திராவிடத்தால் வாழ்ந்தார்கள் என்றே வரலாறு நினைவிற்கொள்ளும்.

★

திராவிடத்தை தீரா விடம் என்றெல்லாம் திரித்து எழுதி கேலி செய்கிறார்கள். திராவிடம் கொள்கையாக மட்டும்

இருந்திருந்தால் இவர்கள் கடந்து போயிருக்கக்கூடும். ஆனால் அது தொடர்ந்து அதிகாரத்திலும் இருக்கிறது. எனவே வன்மத்துடன் வெறுக்கிறார்கள்.

திராவிடத்தைப் பலரும் ஒழிக்க விரும்புகிறார்கள். நானே அதற்கு வழி சொல்கிறேன். பார்ப்பனியம் இருக்கும் வரை திராவிடத்தின் தேவை இருந்து கொண்டே இருக்கும். பெரியார், அண்ணா, கலைஞர், வீரமணி, ஸ்டாலின் என்று யாராவது முளைத்துப் பார்ப்பனியத்துக்குக் குடைச்சல் கொடுத்துக் கொண்டேதான் இருப்பார்கள். அதனால் நீங்கள் திராவிடத்தை ஒழிக்க விரும்பினால் முதலில் பார்ப்பனியத்தைச் சுவடின்றி ஒழித்துக் கட்டுங்கள். திராவிடம் தானாய் ஒழியும். நோயின்றி மருந்துக்கென்ன வேலை?

சுருக்கமாகச் சொன்னால், திராவிடம் என்பது பார்ப்பனியத்தின் அபத்தங்களுக்கும் அக்கிரமங்களுக்கும் எதிரான சமர். ஆக, பகுத்தறிவும், சுயமரியாதையும் கொண்ட தமிழனுக்கு திராவிடன் என்று பெயர். இனி தம்மை தமிழனாக மட்டும் கருதுவதும் அல்லது திராவிடனாகவும் அடையாளப்படுத்திக் கொள்வதும் அவரவர் இஷ்டம்.

★★★

(டிசம்பர் 16, 2024)

2. திராவிடம் வெறுப்பரசியலா?

நிறைய பிராமணர்கள் தம் சாதிப் பிடிப்பின் காரணமாக தயிர் சாதம் உண்பதில்லை. நிறைய பிராமணர்கள் தம் சாதியை அறிவிக்க அவா, இவா என்று பேசுவதில்லை. இவை யாவும் சிறுவயதுப் பழக்கத்தில் அப்படியே வருபவை. அவர்களின் அனுமதியின்றியே அவர்களின் அடையாளமாகப் படிந்து விட்டவை. அதனால்தான் நான் பிராமணர்களைக் குறிக்க தயிர்சாதம், அவா போன்ற சொற்களைப் பயன்படுத்துவதில்லை. பார்ப்பனியக் கசடுகள் பெரும்பாலும் அண்டாத பல பிராமணர்களை நான் அறிவேன். அவர்களை அப்பிரயோகங்கள் காயப்படுத்தும் என்பதும் காரணம். அது அனாவசியக் கல்லெறிதல்.

பிறப்பின் காரணமாக ஏற்றத்தாழ்வு பாராட்டக்கூடாது என்று சொல்லும் நாம் பிறப்பின் காரணமாகவே வெறுப்பதும், பிரித்து அடையாளப்படுத்துவதும் அறமாகாது. நான் பிராமணர்கள் என்று சொன்னால் எல்லா பிராமணர்களையும் பார்ப்பனர்கள் என்று சொன்னால் பார்ப்பனியக்கூறுகள் கொண்ட பிராமணர்களையும் குறிப்பதாக அர்த்தம். தயிர்சாதம் உண்பதும், பெருமித நோக்கின்றி பிராமண பாஷை பேசுவதும் நிச்சயம் பார்ப்பனியக்கூறல்ல. அதனால் அவை கேலி செய்யத்தக்கதல்ல. அவ்வளவுதான்.

(மார்ச் 2, 2018)

★

பார்ப்பன எதிர்ப்பு என்பது பிராமண எதிர்ப்பே இல்லை எனும் போது அதை இந்து மத எதிர்ப்பாகத் திரிப்பதுதான் இந்துத்துவம். திக, திமுக இரண்டும் பிராமணர்களுக்கோ இந்துக்களுக்கோ எதிரானவை அல்ல. அவை பார்ப்பானீயத்துக்கு மட்டுமே எதிரானவை.

நான் திராவிட ஆதரவாளன் என்பது பிராமண வெறுப்பில் உருவானதல்ல. அது பிறப்பால் ஏற்றத்தாழ்வு பார்க்கும் பார்ப்பனியம் என்ற மனநிலையை எதிர்க்கும் நிலைப்பாடு மட்டுமே. உடனே பெரியார் அப்படிச் சொன்னாரே, அம்பேத்கர் இப்படிச் சொன்னாரே எனத் தூக்கிக் கொண்டு வர வேண்டாம். அவர்கள் சொன்னதிலிருந்து நான் எனக்கான நிலைப்பாடுகளைத்தான் உருவாக்கிக் கொள்ள முடியும். அவர்களை அப்படியே மந்தையாடு மாதிரி பின்பற்ற எனக்கென ஒரு மூளை எதற்கு?

ஆக, பார்ப்பனியச் சிந்தை துளியும் இல்லாத ஒரு பிராமணரை நான் முதல்வராக, பிரதமராக ஏற்க எனக்குத் தயக்கல்லை. ஏனெனில் பிறப்பு எனக்கு முக்கியமில்லை, மனிதனாக வளர்ந்து உருவான பிறகு அவன் சிந்தனை என்ன என்பதுதான் முக்கியம். பிறப்பின் அடிப்படையில் பிரிவினை பேசும் எந்தச் சித்தாந்தத்தையும் கேவலமாக, மலமாக, விஷமாக நினைக்கறேன், அது இந்து என்ற பிரிவினை என்றாலும், உயர்சாதி என்ற பிரிவினை என்றாலும், தமிழன் என்ற பிரிவினை என்றாலும்.

(ஜூலை 16, 2020)

★

பார்ப்பனர் என்ற பிரயோகத்தில் பிழையில்லை. பார்ப்பனியக் கூறுகளைப் பேச்சில், உடல்மொழியில், முகத்தில் முன்வைத்த பிராமணரை அப்படித்தானே சொல்ல முடியும்!

மிக எளிமையான விஷயம் பிராமணிய மேட்டிமைத்தனம் இருக்கும்வரை பார்ப்பனிய வசைபாடல் இருக்கவே செய்யும். இன்னும் புரிகிற மாதிரி சொன்னால் நோய் இருக்கும் வரை மருந்தின் தேவை இருக்கவே செய்யும். ஆக, வசைகளைத்

தவிர்க்க விரும்பும் ஒருவர் பேச வேண்டியது வசை பாடுவோரை நோக்கியல்ல; மேட்டிமைத்தனம் காட்டுவோரை. ஆண்டாண்டு காலமாக பிராமணர் என்றாலே அறிவாளி என்ற பிம்பம் சமூகத்தில் இருக்கிறது. எந்த பிராமணராவது அப்படிச் சொல்லப்படும் போது, "அதெல்லாம் இல்லீங்க எங்களில் ஏராள மக்குகளும் உண்டு" என்று சொல்லி அதை மறுத்திருக்கிறாரா? புன்னகையுடன் அதை ஏற்றுக் கொள்வார்கள். அதன் பொருள் ஆமோதிப்புதான். மாறாக, பிராமண மேலாதிக்கத்தைச் சுட்டித் திட்டும் போது மட்டும் அப்படியில்லை என்று துடிப்பது நியாயமா? இரண்டுமே பொதுமைப்படுத்தல்தான். ஆனால் தனக்குச் சாதகமான பொதுமைப்படுத்தலை மட்டும் அனுமதித்து விட்டு உவப்பற்ற மற்றதை எதிர்க்கும் *selective* புரட்சியானது *backfire* ஆகவே செய்யும்.

மற்ற சாதியை இப்படிச் சொல்லி விட முடியுமா என்ற உங்கள் கேள்விக்குப் பதில் இதுதான். மற்ற சாதி பற்றி இப்படியான பெருமிதக் கட்டமைப்புகள் அவர்கள் சாதிக்குள் மட்டுமே சொல்லப்படுபவை. வெளியே வந்தால் நகைச்சுவையாகவே பாவிக்கப்படும். 'அக்கினிச் சட்டி' என்ற சொல் கேலிக்குள்ளாவதைக் கேட்டதில்லையா? மாறாக பிராமணர்கள் பற்றிய பிம்பம் (நல்லவர், நேர்மையானவர், அறிவாளி, திறமைசாலி, மேலானவர் *etc*) அவர்களால் கவனமாக பல்லாயிரம் ஆண்டுகளாகவே கட்டமைக்கப்பட்டு ஒட்டுமொத்த சமூகத்தாலும் கேள்விகள் அதிகமின்றி நம்பப்பட்டு வருகிறது. அதை உடைத்தெறிய எந்தத் துரும்பையும் கிள்ளிப் போடாதோருக்கு, வசைகளைக் கண்டு பொங்கவும் உரிமையில்லை என்பதே என் தாழ்மையான துணிபு.

(மார்ச் 6, 2021)

★

Polarisation எனப்படும் வெறுப்பரசியல் பாஜகவின் அரசியல் அரிச்சுவடி. வட மாநிலங்களில் வெற்றிகரமாக அதைச் செயல்படுத்தியுள்ளனர். இஸ்லாமியர்களுக்கு எதிரான கருத்துக்கள் பரப்பிப் பெரும்பான்மை இந்துக்களைத் தாம்

வஞ்சிக்கப் படுவதாகவும், பாதுகாப்பின்றி இருப்பதாகவும் நம்பச் செய்து, இந்துக்கள் தொடர்ந்து வாழ, மத அடிப்படையில் இணையும் அவசியம் இருக்கிறது, தேவை எனில் வன்முறையைக் கையில் எடுப்பதில் தவறில்லை என எண்ண வைத்து அவர்களின் வெறுப்பைத் திரட்டி அதைத் தேர்தலில் வாக்குகளாக அறுவடை செய்தார்கள்.

வெறுப்பரசியல் என்பதற்கு மிகச் சிறந்த உதாரணம் இது. இதில் கவனிக்க வேண்டியது வட இந்தியாவிலுமே கூட இந்துக்கள் உண்மையில் அப்படியான எந்த ஆபத்திலும் இல்லை என்பதே. ஆனாலும் தேசப் பிரிவினைக் கலவரங்கள் முதலான வரலாற்றுக் காரணங்களாலும், சில வட மாநிலங்களில் இஸ்லாமியரின் அதிக மக்கட்தொகை சதவிகிதம், ஒப்பீட்டளவில் அவர்களின் பெரும் செல்வம், செல்வாக்கு போன்ற சமூகக் காரணங்களாலும் வட இந்திய இந்துக்கள் மத்தியில் இம்மாதிரி பொய்ப் பிரச்சாரங்கள் எடுபட்டன; அவை உண்மை என நம்பினார்கள். கடந்த 35 ஆண்டுகளில் வட இந்தியா முதல் கர்நாடகம் வரை பாஜகவின் பிரம்மாண்ட வளர்ச்சிக்குக் காரணம் இதுவே.

உங்களுக்குத் தோன்றலாம் இதையேதானே 60களில் தமிழகத்தில் பிராமணர் Vs பிராமணரல்லாதோர் என திமுக polarise செய்தது என. ஒரு வகையில், ஆம். ஆனால் மிக மிக முக்கிய வித்தியாசம் இருக்கிறது. அப்போது நிஜமாகவே பிராமணரல்லாதோர் பிராமணர்களால் வஞ்சிக்கப்பட்டுக் கொண்டிருந்தார்கள். அதனால் அது polarisation மட்டுமல்ல; ஓர் உரிமைப் போராட்டம்; ஒரு சமூக நீதி யுத்தம்; அதிகாரப் பரவலாக்கம் நோக்கிய மகத்தான சீர்திருத்த நகர்வு. அதனால் constructive polarisation ஆகி விடுகிறது. ஆக, திமுக அதை முன்னெடுத்துச் செய்ததிலும் வென்றதிலும் நியாயம் இருக்கிறது.

திராவிடம் வெறுப்பு அரசியலை முன்வைப்பதல்ல; அது தொடங்கிய காலத்தில் பார்ப்பனிய எதிர்ப்பு அரசியல். இன்று அதை இன்னும் விரிவாக்கி சமூக நீதியையும் மாநில சுயாட்சியையும் முன்னெடுக்கும் அரசியல் - நீட் எதிர்ப்பு ஓர் உதாரணம்.

தமிழக பாஜகவுக்கு இவ்வித்தியாசம் புரியாததால்தான், அப்படியான தற்குறிகளே அதில் தலைவர்களாக நிறைந்திருக்கிறார்கள் என்பதால் தமிழகத்திலும் குருட்டுத் தனமாக மத அடிப்படையிலான *polarisation* கொண்டு அரசியல் செய்ய முனைகிறார்கள். அதுதான் ஆண்டாள் சர்ச்சை, மநுநீதி அரசியல், வேல் யாத்திரை, வீட்டின் முன் பிள்ளையார் போன்ற கோமாளித்தனங்கள். (நாம் தமிழர் செய்யும் தமிழர் *Vs* மற்ற மொழிக்காரர்கள் *polarisation* போலவே இதுவும் அபத்தமானது. இரண்டிலுமே பெரும்பான்மை இந்துக்கள், தமிழர்க்கு குறிப்பிடத்தக்க சுரண்டல் நடைபெறுவதில்லை.)

ஆக, பாஜக முனெடுக்கும் பிரச்சனைகளில் எல்லாம் தமிழர்கள் *so what?* என்று கேட்டுக் கடப்பார்கள் என்பது அங்கே இருக்கும் எவருக்கும் ஏன் தெரியவில்லை என்பதற்கு எளிய பதில் அவர்கள் எவரும் *grass root level* கள அரசியலில் இல்லை. அகில இந்தியத் தலைமை சொல்வதையும் கட்சியின் தேசிய அளவிலான கொள்கைகளையும் மட்டும் கண்மூடித் தனமாகப் பின்பற்றும் குமாஸ்தாக்கள் மட்டுமே தமிழக பிஜேபியில் இருக்கிறார்கள்.

தமிழகத்தில் இனி *constructive polarisation*-க்கு வாய்ப்பே இல்லையா? இருக்கிறது. அது தலித் அரசியல் சார்ந்தது. ஆனால் தலித் *Vs* தலித் அல்லாதோர் என்ற மேலோட்டமான இருமையல்ல அது. ஏன்? தலித்களின் மக்கட்தொகை சதவிகிதம் குறைவு - அதிகபட்சம் 25% இருக்கலாம். இப்படியான சிறுபான்மையை மட்டும் வைத்து *polarisation* செய்யவே முடியாது. அதனால் அதைக் கொஞ்சம் கூர்தீட்ட வேண்டும். அப்படி யோசித்தால் தலித்கள் + தலித் சமத்துவத்தை ஏற்கும் தலித் அல்லாதோர் *Vs* தலித் சமத்துவத்தை ஏற்காத தலித் அல்லாதோர் என்ற இரு தரப்புக்கான போருக்கு இங்கு சாத்தியமுண்டு.

அதைத்தான் திருமாவளவன் சமூக நீதிச் சமூகங்கள் என்ற பெயரில் சமீப நாட்களில் முன்னெடுக்க முயல்கிறார். இஃது ஒரு காந்தியப் பார்வை. திருமா காந்தியையும்

அம்பேத்கரையும் பெரியாரையும் இணைத்துக் கொண்டு ஒரு புதிய சித்தாந்தத்தைக் கொண்டு வர முயற்சிக்கிறார். அதுதான் இன்றைய தேதியில் இருக்கும் ஒரே *polarisation* வாய்ப்பு. ஆனால் விசிக மாநிலந்தழுவிய மக்கள் செல்வாக்கு அடிப்படையில் இன்னும் செல்ல வேண்டிய தொலைவு நிறைய இருக்கிறது என்பதால் அடுத்த பத்து, இருபது ஆண்டுகளில் இதை அவர் தனித்துப் போராடிச் சாதிக்கும் வாய்ப்பு குறைவு.

அவல நகைச்சுவை என்னவெனில் மனு நீதியை வழிபடும் பாஜககாரர்கள் இதை முன்னெடுக்க மாட்டார்கள். மாறாக இதற்கு நேர் எதிர்தரப்பாக நிற்பார்கள். இது திமுகவுக்கான களம். மு.க.ஸ்டாலின் முதல்வராக நற்பெயர் பெற ஆரம்பித்திருக்கிறார். இதே நல்லாட்சி தொடர்ந்தால் அவர் இன்னும் குறைந்தது இரு முறை முதல்வர் ஆவார். மத்தியில் பாஜக போல் எதிர்ப்பே இல்லாமல் ஆட்சி செய்வார். ஆனால் அது போக அவர் பெரியார் போல் ஒரு சமூக சீர்த்திருத்தவாதியாகவும் வரலாற்றில் நிற்கும் வாய்ப்பிருக்கிறது - நான் மேற்சொன்ன *polarisation*-ஐ அவர் கையில் எடுத்தால்.

கலைஞர் வாய்ப்பிருந்தும் செய்யவில்லை. ஸ்டாலின் என்ன செய்யப் போகிறார்?

(செப்டெம்பர் 6, 2021)

★

பிராமணர்கள் எனச் சாதி அடிப்படையில் திட்டிக் கொண்டே முற்போக்காளர்கள் சாதி ஒழிப்பு பேசுகிறார்கள் எனச் சில பிராமணர்கள் அங்கலாய்க்கிறார்கள். சாதிப் பெருமை பேசும் ஒருவர் சாதி வசையை எதிர்கொள்ள வேண்டியிருக்கும் என்பது எளிய தர்க்கம்.

நம்மைச் சுற்றி உள்ளோரில் எவர் என்ன சாதி என்று தெரியாவிட்டாலும் இன்னார் பிராமணர் என்ற விஷயம் மட்டும் எப்படியோ நம் அனைவருக்கும் தெரிந்து விடும். காரணம் எளிமையானது - பெயர் தொடங்கி உடை, தோற்றம், பேச்சு, பாவனை, பழக்க வழக்கம் என எதன் வழியாவது தம்

சாதியைச் சுற்றத்துக்கு அவர்கள் தெரியப்படுத்தி விடுவர். சில சமயம் இதை அவர்கள் திட்டுமிட்டுக் கூடச் செய்வதில்லை - அவர்கள் வாழ்வியலின் ஒரு பகுதியாக இயல்பாகவே சாதியை வெளிப்படுத்துவது நிகழ்கிறது.

ஏன் வெளிப்படுத்துகிறார்கள்? அதன் வழி இந்தியச் சமூகத்தில் பிராமணர்களுக்கு ஒரு மரியாதையும், மதிப்பும் கிட்டி விடும். தயிர் சாதம், அம்மாஞ்சி போன்ற கேலிகள் ஒரு புறம் இருந்தாலும் மறுபுறம் கண்ணுக்குத் தெரியாத ஓர் அதிகாரம் அவர்களிடம் வந்து விடும். ஆதி காலம் முதல் இன்று வரை நம் சூழலில் நிலவும் சாதியப் படிநிலையின் தாக்கம் அத்தகையது. அந்த அனுகூலத்தை அனுபவிக்கவே அவர்கள் அப்படித் தம் சாதி அடையாளத்தைத் தெரிந்தும் தெரியாமலும் வெளிப்படுத்துகின்றனர்.

அப்படிச் சாதி அடையாளம் கொண்டு லாபம் பெற்றுக் கொண்டு மறுபுறம் சாதியைச் சொல்லித் திட்டாதே எனக் கோர முடியாது. பெற்றோரின் சொத்துடன் அவர்களின் கடனும், வியாதிகளும் பிள்ளைகளுக்கு வந்து சேருவது போல்தான் இதுவும். பணம் மட்டும் வேண்டும் நோய் வேண்டாம் எனச் சொல்ல முடியாது! அதே போன்றதுதான் இதுவும். ஒரு பக்கம் பெருமை பீற்றப் பீற்ற, மறுபக்கம் வசைகளும் பெருகவே செய்யும்.

பார்ப்பனர்களுக்கு மட்டுமல்ல, தேவர், கவுண்டர், வன்னியர், நாடார், பள்ளர், பறையர் என எல்லோருக்கும் இது பொருந்தும். எவர் சாதிப் பெருமை பேசினாலும் பதிலுக்குத் தம் சாதி இழிவு செய்யப்படுவதையும் அவர்கள் ஏற்கத் தயாராக வேண்டும். இன்றைய சமூகச் சூழலில் ஒருவர் சாதியை பொதுவில் வெளிப்படுத்திக் கொள்வதே இழிவுதான் - ஜிப்பின் வெளியே ஆண் குறியை எடுத்துப் போட்டுக் கொண்டு தெருவில் திரிவதைப் போன்றது. சிலதெல்லாம் உள்ளுக்குள் ரகசியமாக இருக்க வேண்டிய சமாச்சாரங்கள்.

எனில் இட ஒதுக்கீடு எனும் லாபத்தைப் பெற்றுக் கொள்ளும் சாதிகளையும் அப்படி இழிவு செய்யயாலா

என அறிவாளித்தனமாகக் கேட்பார்கள். அதற்கு பதில்: கூடாது. அதற்கும் இதற்கும் மூன்று முக்கிய வித்தியாசங்கள் இருக்கின்றன. ஒன்று அங்கே சாதிப் பெருமை வரவே இல்லை, சாதியால் ஒடுக்கப்பட்டதையே சொல்கிறார்கள். ஒடுக்கப் பட்டதாகச் சொல்வபவனை இழிவுபடுத்துவது சைக்கோத்தனம். அடுத்து அங்கே தனித்த ஒரு சாதியைச் சொல்லி இட ஒதுக்கீடு பெறவில்லை; அரசு வரலாற்றுப்பூர்வமாக ஒடுக்கப்பட்டோர் என்று தொகுத்து அடையாளப்படுத்துகிறது; அதன் பகுதியாக இட ஒதுக்கீடு கோருகிறார்களே ஒழிய, சாதியைச் சொல்லி அல்ல. இட ஒதுக்கீடு என்பது லாபமோ, சலுகையோ, பிச்சையோ அல்ல. அது ஒரு சீராக்கம், பரிகாரம் - *affirmative action.*

(ஃபிப்ரவரி 7, 2024)

★★★

3. பெரியார் சாதி வெறியரா?

சமீப காலமாக தலித் அறிவுஜீவிகள் தரப்பு ஒரு மோசமான முன்னெடுப்பைத் தொடங்கி இருக்கிறது. பெரியாரும் சாதி வெறியரே என்று அவரது சில உரைகள், எழுத்துக்களை முன்வைத்து நிரூபிக்க முனைவது. அதற்கு ஆதாரமாக அவர்கள் தரும் குறிப்பிட்ட 1958 மணச்சநல்லூர் உரையில் உள்ள சில சொற்களைப் பிடித்துத் தொங்குகிறார்கள்.

அதில் பெரியார் சொல்ல வருவதன் மையக் கருத்துக்கள்: 1) ஒரு பார்ப்பனப் பெண்ணை மணம் செய்து கொண்டதால் பார்ப்பனத் திமிருடன் சக மனிதர்களை இழிவு செய்யும் வகையில் நடந்து கொள்ளும் தலித் டாக்டரைப் பற்றிச் சொல்கிறார். 2) அவர் படித்து டாக்டர் ஆக தான் சார்ந்த நீதிக்கட்சிதான் காரணம் எனச் சொல்லிக் காட்டுகிறார். 3) அக்கட்சி இல்லாவிடில் தலித்கள் முன்னேறாமல் ஒடுக்கப்பட்ட நிலையிலேயே இருந்திருப்பார்கள் என்பதை மறக்கலாகாது என்றும் குத்திக் காட்டுகிறார்.

இதில் இரண்டு நெருடல்கள் இருக்கின்றன. ஒன்று அப்படி தான் செய்ததைச் சொல்லி / குத்திக் காட்டுவது அநாகரிகம் - அந்த விஷயம் உண்மையாக இருந்தாலுமே. இரண்டு அதைச் சொல்லும் போது அவர் பயன்படுத்தும் சொற்களில் தலித்களைக் கீழ்மையாகச் சித்தரிக்கும் தொனி. அதன்

காரணமாக அவரே சாதி வெறியில் பேசுவதான தொனி வந்து விடுகிறது. இதில் முக்கிய விஷயம் - அதாவது இடைவெளி - நமது இன்றைய *political correctness* அளவுகோலை அந்த உரையில் நாம் போட்டுப் பார்ப்பதுதான்.

அன்று முற்போக்குத் தரப்பே அவ்வளவு அரசியல் சரித்தன்மையுடன்தான் இருந்தது என்பதை நாம் விளங்கியும் ஏற்றும் கொண்டுதானாக வேண்டும். அது ஒரு தவறாகவும் அன்று கருதப்படவில்லை. அன்றைக்கு அது *forward thinking*. ஆனால் அவர்கள் நோக்கம் என்ன என்பதல்லவா விஷயம். அன்று காந்தி ஹரிஜன் என்று சொன்னது முற்போக்கு. இன்று பிரித்தாளும் சூழச்சி என்று கருதப்படும். அன்று பாரதி தலித்களுக்கு பூணூல் போட்டு விட்டது புரட்சி. இன்று பூணூல் என்ன பெரிதா எனக் கேட்போம். அவ்வகையில் இன்றைய ஆர்எஸ் பாரதியின் / ஈவிகேஎஸ் இளங்கோவனின் சாதி வெறிப் பேச்சையும் அன்றைய பெரியாரின் சாதி எதிர்ப்புப் பேச்சையும் ஒரே தட்டில் வைப்பது சரியல்ல. (இன்னும் சொன்னால் நாம் இன்று ஆவேசமாகப் பேசும் முற்போக்கு இன்னும் அரை நூற்றாண்டு கழித்து அபத்தமாக / நெருடலாகத் தோன்றுமளவு *political correctness* அளவுகோல், அறிவுஜீவிகள் மனநிலை மாறி இருக்கும். அது இயல்புதான்.)

இதே உரையில் அந்த டாக்டர் தலித்தாக அல்லாமல் தேவர், கவுண்டர், வன்னியர் என ஏதேனும் பிற்படுத்தப்பட்ட சாதியாக இருந்திருந்தாலும் பெரியார் இதே போல்தான், இதே சொற்களை முன் வைத்துத்தான் பேசியிருப்பார் என்றே கணிக்கிறேன். எனில் அவரிடம் சாதிய வன்மம் இல்லை என்றுதானே நாம் பொருள் கொள்ள வேண்டும்?

இன்னொரு விஷயம். இதே திசையில் எல்லா எழுத்துக்களையும் பிடித்துத் தொங்கினால் பெரியார் மட்டுமல்ல, அம்பேத்கர், காந்தி என எல்லோரையும் மதவாதிகள் அல்லது சாதியவாதிகள் அல்லது பிற்போக்குவாதிகள் என நிறுவி விட முடியும். அப்படித்தான் இந்துத்துவ அம்பேத்கர் என்ற நூல் எழுதப்பட்டது. அம்பேத்கர் பேசியவற்றில், எழுதியவற்றில் இருந்து மேற்கோள்

காட்டித்தான் அது எழுதப்பட்டது. இப்போது கூட கவிஞர் வசு மித்ர அம்பேத்கர் மற்றும் அயோத்திதாசரின் பிற்போக்குக் கருத்துக்களைத் தினமும் ஃபேஸ்புக்கில் பதிவிட்டு வருகிறார். அவற்றை எல்லாம் தொகுத்துப் பார்த்தால் அயோத்திதாசர் / அம்பேத்கர் பற்றி என்ன பிம்பம் கிடைக்கும்?

எந்தத் தலைவரும் 100% சரியான கருத்துக்கள் கொண்டவர்கள் அல்லர். எல்லோருக்கும் சிலபல அசட்டுப் பக்கங்கள் இருக்கவே செய்யும். அதைத் தாண்டி அவர்கள் ஒட்டுமொத்தமாகச் சிந்தித்ததும் செயல்பட்டதும் என்ன என்பதே முக்கியம். அதை விட்டு இப்படி முற்போக்கு முகாமிற்குள்ளே நாம் அடித்துக் கொண்டால் இறுதியில் அது பிற்போக்குவாதிகளுக்கே சாதகமாக முடியும். மேலே சொல்ல ஒன்றுமில்லை.

(மே 3, 2022)

★

ஆன்மீகத்தை வைத்துப் பிழைப்பு நடத்தும் எல்லோரும் அயோக்கியர்களே.

பெண்களைக் கோவிலின் கருவறைக்குள் அனுமதிப்பதோ, மாத விடாயின் போதும் பூஜை செய்யத் தடையில்லை என்பதோ புரட்சியா? அது பெண்களைக் கோயில் நோக்கி, மதம் நோக்கி, ஆன்மீகம் நோக்கி ஈர்க்கச் செய்யும் ஒரு வியாபார உத்திதான்!

அவ்வகையில்தான் மேல்மருவத்தூர் பங்காரு ஆன்மீகத்தையும் பார்க்க முடியும்.

பெரியார் கோயில் நுழைவுப் போராட்டம் நடத்தினாரே எனக் கேட்கலாம். இரண்டும் ஒன்றா? அவர் சனாதனிகள் ஆதிக்கத்தில் இருந்த கோயிலை, தாழ்த்தப்பட்ட சாதிக்கு அனுமதி இல்லாத நிலையில் எல்லோரும் போகலாம் என்று மீறி நுழைந்தார். அங்கே நோக்கம் மக்களுக்கு ஆன்மீகம் பழக்குவது அல்ல; மாறாக ஏற்றத்தாழ்வுகள் இல்லை, யாவரும் சமம் என்று சொல்வது. கோயில் எனும் புனிதத்தை நொறுக்கிய புரட்சி!

தவிர, அவர் ஒன்றும் புதிதாகக் கோயில் கட்டி எல்லோரும்

வந்து சாமி கும்பிடுங்கள் என்று மூட நம்பிக்கையை ஊக்குவிக்கவில்லை; முட்டாள்தனத்தைக் காசாக்கவில்லை. அவர் கோயில் நுழைவு என்பது சுயமரியாதையை நிலைநாட்டுவதன் பகுதியாகவே செய்தார்; ஆன்மீக நோக்கம் அறவே அதில் இல்லை. சமூகச் சீர்திருத்தச் செயல் அது.

பெரியார் சிலைக்கு எதிராக இருக்கிறது என்பதால் ஆலயத்தை இடிக்க வேண்டும் என்று என்றைக்காவது பகுத்தறிவாளர்கள் பதற்றத்துடன் சொல்லி இருக்கிறோமா! அதுதான் வித்தியாசம். ஏனெனில் எமக்கு அது பொம்மைச் சிலை கொண்ட சாதாரணக் கட்டிடம். ஆனால் அவர்களுக்குப் பெரியார் வெறும் சிலை அல்ல; அவர்களை உறுத்திய படி உயிருடன் நடமாடும் பெரும் கருத்தாக்கம்! அதனால் இடிக்கத் துடிக்கிறார்கள்.

முன்பு எல்லாச் சாதியினரும் கொள்ளையடிக்க முடிகிறது என்பதால் ஊழலே சமூக நீதியின் வடிவம்தான் என்று ஒரு கும்பல் உளறியது. இப்போது பார்ப்பனர்கள் மட்டுமே செய்து வந்த ஆன்மீகக் கொள்ளையை பார்ப்பனர் அல்லாத ஒருவர் செய்தது போற்றத்தக்க சாதனை என்கிறார்கள். திராவிடச் சாமியார் என்கிறார்கள். அடுத்து என்ன? அவருக்குப் பெரியாருக்கு அருகில் ஒரு சிலை வையுங்கள், ஐயா!

(அக்டோபர் 20, 2023)

★★★

4. தமிழகம் பெரியார் மண்ணா?

தமிழகத்தில் சாதி வெறி பெரும்பாலானோரிடம் உண்டு. ஆனால் இங்கே இந்துக்கள் எல்லாம் பெயரளவில் மட்டுமே இந்துக்கள் என்றே புரிந்து கொள்கிறேன். நேபாளம் ராமரைச் சொந்தம் கொண்டாடும் போது வேறெந்த மாநிலமாவது அதை வைத்து ராமரையே இத்தனை பகடிகள் செய்திருக்குமா? இங்கே இந்துக்கள் ஏன் இந்துக்களாய் இருக்கிறார்கள் என்றால் வேறெந்த மதத்திலும் அவர்கள் இல்லை என்பதால்தான். என்ன மதம் எனக் கேட்டால் பதில் சொல்லவும், எப்படிக் கல்யாணம் செய்வது, எப்படிப் பிணத்தை எரிப்பது என வழிகாட்டவும் ஒரு சௌகர்யமான லேபிள் மட்டுமே இங்கே மதம் என்பது. மற்றபடி, மதமானது அவர்களின் தினசரிகளில் எந்த செல்வாக்கையும் செலுத்துவதில்லை. மதமென்பதே இங்கே வெறும் சடங்குதான். அதனால்தான் நாம் கும்பிடும் கடவுளை நாமே கேலி செய்யவும் முடிகிறது. இது ஓரெல்லை வரை மதத்திலிருந்து விடுதலையடைந்த நிலை. இதற்குத் திராவிட இயக்கங்களே காரணம்.

தமிழகம் பெரியார் மண் என்பதற்கு இன்னுமோர் உதாரணம்.

★

தமிழகத்தைப் பெரியார் மண் என்று சொல்வதன் பொருள் இங்கு சாதி வெறி, மத வெறி ஒழிந்து விட்டது என்பதல்ல. அதற்கு இன்னும் வெகுதூரம் போக வேண்டும்.

ஆனால் ஒப்பீட்டளவில் இங்கே சாதியையோ மதத்தையோ சொல்லி அரசியல் செய்வது சிரமம்; வெறியைத் தூண்டி கலவரம் ஏற்படுத்துவது அத்தனை சுலபமல்ல. கால் நூற்றாண்டாக பாஜக இங்கே காலூன்ற முடியாததும், பாமக நிலைபெற முடியாததுமே அதற்கான வலுவான சாட்சிகள். இவை எல்லாவற்றுக்கும் மேலாக இங்கே பொதுவெளியில் தம் சாதி / மத உணர்வினை வெளிப்படுத்த இயலாது. தம் பெயரில் கூட சாதி சேர்க்க ஒருவர் சங்கடப்பட வேண்டும். ஆம், இது பெரியார் பூமிதான்!

★

தமிழகம் பெரியார் மண் என்று சொன்னால் பலருக்குப் பற்றி எரிகிறது. இவர்களில் பலர் காந்தியர்கள், நேருவியர்கள். இங்கே இன்னும் சாதியம் தலை விரித்தாடுகிறது, ஆன்மீகம் தழைத்துக் கொண்டிருக்கிறது, அப்புறமென்ன போய் இது பெரியார் மண் என்று நக்கலாய்க் கேட்கிறார்கள். அப்படிப் பார்த்தால் காந்தியின் கொள்கைகளான சத்தியமும் அஹிம்சையும் இந்தியாவில் மருந்துக்குக் கூடக் கடைபிடிக்கப் படுவதில்லை. அதனால் இந்தியா காந்தி மண் இல்லை என்றாகி விடுமா? கோட்ஸே மண் என்றோ சாவர்க்கர் மண் என்றோ மோடி மண் என்றோ சொல்லி விடலாமா?

இந்தியா காந்தி மண் என்பது எவ்வளவு உண்மையோ அதே அளவு உண்மை தமிழகம் பெரியார் மண் என்பதும். அவ்வளவு நேர்மையான கொம்பன் என்றால் காந்தி மண் என்பதை முதலில் மறுத்தெழுதுங்கள். பிறகு பெரியார் மண்ணில் கை வைக்கலாம்.

★

இது பெரியார் மண் என்பதற்கு இன்னோர் உதாரணம்: ஒரு சாதியை நல்ல சாதி என்று சொல்வது வட இந்தியா முழுக்கவே மிக இயல்பான, மிகச் சாதாரணமான விஷயம். எவருக்கும் அது பற்றி எந்த நெருடலும் இல்லை. அதன் வழியே அந்த இடத்தில் உள்ள மற்ற சாதிகளை மறைமுகமாக மட்டம் தட்டும் அர்த்தம் வருகிறதே என்ற பகுத்தறிவு அங்கே கிடையாது. அந்த

மற்ற சாதிக்காரர்களுமே கூட அது சரிதானே, தவறாக என்ன இருக்கிறது என்றெண்ணிச் சுரணையற்றுக் கை தட்டுமளவுதான் சுயமரியாதை அங்கே நிலவுகிறது. இந்தப் பின்னணியில்தான் அண்ணாமலை நல்ல சாதியைச் சார்ந்தவர் என்ற வாக்கியத்தை மோடி தினத்தந்தி நேர்காணலில் பிரயோகித்திருக்கிறார்.

ஆனால் நாளை முதல் குறைந்தது ஒரு வாரத்துக்கு பிரதமரின் பேச்சு தமிழகத்தில் விவாதத்தையும் கண்டனத்தையும் கிளப்பும். அண்ணாமலையின் சாதியினருமே கூட இதை எதிர்ப்பார்கள் (உள்ளூரத் துளியளவு பெருமிதம் கொண்டாலும்). ஆனால் *Rest of India* முழுக்க எதற்கு இந்த இயல்பான, சாதாரணப் பேச்சை இவர்கள் எதிர்க்கிறார்கள் எனக் குழம்பப் போகிறது. மோடிக்குமே இறுதி வரையில் இது ஏன் எனப் புரியாது.

பகுத்தறிவும் சுயமரியாதையும் கொஞ்சமேனும் இருப்பதால்தான் இது பெரியார் மண்.

★

பெரியார் மண் என்று தமிழகத்தைச் சொல்வது திரும்பத் திரும்ப (கொஞ்சம் மனசாட்சி கொண்ட, சிந்திக்கவும் முடிந்த) வலதுசாரிகளால் தவறாகப் புரிந்து கொள்ளப்படுகிறது.

அதன் பொருள் தமிழகத்தில் சாதி / மத அராஜகங்கள் ஒழிந்து விட்டது என்பதல்ல. அவற்றைச் செய்யும் ஒருவர் அதை இங்கே பெருமையாக சொல்லிக் கொள்ள முடியாது. அதைக் காட்டி ஓட்டு கேட்க முடியாது. தலைவனாக முடியாது. அதை மறைக்க வேண்டும். நியாயம் கற்பிக்க மெனக்கெட வேண்டும். இயல்பாகவே பெரும்பான்மை தமிழர்களின் ஆன்மாவில் அத்தகைய செயல்கள் அருவருப்பு ஊட்டும் விஷயமாகத் தோன்றுமளவு ஒரு கலாசாரத்தை ஏற்படுத்தியதே பெரியாரின் வெற்றி. சென்ற மக்களவைத் தேர்தலில் மோடி என்றொரு மாயைக்கு மொத்த தேசமும் விழுந்த போதும் இங்கே அது பலிக்காமல் போனது இதற்கு ஒரு வலுவான உதாரணம்.

மற்றபடி, பெரியாரின் பங்களிப்பையும் திராவிடக் கட்சிகளின் அக்கப்போர்களையும் வசதியாக நீங்களே குழப்பிக்

கொள்ளக்கூடாது. அது காந்தியத்தையும் காங்கிரஸ் கட்சியையும் குழப்பிக் கொள்வது போல். இன்று காங்கிரஸ் படுகேவலமான செயல்களில் இறங்கி விட்டதால் காந்தியை நிராகரிக்க முடியுமா? பிராமணர்களைத் துரத்தி விட்டு இடைநிலைச் சாதிகள் ஆளட்டும் என்பதும் பெரியாரின் சித்தாந்தம் இல்லை. அன்றைய பிரச்சனை பிராமணியமாக இருந்தது. அதை எதிர்த்தார். இன்று இருந்திருந்தால் இடைநிலைச் சாதிகளின் ஆதிக்கத்தை எதிர்த்திருப்பார்.

இந்தியா இன்று நிச்சயம் காந்தியின் தேசம் அல்ல. அவரை மறந்து விட்டோம். அவரது சித்தாந்தங்களைக் காற்றில் பறக்க விட்டு விட்டோம். ஆனால் தமிழகம் இன்னமும் பெரியார் மண்ணாகவே நீடிக்கிறது. ஆனால் மிகச் சமீபமாக அதை இந்துத்துவ, சாதிய சக்திகள் அசைத்துப் பார்க்கத் தொடங்கி இருக்கின்றன என்பதை ஒப்புக் கொள்கிறேன்.

★

இது பெரியார் மண்தான். ஆனால் இங்கே மத வெறியைச் செருப்பால் அடித்துத் துரத்திய அளவு சாதியைப் பெரிதாய் ஒன்றும் செய்ய முடியவில்லை என்பதே நிஜம். எனவே யதார்த்த நிலையில் தமிழ் நாடு பூரணமாகப் பெரியார் மண் இல்லைதான்.

ஆனால் வேறெந்தத் தலைவரின் பெயரையும் போட்டு இன்னார் மண் என்று சொல்ல முடியாது. அது பொருத்தமாக இல்லை. அதனால் இருப்பதில் அதிகப்படியாக அருகே இருக்கும் பெரியார் பெயரால் அழைக்கிறோம். இன்னும் சொன்னால் நடைமுறையில் இந்தியா எவ்வளவு தூரம் காந்தி மண்ணோ, மஹாராஷ்ட்ரம் எவ்வளவு தூரம் அம்பேத்கர் மண்ணோ, அதை விட அதிகமாக தமிழகம் பெரியார் மண்தான்.

★

அட வெளக்கெண்ணெய்களா, பெரியார் மண்ணுனு சொன்னா இருக்கற கோயிலை எல்லாம் மூடிட்டாங்கன்னு அர்த்தமில்லடா. பக்தியே அழிஞ்சிடுச்சுன்னு பொருள் இல்ல. சாதி வெறி

ஒப்பீட்டளவில் குறைவுன்னு அர்த்தம். மத வெறி மயிருக்கும் இல்லைன்னு பொருள். சகிப்புத்தன்மை கொண்டவங்கன்னு அர்த்தம். அவ்வளவுதான் விஷயம்.

நீங்க தமிழகம் பெரியார் மண் இல்லன்னு கொக்கரிச்சா தமிழகம் சாதி வெறி புடிச்ச, மத வெறி ஊறிய மாநிலம்னு பீத்திக்கறதாதான் அர்த்தம். அதுல என்ன பெருமைப்பட இருக்கு? மாமா வேலை பார்க்கறவன் கூட அதுக்கு சந்தோஷப்பட மாட்டான்.

★

என்னதான் பெரியார் மண் என்று மார் தட்டிக் கொண்டாலும் இஸ்லாமியர்களுக்கு வீடு கொடுப்பதில் தயக்கம் இருப்பது தமிழ் நாடு முழுக்கப் பரவலாய் இருக்கும் விஷயம்தான். குண்டு வெடிப்புக்குப் பின் அது கோயம்புத்தூரில் மேலும் வலுப்பட்டது என்பதை நேரடியாக உணர்ந்திருக்கிறேன். ஆனால் அது எவ்வகையிலும் நியாயப்படுத்தப்பட முடியாத / கூடாத ஒரு செயல். தீவிரவாதியும் அவன் தன்னை அடையாளப்படுத்திக் கொள்ளும் குழுவும் ஒன்றே அல்ல. தவிர, சுத்தம், பிரச்சனை ஏற்படுத்தாமை போன்ற அடிப்படைகளில் மொத்தமாய் ஒரு குழுவையே பொதுமைப்படுத்துவதும் அறிவீனம்.

நாம் பொதுமைப்படுத்துவது போல நம்மையோ நம் பிள்ளைகளையோ நாளை வேறொரு ஊரில் வேறொரு காரணத்தால் அர்த்தமே இன்றிப் பொதுமைப்படுத்தி ஒதுக்கும் போதுதான் அதன் அநியாயம் புரியும். ஜாக்கிரதையாக இருப்பது என்பது வேறு, அறமற்று இருப்பது என்பது வேறு. அறம் பற்றி யார் கவலைப்படுகிறார்கள்!

★

"தமிழ் நாடுன்னு பேர் வேண்டாமே!"

"பெரியார் மண் ஓக்கேவா?"

★★★

5. கடவுள் சிலையும் பெரியார் சிலையும்

"கடவுள் சிலையை என்ன வேண்டுமானாலும் செய்யலாம்; பெரியார் சிலை என்றால் மட்டும் உடைக்கக்கூடாது என்பதுதான் பகுத்தறிவா?" என்று சில ஆத்திக அறிவாளிகள் (ஆம், ஆக்ஸிமோரன்) கேட்கிறார்கள்.

பதற்றப்படாமல் யோசித்துப் பார்த்தால் இரண்டுமே பகுத்தறிவுதான் என்பது புரியும். காரணம் இவ்விரு சிலைகளின் பின் இருக்கும் நோக்கங்களைக் கவனியுங்கள்.

கடவுள் சிலை என்பதன் பின் இருக்கும் நோக்கங்களாவன: கடவுள் என்னும் கருத்தாக்கத்தை மக்கள் மத்தியில் விதைப்பது, அதன் நீட்சியாய் மூட நம்பிக்கைகளை மக்கள் மத்தியில் வளரச் செய்வது, அதன் துணை கொண்டு பூஜை, பரிகாரம், யாகம் என்ற பெயரில் சம்பாதிப்பது, அதோடு சமூகத்தில் சாதிப் பிரிவினையை, ஏற்றத்தாழ்வுகளை உறுதி செய்வது. இவை எல்லாவற்றையுமே ஒரு பகுத்தறிவு மனம் கடுமையாக எதிர்க்கும். அதனால்தான் பெரியார் கோயில்களை எதிர்த்தார். அதன் ஓர் அடையாளமாகத்தான் கடவுள் சிலைகளை உடைத்தார். அதுவும் மக்கள் வழிபாடு நிகழ்த்தும் கோயில்களுக்குள் நுழைந்து சன்னதியிலிருக்கும் விக்ரகங்களை உடைக்கவில்லை. தானே கடவுள் சிலைகளைச் செய்து அல்லது விலைக்கு வாங்கி உடைத்தார். இன்று ஒருவர் மீதான எதிர்ப்பைத் தெரிவிக்க

அவரது உருவ பொம்மைகளை உடைப்பது போன்றதே அது. முக்கியமாக கடவுள் சிலைகளுக்கு அபிஷேகம் என்ற பெயரில் மக்களுக்குப் பயன்படும் பால், தயிர், நெய், சர்க்கரை, வெல்லம், பழம் போன்ற பொருட்களை வீணாக்கும் காட்டுமிராண்டித்தனம் தொடர்பான எதிர்ப்பு அது. தவிர கடவுளின் சிலையை உடைத்தாலும் இல்லாத கடவுள் ஒன்றும் செய்ய மாட்டார் என்று நாத்திகவாதத்தைப் பரப்பவும் ஒரு பொதுவெளிப் பரிசோதனையாக அதைச் செய்தார். தொன்னூற்று நான்கு வயது வரை வாழ்ந்து விட்டுத்தான் போனார். பிள்ளையார் சிலையை உடைத்ததற்காகக் கடவுள் கோபித்துக் கொண்டு ஆயுளைப் பறிக்கவில்லை. ஆக, கோயில்களின் பெயர் சொல்லி நடக்கும் அயோக்கியத்தனங்களை, முட்டாள்தனங்களைக் கண்டிக்கும் குறியீடாகவே பெரியாரின் கடவுள் சிலை உடைப்புகள் அமைந்தன. (கோயில், கடவுள் சிற்பங்கள் பின்னால் இருக்கும் தத்துவங்கள் பற்றித் தெரியுமா? என இந்து ஞான மரபைத் தூக்கிக் கொண்டு எவரும் வர வேண்டாம். அந்த ஈர வெங்காயம் எல்லாம் எங்களுக்கும் தெரியும். ஆனால் க்ரவுண்ட் ரியாலிட்டியில் கோயில்களும், கடவுள் சிலைகளும் எப்படிப் பயன்படுகிறது என்பதைப் பற்றித்தான் நான் சொல்லி இருக்கிறேன்.)

மாறாக பெரியார், அம்பேத்கர், காந்தி, நேரு, மார்க்ஸ் உள்ளிட்ட எந்தத் தலைவரின் சிலையையும் நிறுவுவதன் காரணம் மேலே சொன்னது போன்ற களவாணித்தனங்கள் அல்ல. அதன் நோக்கங்கள் இரண்டுதாம். ஒன்று அத்தலைவர்களை மக்களுக்கு - குறிப்பாய் அடுத்தடுத்த தலைமுறைக்கு - ஞாபகப்படுத்திக் கொண்டே இருக்க வேண்டும். அதன் மூலம் அவர்களின் கருத்துக்களை அறிந்து கொள்ளும் ஆர்வத்தை மக்களிடையே ஏற்படுத்த வேண்டும், அவ்வாறு அவர்களின் கருத்துக்களை பரவலாக்குவது மற்றொன்று. இந்தப் பின்புலத்தில் ஒருவர் இத்தலைவர்களின் சிலைகளை உடைப்பது என்பது அவர்களை, அவர்களின் கொள்கைகளை மக்கள் மனதிலிருந்து அகற்றும் முயற்சிதான். திரிபுரா லெனின் சிலை அகற்றத்தின் மூலம் கம்யூனிசத்தை மக்கள் மறக்கச் செய்ய முயல்கிறார்கள்.

பெரியார் சிலைகள் இருப்பது மரியாதைக்குரிய ஹெச். ராஜா அவர்களுக்கு (அல்லது அவரது மானங்கெட்ட கூறுகெட்ட ஈத்தரை இழிபிறப்பு கம்னாட்டி கபோதி மூதேவி புலாசுலாகி அட்மினுக்கு) உறுத்தலாக இருப்பதன் காரணமும் இதுதான். திராவிடச் சித்தாந்தத்தை மக்கள் மனதிலிருந்து அழிக்க வேண்டும் என்பதைத்தான் சிலை உடைப்பைக் கொண்டு செய்ய முயல்கிறார்கள். அதை நாம் எதிர்க்கத்தான் வேண்டும். சுருக்கமாய், தலைவர்களின் சிலை உடைப்புகள் அத்தலைவர்களை, அவர்கள் சித்தாந்தங்களை மக்கள் மனதில் இருந்து நீக்கும் விஷ நோக்கிலானது என்பதால் அவர்களின் தொண்டர்கள் அல்லது அக்கருத்துக்களைப் பின்பற்றுபவர்கள் சிலை உடைப்பை எதிர்க்கத்தான் செய்வார்கள்.

ஆக, கடவுள் சிலை உடைப்பு ஆதரவு, தலைவர்கள் சிலையுடைப்பு எதிர்ப்பு இரண்டும் பகுத்தறிவுதான் என்பது பகுத்தறிவாளர்களின் குழந்தைகளுக்குக் கூடப் புரியும், ஆன்மீகவாதிகளின் குருபீடங்களுக்குக்கூட விளங்காது. அவ்வளவுதான்.

★★★

(மார்ச் 7, 2018)

6. நான் அரக்கன் அல்லன்

என் சிற்றறிவிற்கு எட்டிய ஒன்றைச் சொல்ல விழைகிறேன். மனங்கோணும் நண்பர்கள் பொருத்தருள்க. இது ஒரு நெடுநாள் உறுத்தல்.

அரக்கர், அசுரர் என்பதெல்லாம் நேர்மறைச் சொற்கள் அல்ல. தீமை என்பதன் உருவகமாக இந்துப் புராணங்கள் சொல்பவை. அவர்கள் எல்லோரும் பிறப்பால் பிராமணர்கள் அல்லாதோரும் அல்ல. ஆரியர்களின் புராண நாயகர்களான ராமனை மறுதலிக்கும் நோக்கில் திராவிடக் கருத்தியல் கொண்ட எழுத்தாளர்களும் தலைவர்களும் அதற்கு எதிரான ராவணனை அக்கதையின் நாயகனாக்கி எழுதினர், பேசினர். அது பிராமணியத்தை எதிர்க்கும் ஒரு குறியீட்டு எதிர்ப்பு. அது ஓர் அடையாளக் கலகச் செயல் மட்டுமே. அதன் நோக்கம் ஓர் அதிர்ச்சி மதிப்பீடு. அதன் வழியாக அவர்கள் புனிதமாகக் கருதும் விஷயங்களைக் கலைத்துப் போடுவது.

கவனியுங்கள். அவர்களின் நோக்கம் ராமாயணம் என்னும் புராணத்தை, அதன் மீதான மரியாதையை, பயபக்தியை உடைத்தெறிவது தானே ஒழிய அரக்கர்களைப் புனிதப்படுத்துவது இல்லை. அந்தக் காலகட்டத்தின் பின்புலத்தை எடுத்துப் பார்த்தால் இது எளிதில் விளங்கும். அப்போது கடவுள் நம்பிக்கையைத் தகர்க்க வேண்டிய அவசியம் திராவிட

இயக்கத்துக்கு இருந்தது. ஏனெனில் சாதியத்தின் வேர் இந்து மதம், அதன் ஆதாரம் தெய்வ நம்பிக்கை, அதன் ஆணி வேர் புராணங்கள். அவை தாம் தம் நாயகர்களை மக்கள் மத்தியில் (குறிப்பாக திராவிடர்கள்) கடவுள் ஆக்கி வைத்திருந்தன. அதனால் அந்தப் புராண நம்பிக்கைகளையும், குறிப்பாக நாயக பிம்பத்தையும் நொறுக்க வேண்டிய தேவை இருந்தது. அதனால் அவற்றில் இருந்த வில்லன்களை (ராவணன், நரகாசுரன், மஹாபலி, சூரமத்மன், மகிஷாசுரன், பஸ்மாசுரன் போன்றோர்) வேண்டுமென்றே நாயகர்கள் ஆக்கினார்கள்.

புராணங்களில் சொல்லப்பட்ட நாயகர்களின் வீரதீர, மாயாஜாலச் செயல்களைக் கேலிக்குள்ளாக்கினார்கள். தர்க்கம் மீறிய புராணங்களை மானாவாரியாகப் பகடி செய்தார்கள். அதன் கடவுளர்களை நகைச்சுவைச் சித்திரமாக்கி விட்டார்கள். அவற்றில் சொல்லப்பட்டிருந்த சமூக விதி தாண்டிய கடவுளர் உறவுகளைக் கொச்சையாக விமர்சித்தார்கள். அது அந்தப் புராணங்களுக்கு, அவற்றின் பால் கொண்டிருந்த வெகுஜன நம்பிக்கைக்கு விடுக்கப்பட்ட சவால். இங்கே அடித்தால் அங்கே வலிக்கும் என்ற கணக்கீடு அது. பிராமணர்கள் சீண்டப்பட்டார்கள். அது ஒரு அரசியல் போராட்ட வடிவம். அது ஓரளவு பலனளித்தது. அவற்றால் பாதிப்புற்று கணிசமான மக்கள் விழிப்புணர்வு பெற்றார்கள். முழு நாத்திகர்கள் ஆகவில்லை என்றாலும், பகுத்தறிவுடன் மூட நம்பிக்கைகளைக் கேள்வி கேட்டார்கள்.

இதுதான் பின்புலம். அரக்கர்களை தமிழர்களுக்கோ, திராவிடர்களுக்கோ உருவகம் ஆக்குவது அவர்களின் நோக்கமல்ல. இலங்கையிலிருந்து வந்ததாலேயே ராவணன் தமிழனாய், திராவிடனாய் இருக்க வேண்டிய அவசியமும் இல்லை. (குறைந்தது அவர்களுக்கு அடையாளமாக ஆக வேண்டிய தேவை இல்லை.) அதே சமயம் ராவணன் பிராமணன் என்பதையும் கவனிக்க வேண்டும். அவனைக் கொன்றதால் ராமனுக்கு பிரம்மஹத்தி தோஷம் பிடித்தது (ராமன் பிராமணன் அல்ல, ஷத்ரியன் என்பதைக் கவனியுங்கள்).

ஆக, ஒரு பிராமணனை, பிராமணன் அல்லாதவன் வீழ்த்திய கதைதான் ராமாயணம். இது திராவிடர்களுக்குச் சாதகமான புராணம் அல்லவா? ஏன் எதிர்க்க வேண்டும்? காரணம் ராமன் என்பவன் கடவுளாக்கப்பட்டு விட்டான். மதக் குறியீடு ஆகி விட்டான். ராமன் என்ற கற்பிதம் ஆரியர்களுடையது என்பதால்தான் திராவிடப் பெரியவர்கள் ராவணனை நாயகனாக்கினார்கள். அதன் அர்த்தம் ராவணன் திராவிடன் என்பதல்ல; ஒடுக்கப்பட்டவன் என்பதல்ல.

மற்றபடி, அசுரன், அரக்கன் என்பதெல்லாம் தலித்களை, பிற்படுத்தப்பட்டவர்களைக் குறிப்பதல்ல. அது கெட்ட குணமுடையோரையே குறித்தது. அவர்களில் பிராமணர் உள்ளிட்ட எல்லாச் சாதியினரும் இருந்தனர். இன்னும் சொன்னால்அசுரர்களும் தேவர்களும் ஒரே தந்தைக்குப் பிறந்தவர்கள். காசியப முனிவர்! தாய்தான் இரு குலத்துக்கும் வேறு. ஆனால் அவர்களுமே கூட சகோதரிகள் தாம் - முறையே திதியும், அதிதியும். ஆக, ஒரே வழியில் தோன்றியவர்களை எப்படி இரு வேறு பிரிவினராகப் பிரிப்பீர்கள்? சாதி என்பது பிறப்புடன் தொடர்புடையது என்று நம்புவதுதான் பார்ப்பனியப் பார்வை என்பதை நினைவிற்கொள்க.

இன்னொரு கோணத்திலும் பார்க்கலாம். புராணங்கள் எழுதப்பட்ட காலத்தில் தலித்களை அல்லது பிற்படுத்தப்பட்டோரை எதிரிகளாகச் சித்தரித்து அவர்களை பிராமணர் வீழ்த்துவதாகக் கட்டமைக்க வேண்டிய அவசியமே இருந்திருக்காது. ஏனெனில் அப்போது தலித்களும் பிற்படுத்தப்பட்டோரும் அடிமைகளாகவே இருந்தனர். ஆக அவர்களைப் பொருட்படுத்தி தம் கதையில் எதிர்மறைப் பாத்திரங்களாகச் சித்தரிக்க வேண்டிய அவசியமே இல்லை. அவர்கள் அதிகபட்சம் துணைப் பாத்திரங்களாக வந்தனர். நாயகர்களுக்கு விசுவாசம் கொண்ட அடிமைகளாக. அதனால்தான் சொல்கிறேன், அன்று புராணம் எழுதியோரின் உத்தேசம் திராவிடர்களைத் தீயவர்களாக, ஒழுக்கமற்றோராகச் சித்தரிப்பது அல்ல. நாமாக இன்றைய சூழலில் வலிந்து அந்தப்

பார்வையைத் திணிக்கிறோம்.

அதுவே கடந்த நூறாண்டுகளில் இந்தப் புராணங்கள் எழுதப்பட்டிருந்தால் பிராமணர்கள் அப்படிச் செய்திருப்பார்கள். ஏனெனில் இப்போது திராவிட, தலித் இயக்கங்களின் எழுச்சி காரணமாக பிராமணர்களுக்குக் குடைச்சல் கொடுக்கும் சமமான எதிரிகளாக உருவாகி விட்டிருக்கிறார்கள். அரசியல் அதிகாரத்தையும் கைப்பற்றி இருக்கிறார்கள். பார்ப்பனச் சித்தாந்தங்களை நகைச்சுவைகளாக ஆக்கி விட்டார்கள். ஆனால் அன்றைய நிலை அதுவல்ல. அதனால் தலித்களை பிற்படுத்தப்பட்டோரை இழித்துச் சித்தரிக்க அவசியமும் இல்லை. சொல்லப் போனால் அவர்களைப் பொருட்படுத்தத் தகுந்தவர்களாக எண்ணியே இருக்க மாட்டார்கள். தொந்தரவில்லாமல் தனக்குக் கீழே இருப்பவர்களைத் தனக்குச் சமமான எதிரியாகக் கற்பனை செய்வார்களா என்ன! எளிய உளவியல்.

ஆக, நானறிந்தவரை புராணங்கள் நன்மைக்கும் தீமைக்கும் இடையேயான சமர் தானே ஒழிய பிராமணர்கள் அபிராமணர்கள் இடையேயானதல்ல. தேவர் மகன் திரைப்படம் எப்படி இரு தேவர்களுக்குமான சண்டையோ அப்படி. ஆனால் இப்போது நாம், அசுரர், அரக்கர் என்ற கற்பிதங்களைத் திரித்து அதைத் திராவிடர்களுக்கான அடையாளம் ஆக்கிக் கொண்டிருக்கிறோம். இதில் இரண்டு தர்க்கப் பிரச்சனைகள் இருக்கின்றன. ஒன்று வீம்பாக கெட்ட குணமுடைய ஓர் அடையாளத்துக்கு திராவிடர்களை ஒப்புக் கொடுத்துக் கொண்டிருக்கிறோம். இரண்டு புராணங்களை மறைமுகமாக ஏற்றுக் கொண்டவர்களாகி விடுகிறோம். ஒன்றை எதிர்ப்பது என்பது அதைக் கடப்பதில்தான் இருக்கிறது; அதற்கு நேர் எதிரான திசையில் செல்வதில் இல்லை. எனில் நம் செயலை அவர்களே தீர்மானிக்கிறார்கள் என்பதாகிறது. இன்று ஒரு புராண ஆதரவாளர் திராவிடர்களுக்கும் நாங்களே அடையாளமாக இருக்கிறோம் என்று நமுட்டுச் சிரிப்புடன் சொல்ல வாய்ப்புண்டு அல்லவா!

ஒருவர் எதிர்தரப்பின் நாயகனுக்கு எதிரி என்பதாலேயே அவன் நம் தரப்பாக வேண்டும் என்பதில்லை. அவர் நம் தரப்பே இல்லை எனும் போது நம் ஆதர்சமாகவோ அடையாளமாகவோ எப்படி ஆக முடியும்? நம் திசையை நாம்தான் தீர்மானிக்க வேண்டும், எதிரியல்ல. ஆக, தர்க்கப்பூர்வமாகப் பார்த்தால் ஒருவர் அசுரர், அரக்கர் என்று சொல்லிக் கொள்வதில் எந்தப் பெருமையும் இல்லை. விரும்பாத பெண்ணைத் தூக்கி வருவதும், உலக மக்களைத் தொந்தரவு செய்வதும்தான் நம் அடையாளமா என்ன? அதனால் அசுரர், அரக்கர் போன்ற சொற்களை வீம்பிற்குப் பயன்படுத்துவது, திராவிடர்களுக்கு, தமிழர்களுக்கு, தலித்களுக்கு, பிற்படுத்தப்பட்டோருக்கு அடையாளம் ஆக்குவது அசட்டுத்தனமானது என்பதே என் தாழ்மையான எண்ணம். அந்தப் பயன்பாட்டில் ஒரு வசீகரம் இருக்கிறதுதான். ஆனால் அர்த்தமில்லை.

அசுரன் படத்துக்கு அப்பெயர் வைத்ததற்குப் பின் தீயதாக ஆக்கப்பட்டு விட்ட சொல் ஒன்றை நல்லதாக ஆக்கும் நல்லெண்ணம் இருக்கலாம் இயக்குநருக்கு. ஆனால் உண்மையில் அந்த முயற்சி இறுதியில் நல்ல விஷயம் ஒன்றுக்குத் தீய அடையாளம் தந்து விட்டதாகவே முடிந்தது என எனக்குப் பட்டது. சினிமா பரவாயில்லை. எதிர்மறைகளையும் கொண்டாடுவது நம் வழக்கம். ஆனால் அரசியலில், சமூகச் செயல்பாட்டில் இது எதிர்மறை விளைவுகளை உண்டாக்கும், சாதாரண மக்களிடம் மனவிலக்கத்தை ஏற்படுத்தும் என்பதையும் கருத்தில் கொள்ள வேண்டும்.

நான் திராவிடன்தான். ஆனால் அசுரனோ, அரக்கனோ அல்ல. முழு நல்லவனாக விழையும், முனையும் அரைகுறை நல்லவன்.

★★★

(ஜூன் 27, 2020)

7. பெரியாரை வெறுத்தல்

பெருமாளுக்கு இரண்யன்; பெரியாருக்கு பிஏ கிருஷ்ணன்!

பிஏ கிருஷ்ணன் பெரியாரை இனவாதி என்று சொல்லி ஹிட்லருடன் ஒப்பிடுபவர். அதைப் பற்றிய தரவுகளை அவ்வப்போது முன்வைத்து சதா பெரியார் நாமாவளியை உச்சரித்தவாறு இருக்கிறார். இரண்யகசிபு விஷ்ணுவை வெறுத்தாலும், எதிர்த்தாலும் முப்பொழுதும் அவரைத் தேடியபடி, அவர் பெயரைச் சொல்லியபடியே இருந்தது போல.

(ஜனவரி 13, 2017)

★

பிஏ கிருஷ்ணனிடம் இருக்கும் ஒரே பிரச்சனை, ஒரு கோர விபத்து நடந்து அதில் நூறு பொதுமக்கள் சாவு, ஒரு பெரியாரிஸ்டுக்கு லேசாய் முழங்கால் சிராய்ப்பு என்றால் அந்தப் பெரியாரிஸ்டுக்கு அடிபட்டதைப் பகடி செய்து எழுதிக் கொண்டிருப்பார்.

(மே 27, 2017)

★

பிஏ கிருஷ்ணன் தன்னை 'பூணூல்' என்று சொல்பவர்களைக் கண்டித்திருந்தார். அந்தப் பதிவில் "ஒருவர் பூணூல் அணிந்தால்

அவரைப் பூணூல் என்றழைப்பது தவறில்லையே!" என்று அவரிடம் கேட்டிருந்தேன். அது வெற்று நக்கல் இல்லை. அதன் பின் பூணூல் பற்றிய, அதன் பயன்பாடு பற்றிய என் புரிதல் இருக்கிறது.

பூணூல் என்பது முற்காலத்தில் பிராமணர்கள் தம்மைத் தம் சாதியினரிடம் எளிதாய் அடையாளம் காட்டவும், மற்றவரிடமிருந்து தம்மை வேறுபடுத்திக் காட்டவுமான - அதாவது உயர்ந்தவர் என - ஓர் உத்தியாய்ப் பயன்படுத்தினார்கள் என்பதே என் புரிதல். பூணூல் தவிர, பாஷை, உடை, உணவு, இருப்பிடம் என யாவற்றிலும் மற்றவரிடமிருந்து துல்லிய வேறுபாட்டைக் காட்டிக் கோடு போட்டார்கள். தீண்டாமைக்கான கருவிகளாக இந்த அடையாளங்களைப் பயன்படுத்தினார்கள். அது ஓர் உறுத்தலாகவே மற்ற சாதியினர் மத்தியில் பதிந்து போனது. க்ராஸ்பெல்ட், தயிர்சாதம், அவா என்றெல்லாம் இன்று கேலித் தொனியில் அவர்கள் அழைக்கப்படுவதன் பின்னிருக்கும் உளவியல் இந்த ஆயிரமாண்டு உறுத்தல்தான். (நான் அப்படி ஒருபோதும் குறித்ததில்லை, நேர்ப்பேச்சின் கேலிகளில் கூட. மற்றவர்கள் அப்படிக் குறிப்பதை நியாயப்படுத்தவும் மாட்டேன். ஆனால் அக்கேலிகள் இங்கு வந்து சேர்ந்த கதையைச் சொல்கிறேன்.)

இந்தப் பின்புலத்தில் பிரிவினையையும் ஏற்றத்தாழ்வையும் சமூகத்தில் விதைக்கும் பூணூல் இன்றைய நவீன உலகில் அவசியமில்லை என்பதே என் புரிதல். ஆனாலும் சம்பிரதாயத்திற்காக பெரும்பாலானோர் அதைத் தொடர்கிறார்கள். சிலர் அதன் தாத்பர்யத்தை நம்பி ஏற்கிறார்கள். இன்னும் சிலர் தன் பார்ப்பனிய மேலாதிக்கத்தை நிறுவும் பொருட்டு அணிகிறார்கள். இச்சூழலைப் புரிந்து கொள்ளும் போது பூணூல் அணியும் ஒருவர், பூணூல் என்று முற்போக்குவாதிகளால் கேலி இன்று செய்யப்படுவதன் பின்னிருக்கும் தர்க்கம் பிடிபடும். அது தவிர்க்க முடியாத பக்க விளைவுதான்.

அப்பதிவில் அன்பர்கள் சிலர் பிறப்புறுப்பும்தான் உடம்பில்

இருக்கிறது அதற்காக ஒருவரை அப்பெயரில் அழைக்க முடியுமா என ஆவேசத்துடன் அசட்டுத்தனமாகக் கேட்டிருந்தனர். புன்னகையுடன் என் பதில்: அது மற்றவர்களிடமிருந்து அவரைத் தனித்துக் காட்டுவதாய் இருந்தால் தாராளமாய் அந்தப் பெயரில் அழைக்கலாம். பூணூல் தனித்துக் காட்ட வலித்துத் திணிக்கப்பட்டதைப் போல். அல்லது அந்த உறுப்பைப் போலவே சிந்தித்தாலும் அப்படி அழைக்கலாம். தடையில்லை!

(செப்டெம்பர் 29, 2019)

★

பிஏ கிருஷ்ணன் மொத்தமாகத் தன் சிந்தனை சக்தியை முழுக்கவே இழந்து விட்டார். திரும்பத் திரும்ப திமுகவின் பார்ப்பனிய வெறுப்பும் பாஜகவின் இஸ்லாமிய வெறுப்பும் ஒன்று என்று சொல்லி ஃபேஸ்புக்கில் சதா புலம்பிக் கொண்டே இருக்கிறார்.

இந்துத்துவர்கள் இஸ்லாமியர்களை அடித்துக் கொன்றிருக்கிறார்கள், பாலியல் வல்லுறவு செய்திருக்கிறார்கள், சொத்துக்களைத் தீயிட்டுக் கொளுத்தியிருக்கிறார்கள், பெருங்கலவரம் நடத்தி இருக்கிறார்கள், அவர்கள் வாழ்வுரிமையைப் பறிக்கும் குடியுரிமைச் சட்டம் கொண்டு வந்திருக்கிறார்கள், தாடி மழிக்கப்பட்டு ஜெய் ஸ்ரீராம் சொல்ல வற்புறுத்தப்படுகிறார்கள், மாட்டுக்கறி உண்ணக்கூடாது என அழுத்தப் படுகிறார்கள், பொதுவெறி மிரட்டல்களைச் சந்திக்கிறார்கள், சலுகைகள் பறிக்கப் படுகின்றன, தினம் தினம் பயத்துடன் வாழ நேர்கிறது, பெரும்பான்மை இந்துக்களை அனுசரித்து இரண்டாம் தரக் குடிமக்களாக வாழ நிர்ப்பந்திக்கப்படுகிறார்கள், இன்னும் எத்தனையோ கொடூரங்கள். திமுக ஆட்சியில் அல்லது திமுககாரர்களால் இப்படி ஏதாவது வன்முறைகள், அத்துமீறல்கள் பிராமணர்கள் மீது ஏவப்பட்டிருக்கிறதா? திமுக மீண்டும் ஆட்சிக்கு வந்தால் இதெல்லாம் நடக்கும் என்றாவது சொல்ல முடியுமா?

ஒரு மூத்தவருக்கு கொஞ்சமாவது மனசாட்சி வேண்டாமா?

பிஏ கிருஷ்ணன் ஒரு கற்பனையுலகைச் சித்தரித்து நம்ப ஆரம்பித்து விட்டார். அதில் மிக ஆழமாக இறங்கி விட்டார். இனி நாம் என்ன சொன்னாலும் அது அவருக்கு ஏறாது. அதனால்தான் இந்துத்துவ வெறியையும் திராவிடத்தையும் ஒரே தட்டில் வைக்கிறார்.

உண்மையில் அவர் அவமதிப்பது திராவிடத்தை அல்ல. எல்லா அதிகாரங்களுடனும் சொகுசுடனும் இப்போது இட ஒதுக்கீட்டு உரிமையுடனும் வாழும் பிராமண சமூகத்தை இஸ்லாமியர்களுடன் ஒப்பிட்டு நிஜமாகவே தினம் சாகும், துன்புறும், இஸ்லாமியர்களை அவர் மிக மோசமாக அவமதிக்கிறார். கூட்டுப் பாலியல் வல்லுறவு செய்யப்பட்ட ஒரு பெண் தன் வலியை, வேதனையைக் கண்ணீருடன் சொல்லிக் கொண்டிருக்கும் போது அதைக் கேட்கும் ஒரு பெண், "எனக்கும் இப்படித்தாங்க, ஃபேஸ்புக் மெசஞ்சரில் 'ஹாய் தோழி'ன்னு ஒரே தொந்தரவு" என்று அலுத்துக் கொண்டால் எப்படி இருக்கும்?

அப்படித்தான் பிஏ கிருஷ்ணன் பேசிக் கொண்டிருக்கிறார்.

(மார்ச் 23, 2021)

★

உயிர்மையை திமுக பத்திரிக்கை என்று சொல்வதன் மூலம் பிஏ கிருஷ்ணன் செய்வது அயோக்கியத்தனமான முத்திரை குத்தல். அது குப்பைப் பத்திரிக்கை என அதில் முன்பு தொடர்ந்து எழுதும் போது அவருக்குத் தெரியாமல் போனது வியப்புதான். எல்லாம் தாண்டி, உயிர்மையில் சம்மந்தப்பட்ட சாவர்க்கர் கட்டுரை இன்னும் வரவே இல்லை. அதை வாசிக்கும் முன்பே முன்ஜாமீன் எடுத்து வைப்பது போல் இத்தனை பதற்றம்.

தமிழ் சிற்றிதழ் வரலாற்றில் ஓர் எம்பியின் கன்னிப்பேச்சை முழுமையாக ஓர் இதழ் வெளியிட்டுக் கொண்டாடிய நிகழ்வு வேறில்லை. காலச்சுவடு கனிமொழிக்கு அதைச் செய்தது. அதை திமுக இதழ் என்றேனும் பிஏ கிருஷ்ணன் பொது வெளியில் விமர்சித்திருக்கிறாரா எனத் தெரியவில்லை.

திமுக உறுப்பிநர் சல்மாவின் நூல்களை காலச்சுவடுதான் தொடர்ந்து வெளியிடுகிறது. இமையத்தின் நூல்கள் அனைத்தையும் வெளியிடும் க்ரியா திமுக பதிப்பகமா? இது என்ன மாதிரியான செலக்டிவ் விமர்சனம்? அது அவரது நேர்மையைச் சந்தேகிப்பதில்தான் கொண்டு போய் விடும்.

நாளை அருஞ்சொல்லில் அவரை விமர்சித்து ஒரு கட்டுரை வந்தால் அதை பாஜக பத்திரிக்கை என்றோ காலச்சுவடில் அவரை எதிர்த்து ஒரு படைப்பு வந்தால் அதைப் பார்ப்பனப் பத்திரிக்கை என்றோ எளிதில் பிஏ கிருஷ்ணன் சொல்லி விடுவார் என்ற அபத்த ஆபத்து இருப்பதை அதன் முதலாளிகள் கவனத்தில் கொள்ளலாம். கத்தி எதிராளியை மட்டுமே வெட்டும் என்று கட்டாயமில்லை. சமயத்தில் நம் கையையும் கிழிக்கும். ஆக, அதைக் கட்டுப்படுத்தி வைப்பது முக்கியம் என்பது பகுத்தறிவு.

உயிர்மையில் எழுதும் / எழுதிய அத்தனை எழுத்தாளர்களையும் சேர்த்தே இது அவமதிக்கிறது. அது திமுக பத்திரிக்கை என்றால் அதில் எழுதுபவர்கள் எல்லாம் என்ன திமுக கட்சி உறுப்பிநர்களா? அவர்கள் எல்லோரும் இதைக் கண்டிக்க வேண்டும்.

பிஏ கிருஷ்ணன் உணர்ச்சிவயத்தில் நிலை தவறி எழுதி இருக்கலாம். அவரது இயல்பே சிறிய விஷயங்களுக்கெல்லாம் ரத்த அழுத்தம் உயரக் கொதித்துக் கதறுவது என்பதால் இச்செயலைப் புரிந்து கொள்ள முடிகிறது. ஆனால் இப்போதேனும் நிதானமாய்த் தன் பிழையுணர்ந்து வருத்தம் தெரிவிப்பதே நியாயமான பரிகாரமாக இருக்க முடியும்.

(நவம்பர் 24, 2021)

★

பிஏ கிருஷ்ணன் சில தினங்கள் முன் பெரியார் பற்றிய நானெழுதிய பதிவு ஒன்றைப் பகிர்ந்து “நாஜி இனவெறிப் பொறுக்கி, பிராமணர்களை முற்றிலும் அழித்தொழிக்க முடியவில்லையே என ஏக்கம் கொண்டவன்” என என்னைப் பற்றிக் குறிப்பிட்டிருந்தார்.

முதலில் அவர் செய்திருப்பது மோசமான அவமதிப்பு; அடுத்து அது என் மீதான கடும் அவதூறு. பதிலுக்கு அதே திசையில் நான் அவரை "சாதி வெறியும் மத வெறியும் பூர்ஷ்வா வெறியும் பிடித்த கிறுக்குப் பொறுக்கி, பிற சாதியினரை வரிசையாக நிற்க வைத்து வன்புணர முடியவில்லையே என ஏக்கம் கொண்ட காமக்கொடூரர்" என்று சொன்னால் சும்மா இருப்பாரா? மனதில் பொங்கும் கண்மூடித்தன வன்மத்தால், கேட்க ஆளில்லை என்ற திமிரில் போகிற போக்கில் ஒருவர் பற்றி எகத்தாளம் பேசும் கீழ்த் தரமான தடித்தனம் என்னிடம் இல்லை என்பதால் அப்படிச் சொல்ல மாட்டேன்தான்.

பிஏ கிருஷ்ணனின் எழுத்துக்களின், பிற கருத்துக்களின் மீதான என் முந்தைய மற்றும் இப்போதும் தொடரும் மதிப்போடே இதைச் சொல்கிறேன் - ஏனெனில் அதன் பொருட்டு என் சுரணையுணர்வை, சுயமரியாதையை அவரிடம் அடகு வைக்க முடியாது. மறுத்துக் குரலுயர்த்தவில்லை எனில் இதெல்லாம் உண்மை என்றும் உண்டாக்கி விடுவார்கள்.

யார் வெட்டினாலும் கத்தி வெட்டும். யார் சுட்டாலும் துப்பாக்கி சுடும். சொற்களும் அப்படித்தான். என்னை விட அனுபவமும் அறிவும் மிக்க அவருக்கு இதை நான் அடிக்கோடிட்டுக் காட்ட வேண்டியிருப்பது துரதிர்ஷ்டம்தான்! ஏறும் வயதுக்குரிய முதிர்ச்சியை, சக மனிதனை மதிக்கும் மன விரிவை இயற்கை அவருக்கு அருளட்டும்.

(செப்டெம்பர் 20, 2023)

★★★

பகுதி 2
கலைஞர்

8. கலைஞரின் Aura

கலைஞர் என்பவர் பிரம்மாண்ட ஆகிருதி. முக்கால் நூற்றாண்டு ஆளுமை. மொழித் திறன், கட்சிப் பிடிப்பு முதல் அரசு நிர்வாகம், ராஜதந்திரம் வரை ஏராளப் பண்புகளின் சக்ரவர்த்தி அவர். அப்பேர்ப்பட்டவருக்கு இருக்கும் தொண்டர் செல்வாக்கு என்ற விஷயத்தைப் புரிந்து கொள்ள முடிகிறது. ஒருவேளை அவருக்கு அடிமைகள் இருந்தாலும் சரிதானோ என மெல்லிசாய் மனச் சாய்வு தோன்றவும் சாத்தியமுண்டு.

ஆனால் அது போல் எந்தவொரு சிறப்புமற்ற எளியவரான ஜெயலலிதாவுக்கு எதன் அடிப்படையில் இத்தனை அன்பான தொண்டர் பலம்? அதுவும் ஆச்சரியமூட்டுமளவு பேரடிமைகளாக! நினைத்து வியக்கிறேன். நிச்சயம் ஜெயலலிதா அதிர்ஷ்டம் செய்தவர்!

(அக்டோபர் 3, 3016)

★

பெரியார், அண்ணா, கலைஞர் எல்லாம் ஒரு ரேஞ்ச். எம்ஜிஆர், ஜெயலலிதா, ஈபிஎஸ், ஓபிஎஸ் எல்லாம் இன்னொரு ரேஞ்ச். இந்த இரண்டுக்கும் இடையே தகுதி அடிப்படையில் பாரதூரமான இடைவெளிஉண்டு. வெறும் மக்கள் செல்வாக்கை

வைத்து மட்டும் தலைவர்களை வகை பிரிக்கக்கூடாது. தரம், தராதரம் என்பவை தனித் தலைப்புகள்.

(நவம்பர் 9, 2018)

★

'தலைவர்' என்று அதன் அர்த்த ஆழத்தோடு நான் குறிப்பிடும் ஒரே ஆள் கலைஞர்தான். தமிழக முதல்வர்களுள் முதல்வர். அவ்வளவு சீக்கிரம் மறந்து விட முடியாத மகத்தான நிர்வாகப் பங்களிப்பு அவருடையது. இந்திய அரசியலின் இணையற்ற ராஜதந்திரி. அதை முன்வைத்து தனிப் புத்தகமே எழுதலாம். முன்னுதாரணமாய் வைத்துக் கற்க அவரிடம் ஏராளம் உண்டு அரசியல்வாதிகளுக்கும் ஆட்சியாளர்களுக்கும். நமக்குமே கூட. செத்த பிறகும் நிலைத்து நிற்கும் பெருவாழ்வு எத்தனை பேருக்கு வாய்க்கிறது!

(ஆகஸ்ட் 7, 2020)

★

கலைஞர் இளையராஜாவுக்கு 'இசை ஞானி' எனப் பட்டம் கொடுத்தார், கமல் ஹாசனுக்கு 'கலை ஞானி' எனப் பட்டம் அளித்தார். அதை நீட்டினால் கலைஞருக்கு 'அரசியல் ஞானி' என்ற பட்டம் மிகப் பொருத்தமாக இருக்கும். (இந்த 'ராஜதந்திரி' போன்றவை மெல்லிய எதிர்மறைத் தொனியைத் தாங்கியிருப்பதாகப் படுகிறது.)

நானறிந்த சுதந்திர இந்திய வரலாற்றின் அடிப்படையில் சொல்கிறேன்: இந்தியாவில் சிறந்த தலைவர்கள் ஏராளம் பேர் உண்டு. ஆனால் இங்கே இதுகாறும் தோன்றிய அரசியல்வாதிகளில் ஆகச் சிறந்தவர் எனக் கலைஞரையே சொல்ல முடியும்.

(ஜனவரி 25, 2021)

★

நான் ரசித்த முதலும் கடைசியுமான தேர்தல் அரசியல் தலைவர் கலைஞர். நேருவோ, ஈஎம்எஸ்ஸோ, விபி சிங்கோ என் காலத்தில் தீவிர அரசியலில் இருந்திருந்தால் அவர்களையும் ரசித்திருக்கக்கூடும். எனக்கு அரசியல் விவரம் தெரிய ஆரம்பித்த 90களின் மத்தி முதல் அவர் மறையும் வரை, மறைந்த பின்பும் கால் நூற்றாண்டுக்கும் மேலாக வியக்க வைக்கும் ஆளுமையாகவே கலைஞர் தொடர்கிறார். ஆனால் அவர் சந்தித்த எதிரணிகளில் அவருக்கு இணையாக அரசியல் செய்ய ஆள் இல்லாமல்தான் இறுதி வரை இருந்தார். அவருக்கு எதிராக நின்ற, நிறுத்தப்பட்ட எம்ஜிஆர், ஜெயலலிதா என எவரும் அவரோடு ஒப்பிடத் தகுதியற்றவர்கள். ஆனால் வழக்கம் போல் நம் மக்களுக்கு அவரது உயரம் விளங்கவில்லை. பொது மக்களாகிய வாக்குரிமை கொண்ட அரசியல் பாமரர்களின் “இரு கட்சிகளுக்கு மாற்றி மாற்றி ஓட்டுக் குத்தும்” குருட்டு உத்தியால் பல தேர்தல் தோல்விகளைச் சந்தித்தார். குறிப்பாக 2001 சட்டமன்றத் தேர்தல் தோல்வி தமிழக மக்கள் மிகப் பெரிய அசடர்கள் என்பதையே காட்டியது.

கலைஞர் தமிழகத்தின் ஆகச் சிறந்த முதல்வர், அவர் தமிழகத்தின் நிகரற்ற அரசியல் ராஜதந்திரியும் கூட, அது போக பகுத்தறிவு, சமூக நீதிக் கொள்கைகளில் அசலான பிடிப்பு கொண்டவர். இந்த மூன்றும் ஒருசேர அமைந்த ஓர் அரசியல் தலைவர் ஒட்டுமொத்த சுதந்திர இந்தியாவின் வரலாற்றிலேயே எவரும் இருப்பதாகத் தெரியவில்லை. சூழல் அனுமதித்த சாத்தியப்பட்ட எல்லைக்குள் நின்று அவர் மிக மதித்த பெரியாரின் கொள்கைகளை அமலாக்கினார். அது பெரிய விஷயம். குடும்ப அரசியல் பலவீனம், குறுநில மன்னர்களைக் கட்டுக்குள் வைக்காதது போன்ற பிழைகள் இல்லையெனில் அவர் இன்னும் அதிகம் மதிக்கப்பட்டிருப்பாரர, மதிப்பிடப்பட்டிருப்பார்.

ஓரிருவர் சொன்னால் விதந்தோதலாக இருக்கும். ஆனால் கலைஞர் பற்றி தினமும் ஏதாவது சுவாரஸ்யமான தகவல் வந்து கொண்டே இருக்கிறது. எல்லாமே மறுபடி மறுபடி அவரது

அரசியல் ஆளுமையை நிறுவும் விஷயங்கள். அத்தனை பேரும் சேர்ந்து பொய்யோ புனைவோ செய்ய முடியாது. இன்று திமுக அவரை தூக்கிப் பிடித்து தொடர்ந்து மக்களை அவரை நினைவு கூரச் செய்கிறது. எதிர்காலத்தில் அது குறைந்தாலும், நின்றாலுமே கூட பொருட்படுத்தத்தக்க சிந்தனையாளர்கள் மனதில் மங்காது நிற்பார். ஊதிப் பெருக்கும் ஊன்றுகோல் அவசியப்படாமல் தன் ஆளுமையால், பங்களிப்பால் இயல்பாகவே வரலாற்றில் நின்று விட்டவர் கலைஞர் கருணாநிதி.

(ஜூன் 3, 2023)

★

நான் ’கலைஞர்’ என்றும் குறிப்பிடுவேன், ’கருணாநிதி’ என்றும் குறிப்பிடுவேன். ’கருணாநிதி’ என்று சொல்வதில் எந்த அவமதிப்பும் எனக்குத் தெரியவில்லை. அவரே தன் நூல்கள் அனைத்திலும் கடைசி வரையிலும் ‘கலைஞர் மு. கருணாநிதி’ என்றுதான் போட்டு வந்தார்; ‘கலைஞர்’ என்று மட்டுமல்ல. அழைக்கத்தான் பெயர் என்ற தெளிவு அவருக்கிருந்தது. இப்போதும் அவர் மகள் தன்னை ‘கனிமொழி கருணாநிதி’ என்றுதான் குறிப்பிட்டுக் கொள்கிறார். இதை எல்லாம் தவறு என்று சொல்வீர்களா? இதனால் கனிமொழிக்கு அவர் மீது மதிப்பில்லை என்றாகுமா? புகழ்பெற்ற ‘கல்லக்குடி கொண்ட கருணாநிதி’ பாடலைப் பாடுவது அவமதிப்பில் வருமா?

அவரை ‘கலைஞர்’ என்று அழைக்கக்கூடாது என்று சொல்லும் கூட்டமும் உண்டு. அதாவது அவருக்கு அதற்குத் தகுதி இல்லை என்ற பொருளில். ஜெயகாந்தன் முதல் பல இலக்கியவாதிகள் அப்பட்டியலில் வருவார்கள். அவர்களிடமும் எனக்குக் கோபம் ஒன்றுமில்லை. அது அவர்கள் தரப்பு. அவர்கள் வந்தடைந்திருக்கும் நிலைப்பாடு. அவர்களை திருத்துவதோ மனம் மாற்றுவதோ என் வேலையல்ல. அது அவசியமும் இல்லை. காந்தியை மஹாத்மா என்று அழைக்க மறுப்போரும் இருக்கிறார்கள். ஜெயலலிதாவை அம்மா என்று நான் அழைத்ததில்லை. புரட்சித் தலைவி என்றும் சொல்ல மாட்டேன். அவை ஏதும் அவருக்குப் பொருத்தமில்லை என நினைக்கிறேன். ஜெயலலிதா என்பது எனக்கு அவரைக் குறிக்கப்

போதுமானது. போலவே எம்ஜிஆர் புரட்சித் தலைவரும் அல்ல. இது கருத்துச் சுதந்திரத்தின் பகுதிதான்.

கலைஞர் என்றும் கருணாநிதி என்றும் மு.க. என்றும் மாற்றி மாற்றிப் பொதுவெளியில் அவரைக் குறிப்பவர்கள் ஆபத்தற்றவர்கள். அவர்கள் அப்பெயர்களுக்கு எந்தப் பெரிய எடையையும் தரவில்லை என்று அர்த்தம். அவர்களுக்கு பெயர் ஓர் அடையாளம் மட்டுமே. சமஸ் போன்றோர் அப்படித்தான் என நம்புகிறேன். அவர்கள் எல்லாம் பெயரைத் தாண்டி என்ன பேசுகிறார்கள் என்பதைத்தான் நாம் கவனிக்க வேண்டும். அவர்களில் நமக்கு சாதகமானவர்களைத் தாக்குவது நம் கண்ணை நாமே குத்திக் கொள்வது போன்றதே. அது ஒரு கருத்தியல் முரட்டுத்தனமும் கூட.

கலைஞர் என்றே அழைக்க எப்போதும் மறுப்போருக்கு அவரிடத்து மரியாதை இல்லை என்று பொருள். கருணாநிதி என்று அழைப்பதன் மூலம் தம் மரியாதையின்மையை ஒரு தெளிவான செய்தியாக அறிவிக்கிறார்கள். பெரியாரை அப்படி ஈவெரா என்று அழைக்கும் பலருண்டு. அவர்களைப் போய் மிரட்டி ஆகப் போவதும் ஒன்றுமில்லை. ஆக, இதை எல்லாம் பொருட்படுத்தாமல் கடப்பதே உத்தமம்.

அதனால் கலைஞர் என்றேதான் எப்போதும் அழைக்க வேண்டும் என்று சொல்வது ஓர் உணர்ச்சி வசப்பட்ட திணிப்புதான். திமுக அப்படியான திணிப்புகளைத் துணியும் கட்சியா என உடன்பிறப்புகள்தான் யோசிக்க வேண்டும்.

(ஆகஸ்ட் 19, 2018)

★

1969 தொடங்கி இன்று வரையிலுமான அரை நூற்றாண்டு காலப்பரப்பில் தமிழகத்தில் உருவான ஒரே தலைவரும் நிர்வாகியும் ராஜதந்திரியும் கலைஞர் மட்டும்தான். இவ்விஷயங்களில் அவருடன் ஒப்பிட்டு விவாதிக்கத்தக்கவர்கள் கூட நம் மாநிலத்தில் எவருமில்லை. (இம்மூன்றுமான தலைவர்கள் இந்திய அளவில் கூட எவரும் உண்டா எனத் தெரியவில்லை. நேரு கூட நல்ல ராஜதந்திரியா எனத்

தெரியவில்லை. காரணம் தோல்வியில்தான் ஒரு ராஜதந்திரியின் திறன் வெளிப்படும்.)

இங்கே மற்றவர்கள் தலைவர்கள் அல்லர்; வெறும் அரசியல்வாதிகள். மற்றவர்கள் நிர்வாகிகள் அல்லர்; வெறும் அதிகாரம் கொண்டவர்கள். மற்றவர்கள் ராஜதந்திரிகள் அல்லர்; வெறும் வெகுஜனக் கவர்ச்சி கொண்டவர்கள். அதனால்தான் அவர்கள் எல்லோரும் தம் மரணத்திற்குப் பிறகு உடனடியாக மறக்கப்பட்டனர். அல்லது வெறும் சினிமாக்காரர்களாக மட்டும் ஞாபகங்களில் எஞ்சியுள்ளனர். இந்த வித்தியாசமே கலைஞரை தமிழக வரலாற்றில் அழிவற்றவர் ஆக்குகிறது.

இன்று நம் மாநிலத்தின் வளர்ச்சியிலும் சாதாரணர்களின் வாழ்க்கைத் தர மேம்பாட்டிலும் பெரும்பங்கு அவருடையது. அவர் அசல் 'தமிழினத் தலைவர்'.

ஆம், அவரிடம் பலவீனங்கள் இருந்தன; சமரசங்களில் இறங்கியிருக்கிறார்; பிழைகளும் கூடச் செய்திருக்கிறார் - உலகின் எந்தப் பெருந்தலைவரையும் போல். அவற்றோடு சேர்த்துக் கறாராகத்தான் காலம் அவரது இடத்தை மதிப்பிடும். ஆனால் இன்று நிதானமாகக் கணக்குப் பார்த்தாலும் அந்தக் குறைகளை எல்லாம் தாண்டி நம் மதிப்பிற்குரியதொரு பேராளுமையாகவே பிரம்மாண்டம் கொள்கிறார்.

என்ன ஒன்று, வெறுப்பை எல்லாம் கொஞ்சம் ஒத்திப் போட்டு விட்டு நேர்மையாய் அவரை அணுக முயல வேண்டும். நீங்கள் அவரை வியக்க திராவிடச் சித்தாந்தத்தை ஏற்க வேண்டும் என்பது கூட அவசியமில்லை. எத்துறை சார்ந்தவராக இருப்பினும் வெற்றிக்கு உழைக்கும் எவருக்கும் கலைஞரிடம் கற்றுக் கொள்ளவும் பின்பற்றவும் ஏதோ ஒன்று இருக்கிறது. அவரது நீண்ட வாழ்வு எல்லோருக்கும் ஒரு சுவாரஸ்யமான பாடம்தான். கலைஞரின் வரலாற்றை விரிவாக, மனச் சாய்வுகளின்றி நேர்மையாய்ப் பதியும் எண்ணம் இருக்கிறது. சில ஆண்டுகளுக்கு முன் நெஞ்சுக்கு நீதியை சுருக்கித் தொடராக எழுதிய போது எழுந்த விருப்பு அது. பார்ப்போம்.

(ஜூன் 3, 2020)

★★★

9. கலைஞர்: நீயா நானா

கலைஞர் சிறப்பு நீயா நானாவில் கலந்து கொண்டு பேசியதில் தொலைக்காட்சியில் காட்டப்பட்டது போக, மீதிக் கேள்விகளுக்கு என் மனதில் தோன்றிய பதில்கள் (இவற்றை அன்றிரவே ஃபேஸ்புக்கில் எழுதி இருந்தேன்). இவற்றில் புகைப்படம் பற்றிய கேள்வி மட்டும் பேசி வரவில்லை; மற்றவை பேச வாய்ப்புக் கிடைக்கவில்லை. இவற்றில் முதல் மூன்று கேள்விக்குமான பதில்கள் சொல்ல வாய்ப்புக் கிடைத்திருந்தால் நன்றாய் இருந்திருக்கும் என ஆதங்கம் உண்டு. ஆனால் ஆறு மணி நேர ஷூட்டிங்கைச் சுருக்கி ஒரு மணி நேர நிகழ்வாய்க் காட்டும் நிர்ப்பந்தம் இருப்பதும் புரிகிறது.

கலைஞரிடம் விஞ்சி நிற்பது பண்டைய முகமா நவீனத்தின் முகமா?

சந்தேகமே இல்லாமல் நவீனத்தின் முகம்தான். நாம் கலைஞரின் பண்டைய முகம் எனக் கருதும் குறளோவியமும், சங்கத்தமிழும், தொல்காப்பியப் பூங்காவும் கூட உண்மையில் நவீனத்துவத்தின் முகம். அவர் அந்தப் பழைய விஷயங்களை இன்றைய தலைமுறைக்கு அவர்களுக்குப் புரியும், அவர்கள் ரசிக்கும் நவீன வடிவில் கடத்த முயன்றார். அவர் தமிழகத்துக்குச் செய்த நவீன பங்களிப்புகள் டைடல் பார்க் கட்டியதும் மேம்பாலங்கள் கட்டியதும் மட்டுமல்ல. அவர் பொருளாதார மற்றும் சமூகத்

தளங்களிலும் நவீனத்தைப் புகுத்தினார். ஏதொன்றில் பழைய சிக்கல்களை அகற்றும் எளிமைப்படுத்தலைக் கொணர்வதும் நவீனமயமாக்குதலே. இரு உதாரணங்கள் உழவர் சந்தை மற்றும் பெரியார் நினைவு சமத்துவபுரங்கள். ஒன்றில் இடைத்தரகை அகற்றி விவசாயிகளுக்கு நேரடிப் பலன் கிட்டச் செய்தார். அது ஒரு பொருளாதாரப் புரட்சி. அடுத்ததில் சாதி வேற்றுமை களைந்த ஒரு மாதிரித் தமிழ்ச் சமூகத்தை உண்டாக்கிக் காட்ட முயன்றார். அது ஒரு சமூக மீட்டுருவாக்கம். இப்படி எல்லா இடங்களிலும் நவீனத்தைப் புகுத்தினார்.

கலைஞரிடம் நீங்கள் வியந்த ஒரு விஷயம் என்றால் எதைச் சொல்வீர்கள்?

அவர் மக்களின் மனதைத் துல்லியமாகப் புரிந்து வைத்திருந்தது. ஜனநாயக அமைப்பில் அது ஒரு தலைவனுக்கு முக்கியப் பண்பு. ஓர் உதாரணம் 2016 தேர்தலில் தேமுதிகவுடன் கூட்டணி காண "பழம் நழுவிப் பாலில் விழும்" என்று சொல்லிக் காத்திருந்தார். முந்தைய ஆட்சி மீதான அதிருப்தி காரணமாய் நிச்சயம் திமுகவே ஆட்சிக்கு வரும் என்று பரவலாய்க் கருத்து இருந்த சமயம் அது. அச்சூழலில் ஒரு பேரியக்கம் ஏன் இப்படி ஒரு காளான் கட்சியிடம் கூட்டணிக்குக் காத்திருக்க வேண்டும் என நண்பர்களிடம் பொருமி இருக்கிறேன். பல திமுக அனுதாபிகளுக்கும் அதே கருத்து இருந்திருக்கும். ஆனால் கலைஞர் அப்படி உணர்ச்சிவசப்படாமல் துல்லியமாய்க் கணித்திருக்கிறார் - தேமுதிகவை வெளியே விட்டால் மூன்றாம் அணி அமைந்து வாக்குகளைப் பிரிக்கும், அது திமுகவுக்குப் பாதகமாகும் என. அதனால்தான் அதைத் தவிர்க்க இறங்கிப் போயிருக்கிறார். (அப்போது அவர் எதிர்க்கட்சித் தலைவர் கூட இல்லை. அதனால் உளவுத்துறை இத்தகவலை அளித்திருக்கும் வாய்ப்பும் குறைவு.) தேர்தல் முடிவுகள் அவர் கணிப்பை உறுதிப்படுத்தின. திமுக தோற்ற கணிசமான தொகுதிகளில் தோற்ற வித்தியாசத்தை விட தேமுதிக / மநகூ வேட்பாளர்கள் அதிக வாக்குப் பெற்றிருந்தார்கள். அவர் கூட்டணிக்குக் காத்திருக்கக் காரணம் அதை முன்பே ஊகித்ததுதான்.

கலைஞருக்கு நீங்கள் தனிப்பட்டு நன்றி சொல்ல நினைப்பது எதற்கு?

தனிப்பட்டு என்று சொல்வதை விட சித்தாந்தரீதியாக என்று வைத்துக் கொள்ளலாம். திராவிடம் என்ற கருத்தாக்கம் இன்று அவசியமானது என்றும், அது வெல்லக்கூடியது என்றும் கடந்த ஐம்பதாண்டுகளில் நிரூபித்ததற்காக. அதனால் என்னை, எம் தலைமுறையை சரியான பாதையில் திராவிடத்தை நோக்கி ஈர்த்ததற்காக நன்றி சொல்ல வேண்டும். இன்று கம்யூனிஸம் வீழ்ந்து விட்டது என்கிறார்கள். ஏன்? கம்யூனிஸக் கட்சிகள் ஆட்சியை இழந்து விட்டதை, அவர்கள் தவறான ஆட்சி முறையால் மக்கள் அவர்களை வெறுத்து விட்டதையே சித்தாந்தத் தோல்வியாகச் சித்தரிக்கிறார்கள். அந்த ஆபத்து எல்லாச் சித்தாந்தத்துக்கும் உண்டு. திராவிடத்துக்கும் இருந்தது. ஆனால் கலைஞர் அதை நடக்க விடாமல் பார்த்துக் கொண்டார். சமூக நீதி, மொழியுரிமை, மாநில சுயாட்சி என திராவிடம் இன்றும் அவசியமான, வெல்லும் சித்தாந்தம் என்று நிரூபித்துக்காட்டினார். மற்ற திராவிடக் கட்சிகளுக்கும்தானே அதில் பங்குண்டு எனக் கேட்டால் பெயரில் திராவிடம் கொண்ட கட்சிகள் எல்லாம் திராவிடக் கட்சிகள் ஆகி விட முடியாது. அதையும் மீறி சில பங்களிப்புகளை தம்மையறியாமல் அவர்கள் செய்திருக்கலாம். மறுக்கவில்லை. நான் சொல்வது திட்டமிட்டுச் செய்தது.

உங்களுக்குப் பிடித்த கலைஞரின் புகைப்படம் எது?

எனக்குத் தோன்றிய புகைப்படங்களைச் சொல்லி விட்டார்கள். அதனால் வேறு இரண்டைச் சொல்ல நினைக்கிறேன். ஏதோ ஓர் இதழின் பேட்டியில் லுங்கியும் முண்டா பனியனும் அணிந்திருக்கும் போது எடுத்த புகைப்படம். அதில் ஓர் எழுத்தாளனின் பிம்பம் இருந்தது. அடுத்து அவரது மனைவி ராஜாத்தி அம்மாள் உணவு பரிமாற, அதை அவர் சாப்பிடும் படம். இந்தியா டுடேவில் வந்தது. அவர் ஒரு குடும்பஸ்தராகவும் சிறப்பாகச் செயல்பட்டார் என்ற உணர்வைத் தரும் படம்.

நீங்கள் பார்த்த முதுமைக் கால கலைஞர் வீடியோக்களில் உங்களை நெகிழ வைத்தது எது?

தன்னைச் சந்திக்க வந்த பேராசிரியர் அன்பழகனின் கையைப் பற்றிக் கொண்டு முத்தமிட்ட வீடியோவைச் சொல்வேன். பேரரசியல்வாதி கனிந்திளகி பெருந்தோழனாய் மட்டும் நின்ற தருணம். என் மூப்பில் என் நெருங்கிய நண்பர்களை அதே போல் அணுகுவேனோ எனத் தோன்ற வைத்த காட்சி. அதனால் அந்த வீடியோ பிடிக்கும்.

★★★

(ஆகஸ்ட் 19, 2018)

10. கலைஞரின் இடம்

*2007*ம் ஆண்டாக இருக்கலாம். சென்னைப் புத்தகக் காட்சி தொடங்கும் நாள். காலை பத்து மணிக்கு கலைஞர் வந்து திறந்து வைக்க வேண்டியது. பதினோரு மணி ஆகியும் அவர் வரவில்லை. விடுமுறை நாள் ஆதலால் நல்ல கூட்டம். வரிசையில் நுழைவுச் சீட்டு வாங்க வெயிலில் நின்று கொண்டிருக்கிறார்கள். *("அதில் பெண்கள், குழந்தைகளும் அடக்கம்" என எழுதி கொஞ்சம் உங்கள் இரக்கம் சுரண்டிக் கொள்ள விரும்புகிறேன்!)*

முணுமுணுக்கத் தொடங்கிய கூட்டம் நேரம் ஆக ஆக பரவலாய் கலைஞரை வசைபாடத் தொடங்கி இருந்தது. ஒரு கட்டத்தில் அது மெல்லிசான போராட்டம் போல் சில கோஷங்களை எழுப்ப வைத்திருந்தது. போலீஸ் குலைந்த வரிசைக் கூட்டத்தைக் கட்டுப்படுத்திக் கொண்டிருந்தனர். சுமார் ஆயிரம் பேராகக் கூட்டம் பெருகி இருந்தது.

பதினொன்றரை மணிக்கு வந்து சேர்ந்தார் கலைஞர். தான் தாமதம் என்பதை உணர்ந்தவர் அங்கு காத்திருந்தவர்களின் மனநிலையைக் கேட்டறிந்திருக்க வேண்டும். அவர் உடனே செய்தது ஒரே விஷயம்தான். அன்று புத்தகக் காட்சி நுழைவு இலவசம் என்று அறிவித்தார். அவ்வளவுதான். அங்கே இருந்த அத்தனை பேருக்கும் பொங்கிய கோபம் எல்லாம் எங்கே போனது எனத் தெரியவில்லை. ஒன்றரை மணி நேர கால்

கடுத்த காத்திருப்பை கணத்தில் மறந்து முக மலர்ச்சியுடன் கலைஞரை வாழ்த்தியபடி சந்தோஷமாய் உள்ளே சென்றனர். இத்தனைக்கும் அன்று புத்தகக்காட்சி நுழைவுச் சீட்டின் விலை வெறும் ஐந்து ரூபாய்தான். அது எனக்கு மிக ஆச்சரியமாய் இருந்தது.

பலமுறை யோசித்திருக்கிறேன். மக்களின் உளவியலை எத்தனை துல்லியமாகப் புரிந்து வைத்திருக்கிறார் என வியந்து கொண்டேன். உறுத்தினாலும் அதுதான் அவரது வெற்றி.

(அக்டோபர் 9, 2015)

★

மிகைப்படுத்தாமல் ஒரு கேள்வி கேட்க விரும்புகிறேன். கலைஞர் இல்லையெனில் வள்ளுவர் இவ்வளவு தூரம் தமிழர்களிடையே பிரபலம் ஆகியிருக்க முடியுமா?

திருக்குறள் பள்ளி நூல்களில் கலைஞருக்கு முன்பிருந்தே இருந்திருக்கும். அதை செழுமையும் முழுமையும் ஆக்கியது திமுக ஆட்சி என்பது என் புரிதல்.

திருக்குறள் உரை, குறளோவியம், வள்ளுவர் கோட்டம், குமரி முனை வள்ளுவர் சிலை, ஒன்று முதல் பன்னிரண்டாம் வகுப்பு வரை பாடநூல்களில் குறட்பாக்கள், குறள் / வள்ளுவர் பற்றிய பாடப்பகுதிகள், பேருந்துகளில், பொதுவிடங்களில், அரசு அலுவலகங்களில் குறள் எழுதி வைத்தது, எந்தப் பேச்சிலும் எழுத்திலும் எப்போதும் குறள் மேற்கோள் காட்டியது. அதனால்தான் 70களிலும் 80களிலும் திருக்குறள் சினிமா, பத்திரிக்கை தொலைக்காட்சி என வெகுஜன ஊடகங்கள் வழி சாதரண மக்களைச் சென்றடைந்தது. அன்றேல் கம்பராமாயணம், சிலப்பதிகாரம் போல் பண்டிதர் சொத்தாகவே திருக்குறளும் ஒதுங்கிப் போயிருக்கும். கலைஞர் தன் ஆட்சி அதிகாரத்தை, செல்வாக்கைப் பயன்படுத்தியே குறளுக்கு மறுமலர்ச்சி அளித்தார். வள்ளுவர் வெகுஜனத் திரளுக்குச் சென்றடைய கலைஞரின் ஆட்சி பெருந்தூண்டுகோல் என்பதையே வலியுறுத்துகிறேன். தமிழகத்தில் தடுக்கி விழுந்தால்

குறளோ, வள்ளுவரோ கண்ணில் படும் என்றாக்கியது அவரது ஆட்சிதான். அதை முக்கியமானதென நினைக்கிறேன். ஆம். அடித்தே சொல்கிறேன். கலைஞர் இல்லை எனில் வள்ளுவரை மறந்திருப்போம். கட்சி / பிற வெறுப்பினால் உண்மையை மறுக்காதீர் / மறைக்காதீர்.

(ஜூன் 3, 2016)

★

இன்றைய நாள் முழுக்க ராஜாஜி அரங்கிலும், வாலஜா சாலையிலும், அண்ணா சதுக்கத்திலும் கழகத் தொண்டர்கள் மற்றும் கலைஞர் அபிமானிகள் பெருங்கடலில் வேர்வை பிழியப் பிழிய நீந்த வேண்டி இருந்தது. ஆனால் ஒரு குரல் கூட "பாடி வந்திருச்சா?", "உடலை எடுத்தாச்சு" என்றெல்லாம் கேட்கவே இல்லை. கேட்டவை யாவும் "கலைஞர் வந்துட்டார்", "தலைவர் கிளம்பிட்டாரா?" என்றேதான் ஒலித்தன.

அவர்களைப் பொறுத்தவரை கருணாநிதி என்பவர் மரிக்கவில்லை. இன்றும் என்றும்.

(ஆகஸ்ட் 8, 2018)

★

"ஒருமுறை கலைஞர் காரில் போய்க் கொண்டிருந்த போது.." வகைப்பதிவுகள் வரத் தொடங்கி விட்டன. அவற்றைக் கேலியோ வசையோ செய்யும் பதிவுகளும். கலைஞர் முக்கியமான ஆளுமை என்றாலும் ஊழல் செய்தவர் / துணைபோனவர் என்றும் அதனால் சமநிலையான வரலாற்றை எழுத வேண்டும் என்றும் சொல்கிறார்கள்.

அந்தச் சமநிலையான வரலாற்றை நீங்கள் எழுதுங்கள். பாமரர்கள் அல்லது கட்சிக்காரர்கள் கதை கட்டி இன்புறட்டும், பாவம். தவிர, இது ஒன்றும் புதிதல்ல. தலைவனை விதந்தோதுதல் பல்லாயிரங்கால மானுட வழக்கம். அது எளியவர் பாணி. இயேசு உயிர்த்தெழவில்லையா! முல்லைக்குத் தேர் கொடுத்த பாரியை இன்னும் சிலாகித்துக் கொண்டுதான் இருக்கிறோம்.

அதன் பொருள் அவர் வள்ளல், இளகிய குணமுடையோர் என்பதன்றி முல்லை என்ற மலரே அக்காலத்தில் அங்கில்லை என விஞ்ஞானம் பேச முடியாது. புன்னகைத்துக் கடக்கலாம். அல்லது அசல் வரலாற்றை எழுதிக் காட்டலாம். ஆனால் கலைஞர் என்றாலே விளக்கெண்ணெயோடும் பூதக்கண்ணாடியோடும் கண்களைத் தயார் செய்வதுதானே இங்கு வழக்கம்!

(ஜூலை 29, 2018)

★

அண்ணா, எம்ஜிஆர், ஜெயலலிதா ஆகியோருக்கு மெரினாவில் சமாதி கிட்டியதை விட கலைஞருக்கு அங்கே கிட்டியதுதான் கெத்து. ஏனெனில் அவர் கட்சி அவரது இறப்பின் போது ஆட்சியில் இல்லை. மெரினாவில் புதையுற எந்த சட்டப்பூர்வ முகாந்திரமும் இல்லாதவர். ஆனாலும் நீதிமன்றத் தீர்ப்பின் மூலம் போராடிப் பெற்று மாஸ் காட்டியவர்.

(ஃபிப்ரவரி 10, 2019)

★★★

11. கலைஞர் ஏன் அப்படிச் செய்தார்?

கலைஞர் நவீனத் தமிழ்ப் படைப்பாளிகளை அங்கீகரித்ததில்லை என ஏன் குற்றம் சுமத்த வேண்டும் என்றே எனக்குப் புரியவில்லை. அவரது ரசனைக்கு உகந்தவற்றை அவர் பாராட்டினார், இன்னும் தொடர்கிறார். அவர் வேண்டுமென்றே சீரியஸ் எழுத்தாளர்களை வன்மத்துடன் ஒதுக்கியது போல் தெரியவில்லை. அவர் மனசாரவே தன்னையும், அண்ணா முதலான திராவிட எழுத்தாளர்களையுமே பேரிலக்கியவாதிகள் என நம்புகிறார். வாலி, வைரமுத்து முதலான வெகுஜனக் கவிஞர்களை அவர் ஏற்பதும் அப்படியே. அவர் அதிகபட்சமாய் சீரியஸ் இலக்கிய முகாமில் ஏற்றுக் கொண்டது ஜெயகாந்தனையே. அப்படி இருக்க அவர் ஏன் நவீன இலக்கியத்தை வாழ வைக்க வில்லை என வருந்துவதில் பொருளே இல்லை. ஏன் எனில் அது அவருக்குத் தெரியாது.

(டிசம்பர் 27, 2016)

★

"கலைஞர் அண்ணாவுக்கான இரங்கற்கவிதையில் அவரது இதயத்தைக் கடன் கேட்டதும், மெரினாவில் அண்ணாவின் அருகே புதைக்கப்பட்டதால்தான் அதைத் திருப்பித் தர முடிந்தது என்றால் அங்கே இதய மாற்று அறுவை சிகிச்சை செய்த மருத்துவர் யார்?", "இறந்தவர் பக்கத்தில் படிப்பதற்கு

முரசொலி வைத்த அறிவாளி யார்? இறந்தவன் என்றைக்கடா செய்தித்தாள் படித்தான்?" என்றெல்லாம் கேட்டிருந்தார் கலைஞரை வெறுக்கும் ஒரு நண்பர் (ஜெயலலிதாவின் மீதும் மோடியின் மீதும் பெரும் மதிப்புக் கொண்டவர், ஆனாலும் மனசாட்சிப்படி நேர்மையாய், தர்க்கப்படி சரியாய் எல்லா விஷயங்களையும் அணுகுவதாகத் திடமாய் நம்பிக் கொண்டிருப்பவர்.)

அந்தக் கேள்விகளிலிருந்து அவர் கலைஞர் "ராமன் எந்தக் கல்லூரியில் எஞ்சினியரிங் படித்தான்?" என்று கேட்ட போதும், "அம்பாள் என்றைக்கடா பேசினாள்?" என்று வசனம் எழுதிய படத்தைப் பார்த்த போதும் எவ்வளவு தூரம் நெஞ்சடைத்து அழுது மூக்குறிஞ்சி இருப்பார் என உணர முடிகிறது. என்றேனும் அக்காயத்தைக் கடக்கும் மனவலிமையை அவர் நம்பும் கடவுள் அருளுவாராக. மோடியையும் ஜெயலலிதாவையும் நல்லவர்கள், வல்லவர்கள் என நம்பிக் கொண்டிருக்கும் ஒருவருக்கு எதையும் ஆழக் காணும் சக்தி இல்லாதிருப்பதில் ஆச்சரியம் இல்லை. தினம் தினம் படையப்பா ரம்யாகிருஷ்ணன் போல் அந்த வசனங்களை ஓட விட்டுக் கேட்டு வெறியேற்றிக் கொண்டிருக்கவும் கூடும். அத்தனை பாதிப்பு தெரிகிறது. அது பரிதாபத்தையே தோற்றுவிக்கிறது கோபப் படுவதை விடப் பரிவுடன் சொல்லிக் கொடுப்பதே தர்மம். ஒவ்வொன்றாய்ப் பார்ப்போம்.

கலைஞர் "ராமன் எந்தக் கல்லூரியில் எஞ்சினியரிங் படித்தான்?" என்று கேட்டது அவராக யாரையும் கூப்பிட்டு வைத்துக் கேட்டதல்ல. ஆதம்ஸ் ப்ரிட்ஜ் எனப்படும் ராமர் பாலத்தை நீக்கி விட்டு சேது சமுத்திரம் கால்வாய்த் திட்டம் கொண்டு வர வேண்டும் என அவர் முயற்சித்த போது இந்துத்துவ அறிவாளிகள் சொன்னது அது ராமர் கட்டிய பாலம் என்று. நாட்டுக்கான நலத்திட்டம் ஒன்றைக் கொண்டு வரும் போது (அது நாட்டு நலனுக்கு உகந்ததல்ல என்றால் அதைப் பேசலாம், அது வேறு விஷயம்) அதைப் பற்றி எந்த அக்கறையும் இல்லாத ஒருவர் ஒரு கற்பனையான புராண கதையைத் தூக்கிக் கொண்டு வந்து

முட்டுக்கட்டை போடும் போது எந்த பகுத்தறிவுள்ள, துடிப்பான சிந்தனையாளனுக்கும் கோபக்கனலும், கேலிச்சிரிப்பும் எழத்தான் செய்யும். அப்போது கலைஞர் கேட்டதுதான் அக்கேள்வி. "ராமர்தான் இந்த சேது பாலம் கட்டினார் என்றால் அவர் எந்தக் கல்லூரியில் கட்டிடப்பொறியியல் படித்தார்?" எனக் கேட்டார். அரைகுறைப் பகுத்தறிவேனும் உள்ளவனுக்கு அதைக் கேட்டுச் சுருக்கென்றாகித் தன்னைத் திருத்திக் கொண்டிருக்க வேண்டும். இந்துத்துவர்களுக்கு ஏது அதெல்லாம்? அவர் சாகும் வரை காத்திருந்து பழி வாங்குவதாய் நினைத்துக் கேலி பேசுவதுதான் சாத்தியம்.

அடுத்து "அம்பாள் என்றைக்கடா பேசினாள்?" என்ற பராசக்தி வசனம். அந்தப் படமே கடவுள், கோயில், பக்தியின் பெயரைச் சொல்லி மக்களைச் சுரண்டிப் பிழைப்பவர்கள் பற்றியது. அதில் அவர், அப்படி கடவுள் வாக்கு என்று சொல்லி ஏமாற்றும் நபர்களைக் கேள்வி கேட்கும் வண்ணம்தான் "அம்பாள் என்றைக்கு நேரில் வந்து மனிதர்களுடன் பேசினாள்?" எனக் கேட்டார். போகிற போக்கில் அம்பாளைக் கேட்கவில்லை. கடவுள் பெயரைச் சொல்லி பிழைப்பு நடத்தாத மனிதர்களுக்கு, தன் பாட்டுக்கு அம்பாளைக் கும்பிட்டுக் கொண்டிருக்கும் பக்தர்களுக்கு அது எக்கோபத்தையும் குற்றவுணர்வையும் ஏற்படுத்த வாய்ப்பில்லை. ஆனால் பக்திப் பழமான ஆத்திகர்களுக்கு அதெல்லாம் எங்கே விளங்கப் போகிறது. ஆள் செத்தவுடன் சாமியாட வேண்டும்.

கலைஞர் என்ன சொன்னார் எனப் பேசி விட்டோம். இப்போது நண்பரின் கிடுக்கிப்பிடி கேள்விக்கு வருவோம். ஒட்டுமொத்த உடன்பிறப்புகளையும் மடக்கி விட்டதாய் அவர் நம்பிக் கொண்டிருக்கும் கேள்விகள். (லவ் லெட்டர் கொடுத்த பின்பான அந்நியன் பட அம்பியின் வாக்கிங் மற்றும் முகபாவத்தை இங்கே கற்பனை செய்து கொள்ளவும்.)

கலைஞர் இதயம் இரவல் என்று எழுதியதும், மெரினாவுக்கு ஸ்டாலின் போராடியதும் மூட நம்பிக்கை அல்ல. கலைஞர் எழுதியது ஓர் அன்பின் உணர்ச்சிகர வெளிப்பாடு. கவிதைச்

சுதந்திரம். இதயம் இடம் மாறாது என்பது கலைஞருக்கும் தெரியும். அதை வாசித்த அத்தனை உடன்பிறப்புகளுக்கும் தெரியும். (பொதுமக்களுக்குமே தெரியும்.) அது ஒரு நாடகீய வெளிப்பாடு. திராவிட இலக்கியத்தின் பொதுவியல்பே மிகைதான்.

பகுத்தறிவாளரான ஒருவர் தன் காதலியிடம் "என் இதயத்தைத் திருடி விட்டாய்" எனக் காதல் வெறியில் வசனம் பேசும் போது அவள், "இதயம் எங்கேனும் இடம் மாறுமா?" எனக் கேட்டால் அவனுக்கு மொத்த மூடும் வடிந்து விடுமல்லவா? அது போல்தான் இருக்கிறது நண்பரின் அறிவாளிப் புரிதல். மெரினாவுக்குப் போராடியது அண்ணாவின் அருகே புதைக்கப்பட வேண்டும் என்ற திராவிட அரசியல் தொடர்ச்சி அடையாளத்துக்காகவும், அதுவே மக்கள் அவரை மறக்காமல் வைத்திருக்கும் உத்தி என்ற காரணத்தாலும் தானே ஒழிய மூட நம்பிக்கை என ஏதுமில்லை. அதையொட்டி இன்று பதிவு எழுதும் என் போன்றவர்களை வேண்டுமானால் மூட நம்பிக்கைக்காரர்கள் எனச் சித்தரிக்கலாம். ஆனால் நான் எழுதியது ஆன்மா, ஆவி, சாந்தி, புடலங்காய் என்றெல்லாம் மூட நம்பிக்கையின் அடிப்படையில் அல்ல; கலைஞரின் இரங்கற்கவிதை இதற்கும் பொருந்துகிறதே என்றறிந்த போது அடைந்த உணர்வெழுச்சியால்தான்.

அதே போன்றதுதான் பேழைக்குள் முரசொலி இருந்ததும். கலைஞர் இறுதிவரை தன் உடல் உறுப்புகளில் ஒன்று போல் கருதி வந்தது முரசொலி நாளேடுதான். அதை அவரது பேழைக்குள் வைப்பது அவர் அதை எடுத்துப் படிப்பார் என்றல்ல. அது நமக்குச் சொல்லப்படும் செய்தி. முரசொலியை அவர் உயிர் போலக் கருதியதால் அதன் பிரதி ஒன்றை அவருடனே வைக்கிறோம் என்று அவர் பத்திரிக்கையாளர் என்பதை மக்கள் அனைவருக்கும் அடையாளப்படுத்துகிறார்கள். எப்படி தேசியக்கொடி போர்த்தி அவர் நாட்டுக்கு உழைத்தவர் என்று அடையாளப்படுத்துகிறார்களோ அது போல். தலைமாட்டில் திமுக கொடி வைத்திருந்தது போல். அதை எடுத்துப் படிப்பாரா எனக் கேட்பது நெடுநாள் வன்மம்

என்றுதான் புரிந்து கொள்ள வேண்டி இருக்கிறது.

அவருக்கு அஞ்சலி செலுத்த வந்த எந்த உடன்பிறப்பையும் பொது மக்களையும் விசாரித்தாலும் அண்ணா அருகில் புதைக்கப்பட்டதோ, முரசொலி பேழைக்குள் வைத்ததோ மூட நம்பிக்கை இல்லை என்று உரத்துச் சொல்வார்கள். இதயம் மாறுவது ஒரு குறியீடு எனப் புரிந்து கொண்டு பேசுவார்கள். கலைஞர் அந்த முரசொலியைப் படிக்க மாட்டார் எனத் தெரிந்து வைத்திருப்பார்கள். இதெல்லாம் ஓர் அடையாள மரியாதை என உணர்ந்து ஏற்கிறார்கள். பக்த மூடர்கள் போல் அதெல்லாம் உண்மை என நம்பி இல்லை. அதனால் அதில் மூட நம்பிக்கை என்று ஏதுமில்லை.

அம்பாளையும் ராமரையும் கற்பனைக் கதாபாத்திரம் என்று எந்த ஆத்திகனையாவது சொல்லச் சொல்லுங்கள் பார்ப்போம்? இரண்டுக்கும் வித்தியாசம் இல்லையா?

(ஆகஸ்ட் 9, 2018)

★

கலைஞர் மனைவி, மருமகள்கள் செய்த பக்திச் செயல்களைக் கண்டிக்கவில்லையாம். அது தனி மனித விருப்பம் என்று சொன்னதோடு நின்றிருந்தால் பரவாயில்லையாம். கலைஞர் வீட்டுப் பெண்டிர்க்கு / தனி மனித உணர்வுகளுக்கு மதிப்பளிக்கிற முற்போக்குவாதியாகவும் மகுடம் சூட்டப்படுகிறாராம். வயிறெரிந்து சொல்கிறார்கள்.

கலைஞர் என்ன செய்திருக்க வேண்டும்? எதுவும் கூடாது என்று மனைவி மக்களை அடக்கி வைத்திருக்க வேண்டுமா? அப்போது மட்டும் இவர்கள் வந்து முழுமையான முற்போக்காளர் என்றா மகுடம் சூட்டப் போகிறார்கள்? வறட்டுக் கொள்கையாளன் என்றோ ஆணாதிக்கவாதி என்றோ சொல்வார்கள். இவர்களுக்குத் தேவை அவரை வெறுக்க ஒரு காரணம். உள்ளே இருக்கும் வன்மத்தைக் கொட்ட ஒரு சந்தர்ப்பம்.

(ஆகஸ்ட் 9, 2018)

★

இன்று சித்திரை ஒன்றாம் நாள்; ஆனால் இன்று தமிழ்ப் புத்தாண்டல்ல - இது தர்க்கம். மறைமலையடிகள் நூற்றாண்டு முன் நிறுவியது. பாரதிதாசன் போன்றோர் ஒப்புக் கொண்டது. கலைஞரால் சட்டமாக்கப்பட்டது. பின் ஜெயலலிதாவின் கண்மூடித்தன கலைஞர் எதிர்ப்பு வீம்புக்காகவும், பார்ப்பனியச் சாய்விலும் அது நீக்கப்பட்டது.

ஆனால் குறைந்தது நூறாண்டுகளாகத் தமிழக மக்கள் இத்தினத்தைக் கொண்டாடி வருகிறார்கள். மக்கள் மனம் மகிழும் திருநாட்கள் எதற்கும் தர்க்கம் பார்த்து தடை போட வேண்டியதில்லை. மக்கள் கொண்டாட்டத்தில் தலையிட நமக்கு உரிமையும் இல்லை. ஆனால் அதற்குத் தமிழ்ப் புத்தாண்டு என்ற தர்க்கமற்ற லேபிள் ஏன் என்பதே கேள்வி. செல்லூர் ராஜு பிறந்த நாளை விஞ்ஞானிகள் தினமாகக் கொண்டாடுவது போல.

அதனால் "சித்திரைத் திருநாள்" என்ற பெயரில் இது மக்களிடையே தொடர்வது பிரச்சனையில்லை. ஆங்கிலத்தில் *Calender Year, Financial Year* என இரண்டு இருப்பது போல் வைத்துக் கொள்ளலாம். ஆனால் எந்த முட்டாளும் ஏப்ரல் 1தான் ஆங்கிலப் புத்தாண்டு எனச்சொல்ல மாட்டான் என்பதையும் கவனிக்கலாம். அதுவே சரியான நிலைப்பாடு.

தமிழ்ப் புத்தாண்டு அன்று பிறக்கும் ஆண்டுகளின் பெயர்கள் ஏன் சமஸ்கிருதத்தில் இருக்கின்றன என்ற மிக எளிய கேள்விக்கு பதில் சொல்லி விட்டு அன்பர்கள் இன்று தமிழ்ப் புத்தாண்டு வாழ்த்துச் சொல்வதே நியாயம். என் புரிதலில் அது நெடுங்காலம் முன் நிகழ்ந்த சமஸ்கிருதத் திணிப்பு. யோசித்தால் இது ஒரு பார்ப்பனியச் சதிதான். சமஸ்கிருதமே தமிழுக்கு மூல மொழி என்ற திரிபுவாதத்தை மக்களிடையே பரப்பும் முயற்சி. இன்று தமிழ் புத்தாண்டு என்று கண்மூடித்தனமாய் ஒப்புக் கொள்வோர் ("எங்க பாட்டன், முப்பாட்டன் காலத்துல இருந்து இது தாங்க பழக்கம்") அனைவரும் தமிழ் சமஸ்கிருதத்திலிருந்து பிறந்தது என்பதை ஏற்றுக் கொள்வதாகவே பொருள். எனவே கலைஞர் அன்று முன்னெடுத்தது வலுவான ஓர் எதிர்கருத்தியல் நடவடிக்கை.

இன்று "இங்கே" பிடிவாதமாய்த் தமிழ்ப் புத்தாண்டு கொண்டாடுபவர்கள் பலரும் கலைஞர் சொல்லியதற்காகவே வீம்பு பிடித்து அதற்கு நேர்மாறாகச் செய்யும் சிறுப்பிள்ளைகளே! மற்றபடி இவர்களுக்குப் பாரம்பரியம், புடலங்காய் மீதெல்லாம் ஒன்றும் பெரிய பாசமில்லை. ஒருவேளை கலைஞர் சித்திரைதான் புத்தாண்டு என்று சொல்லி இருந்தால் தை முதல் நாளைப் பிடித்துப் புத்தாண்டு எனத் தொங்கிக் கொண்டிருப்பார்கள். எப்படிப் பார்த்தாலும் கலைஞர் சொல்தான் இவர்களின் முடிவையும் தீர்மானிக்கிறது. யாம் புன்னகைத்தபடி கடக்கிறோம். நல்லவேளை, “வாயால் சாப்பிடுவதே நல்லது” என்று கலைஞர் எங்கும் எழுதி வைக்கவில்லை.

தமிழர்கள் அனைவருக்கும் சித்திரைத் திருநாள் வாழ்த்துக்கள்! (ஒரு வாழ்த்தை ஏன் இப்படி நீட்டி முழக்கிச் சொல்கிறேன்? சித்திரை ஒன்றாம் நாள் தமிழ்ப் புத்தாண்டு அல்ல என்ற விஷயத்தை நினைவூட்டியபடி ஒரு தரப்பு இங்கே இருக்க வேண்டும். அன்றேல் இது கலைஞர் - ஜெயலலிதா ஈகோ பிரச்சனை என்பதாகச் சுருங்கி நிலைத்து விடும்.)

(ஏப்ரல் 14, 2019)

★

மதச்சார்பின்மை என்றால் என்ன? எல்லா மதங்களையும் சமமான தொலைவில் வைப்பதல்ல. அது நடைமுறைத்தன்மை அற்ற ஒருவித வறட்டு நிலைப்பாடு மட்டுமே. மதச் சார்பின்மை என்பது உண்மையில் மதச் சிறுபான்மையினருக்கு ஆறுதலாய் ஆதரவாய் நிற்பதே. அந்தச் சிறுபான்மை இந்துவா, முஸ்லிமா என்பது பொருட்டே அல்ல. இந்தியாவில் இஸ்லாமியர், கிறிஸ்தவர் சிறுபான்மை என்பது போல் பாகிஸ்தானிலும் பங்களாதேஷிலும் இந்துக்கள் சிறுபான்மை. இது புரியாத அறிவிலிகள்தாம் திரும்பத் திரும்ப திராவிட இயக்கத்தை நோக்கித் தம் ஆஃபாயில் கேள்விகளை வீசுகிறார்கள். ஒருவேளை திமுக பாகிஸ்தானில் இருந்திருந்தால், பாகிஸ்தான் ஒரு மதச்சார்பற்ற நாடாய் இருந்திருந்தால், கலைஞர் தீபாவளிக்கு வாழ்த்துச் சொல்லி இருப்பார்! *Simple.*

அசல் திராவிடர் பண்டிகைகளுக்கு மட்டும் வாழ்த்துவேன் என்பது ஒரு தலைவரின் கொள்கைப் பிடிப்பு. அதை மதித்துக் கடப்பதில் என்ன சிரமம்! "எங்க கிட்டயும் ரெண்டு பண்டிகை இருக்கு, வந்து பழகிப் பாருங்க" என்ற ரீதியிலான கோபங்கள், வாழ்த்து யாசகங்கள் எல்லாம் சிறுபிள்ளைத்தனமானவை. பண்டிகைக்கு ஆயிரம் தலைவர்கள் வாழ்த்தினாலும் கலைஞரின் வாழ்த்திற்குத்தான் ஏங்கிக் கிடந்தார்களோ என்னவோ!

(டிசம்பர் 23, 2020)

★★★

12. மெரீனாவில் பேனா - FAQs

1) கலைஞருக்கு நினைவுச் சின்னம் அவசியமா?

நிச்சயம் செய்ய வேண்டும். அவர் தமிழகத்தின் ஆகச் சிறந்த முதல்வர். நிகரற்ற அரசியல் தலைவர். அவருக்கு இணையான ஒருவர் இனி மேலும் வரப் போவதில்லை என்பதே என் துணிபு. அதனால் எந்த கௌரவத்துக்கும் தகுதியுடையவர் கலைஞர்.

2) பேனாச் சின்னம் பொருத்தமானதா?

கலைஞருக்குப் பேனா என்பது மிகப் பொருத்தமான நினைவுச் சின்னமே. அதற்குக் காரணம் அவரது எழுத்துக்கள். புனைவு, கவிதை, சங்க இலக்கிய உரை, சுயசரிதை, சினிமா, நாடகம், பத்திரிக்கை என விதவிதமாக எழுதிக் குவித்தவர். இந்திய அளவில் கூட அவருக்கு இணையாக மூன்றே பேர்தான் அரசியல்வாதிகளில் எழுத்தாளராக நிலைத்தவர்கள். நேரு, ஈஎம்எஸ் மற்றும் அண்ணா. ஆக, அந்த அடிப்படையில் பேனா கலைஞரின் சின்னம் என்று சொல்வதே நியாயம். இன்னொன்று கலைஞரும் இறுதி வரை அந்த அடையாளத்தையே விரும்பினார். ஆனால் பலரும் அதைச் சொல்லத் தயங்கக் காரணம் அவர்கள் கலைஞரின் எழுத்துக்களைப் படித்திருக்க மாட்டார்கள்.

அவர்களே பேனா என்றதும் அவர் அந்தத் திட்டத்துக்குக் கையெழுத்துப் போட்டார், இந்தத் திட்டத்துக்குக் கையெழுத்துப் போட்டார் என்கிறார்கள். நலத் திட்டங்களுக்குக் கையெழுத்திட்ட வகையில் பேனா கலைஞருக்கு நினைவுச் சின்னம் ஆகிறது என்றால் மற்ற முதல்வர்கள் எல்லாம் திட்டங்களுக்கு என்ன எழுத்தாணியிலா கையெழுத்து போட்டார்கள்? கோரிக்கை சரியா தவறா என்பதெல்லாம் ஒரு பக்கம் இருக்கட்டும். கோரிக்கை லாஜிக்கலாகவும் சென்சிபிளாகவும் இருப்பது முக்கியம்.

3) அரசு செலவில் நினைவுச் சின்னம் வைக்கலாமா?

கூடாது. இதை நாம் ஆதரித்தால் சில ஆண்டுகள் முன் குஜராத் படேல் சிலையை மக்கள் வரிப் பணம் வீண் என்ற அடிப்படையில் நாம் எதிர்த்தது நகைச்சுவை ஆகி விடும். Double standards எப்போதும் ஆபத்து. நம் நம்பகத்தன்மையையும் மக்கள் மத்தியில் குலைக்கும். எனவே திமுக தன் சொந்த செலவில் அல்லது கட்சியினரிடம் வசூல் செய்து சிலை வைக்கலாம். (அதிகபட்சம் பொதுமக்களிடம் நேரடியாக வசூல் செய்யலாம்.) பராமரிப்பும் கட்சியினர் பொறுப்பே. சிலை வைக்கும் அனுமதியை மட்டும் அரசு வழங்கலாம். இந்த விஷயம் இனி வைக்கப் போகும் எல்லா அரசியல் தலைவர் நினைவகங்களுக்கும், சிலைகளுக்கும் பொருந்தும்.

4) மெரீனாவில் இச்சிலை வைக்கலாமா?

என்னிடம் இதற்குத் தெளிவான பதில் இல்லை. பொருட்படுத்தத் தக்கவர்கள் கூடச் சுற்றுச்சூழல் கேடு என்கிறார்கள், மீனவர்களுக்கும் பாதிப்பு என்கிறார்கள். (இது குறித்த ஒரு நல்ல கட்டுரை முதல் கமெண்ட்டில்.) இது உலகம் முழுமையுமே சுற்றுச் சூழல் மீது மிகக் கவனம் கொள்ள வேண்டிய காலகட்டம். எனவே இப்படிச் சர்ச்சை உண்டாகி இருக்கும் போது சந்தேகத்தின் பலனை சுற்றுச் சூழலுக்கு அளித்தும், மக்களிடம் கெட்ட பெயர் உண்டாவதைத் தவிர்க்கவும் வேறிடம் பார்ப்பது நல்லது. இனி மெரீனா உள்ளிட்ட கடற்கரைகளில் சமாதிகளும் நினைவகங்களும் உண்டாக்காமல் இருப்பதே

நல்லது. விவேகானந்தர், வள்ளுவர் எனப் பழைய கதைகளைப் பேசுவதில் ஒரு பயனும் இல்லை.

5) இப்படிப் பின்வாங்கினால் சங்கிகள் பெற்றி பெற்றதாக ஆகாதா?

முதலில் இது பின்வாங்கலே இல்லை. ஒரு முடிவைச் சரி செய்து கொள்ளல் மட்டுமே. அடுத்து சங்கிகள் எதிர்க்கிறார்கள் என்பதற்காகவே வீம்பாக ஒரு விஷயத்தைச் செய்ய முடியாது. எது சரியோ அதையே செய்ய வேண்டும். அவர்கள் எதிர்ப்பதற்கான காரணங்களின் அற்பத்தனமும் நாம் தவிர்க்கச் சொல்வதற்கான காரணங்களின் நியாய தர்க்கங்களும் முற்றிலும் வெவ்வேறு.

6) ஆனாலும் கலைஞரை மக்கள் மனதில் நிலைக்கச் செய்யுமளவு ஏதேனும் நினைவுச் சின்னத்தை அரசு செய்வதுதான் நன்றியுடைய செயல் அல்லவா?

ஆம். மிகச் சரியான எதிர்பார்ப்பு. அதனால் திமுக அரசு முன்னெடுக்கும் மக்கள் நலத் திட்டங்கள், கல்விக்கூடங்கள் என்று எல்லாவற்றுக்கும் கூட அவர் பெயர் சூட்டலாம். உதாரணமாக வேங்கை வயல் மல விவகாரம் போன்ற சாதி அட்டூழியங்களை, சாதி ஆணவப் படுகொலைகளை விசாரிக்கவே சிறப்புக் காவல் துறை / காவல் நிலையங்கள் அவர் பெயரில் அமைக்கலாம். கலைஞர் பெயர் சொன்னாலே சாதி வெறியர்கள் நடுங்குவார்கள். அதை விடவா பெரிய நினைவு! (தாராளமாகப் பேனாச் சின்னமும் அமையட்டும் - வேறிடத்தில், வேறு செலவில்.)

7) மெரீனாவில், அரசு செலவில் கலைஞருக்குச் சிலை வைத்து விடுவார்களா?

நிச்சயம் வைத்து விடுவார்கள். :-) மேலே நான் பேசியதெல்லாம் ஓர் எழுத்தாளனாக இந்தப் பிரச்சனையில் என் கருத்தை உணர்ச்சி வயப்படாமல் பதிவு செய்யவே. மற்றபடி இதனால் ஒரு பயனும் இல்லை.

பேனா நினைவகத்தைக் கேள்வி கேட்டால் எழுத்தாளர் மணிமண்டபங்களை அவர்கள் குடும்பத்தினர் சொந்தக் காசில் கட்டிக் கொள்ளட்டும் என எகத்தாளம் பேசுகிறார்கள்.

அப்படியொன்றும் எழுத்தாளனுக்கு எவனும் பிச்சை போட வேண்டியதில்லை. சிலை வைத்தோ மணிமண்டபம் கட்டியோ நினைவகம் அமைத்தோதான் வரலாற்றில் நிற்க வேண்டும் என்ற அவல நிலை எழுத்தாளனுக்கு இல்லை. அவன் எழுத்தில் நிற்பான். அரசியல்வாதிகளுக்குத்தான் அதெல்லாம் அவசியம்.

★★★

(ஃபிப்ரவரி 9, 2023)

13. மு.க.நூல்

இன்று கலைஞருக்கு 95 அகவை பூர்த்தியாகிறது. உடல் நலத்தை முன்னிட்டு அரசியல் களத்தில் செயல்பட முடியாத ஓய்வில் இருக்கிறார். இந்தத் தற்காலிக முடக்கத்திலிருந்து மீண்டு வருவார் என என் போல் நம்பும் கோடிப் பேர் இந்த தமிழ் மண்ணில் உண்டு.

2016 சட்டமன்றத் தேர்தலில் ஆளுங்கட்சியின் மீதான கடும் அதிருப்தியையும் தாண்டி திமுக ஆட்சியைப் பிடிக்க முடியாததற்கு பல விளக்கங்கள் இருக்கலாம். இன்றைய தமிழக இளைஞர்கள் மத்தியில் சமீபத்தில் மறைந்த ஜெயலலிதா பற்றி இருக்கும் நல்லபிப்பிராயம் கூட கலைஞர் பற்றி இல்லை என்கிற கசப்பான உண்மையும் அதிலொன்று. அதற்குக் காரணமாய் விமர்சனத்துக்குரிய சில பிழைகள் கலைஞர் பக்கம் உண்டு என்ற போதிலும் அதை விட அவரது நெடிய அரசியல் வரலாற்றைப் புதியவர்கள் அதிகம் அறிந்து கொள்ளாததே பிரதானப் பிரச்சனை என நினைக்கிறேன்.

இந்தியாவில் இதுகாறும் எழுதப்பட்டதிலேயே ஆக நீளமான சுயசரிதை கலைஞர் மு. கருணாநிதியின் நெஞ்சுக்கு நீதியாகவே இருக்கும். ஆறு பாகங்களில் சுமார் 4,000 பக்கங்களில் நீளும் இந்நூற்தொகை 2006 வரையிலான கலைஞரின் வாழ்க்கையைப் பேசுகிறது. அதற்குப் பிறகு நடந்தவைகளை ஏழாம் பாகமாக அவர் எழுதக்கூடும்.

ஆனால் இத்தலைமுறைக்கு பல்லாயிரம் பக்கங்களை வாசித்து ஒரு நூற்றாண்டுச் சகாப்தத்தினை உள்வாங்கும் பொறுமையும் நுண்மையும் இருக்கிறதா என்பதைச் சந்தேகத்தோடவே பார்க்க வேண்டி இருக்கிறது. அதனால் நெஞ்சுக்கு நீதியின் ஒவ்வொரு அத்தியாயத்தையும் 50 முதல் 100 சொற்களுக்குள் சுருக்கி அவ்வப்போது ஃபேஸ்புக் பதிவாக வெளியிட உத்தேசித்திருக்கிறேன். எப்படியும் ஈராண்டுகளேனும் ஆகிவிடும். கலைஞரின் மொழிச் செழுமையையும் நடையின் சுவையையும் இதில் கொண்டு வர முடியாது என்பதை ஒப்புக் கொள்கிறேன். நூல்களின் உள்ளடக்கத்தைக் கடத்துவது மட்டுமே இந்த முயற்சியின் நோக்கம். குழந்தைகளுக்கு ராமாயணக் கதை சொல்வது போல்! அதில் கம்ப ரசம் அல்ல; கதையின் சாரமே மினுங்கும்.

இது நெஞ்சுக்கு நீதிக்கு மாற்று அல்ல; இதில் தொடங்கி அதற்கு நகரலாம். பள்ளிப் பாடப்புத்தகங்களில் ஆங்கில க்ளாஸிக்களின் *Abridged Version* தருவார்களே அதுபோல்.

நான் திமுககாரன் அல்லன். கழகத்தோடு மட்டுமல்ல, கலைஞரோடே முரண்பாடுகள் உண்டு. ஆனால் அதெல்லாம் கடந்து அவர் நம் நாட்டின் தவிர்க்க முடியாத, மிகக் கம்பீரமான அரசியல் ஆளுமை. அதைப் பரவலாக்குவது மட்டுமே என் விருப்பம். வதந்திகளை நம்பி எழுப்பப்படும் “திருட்டு ரயிலேறி சென்னை வந்தவருக்கு எப்படி இவ்வளவு சொத்து வந்தது?” போன்ற அசட்டுக் கேள்விகளுக்கு இது பதில் சொல்லும்.

கலைஞர் நூறாண்டு வாழ வேண்டும்; மீண்டும் தமிழகத்தை ஆள வேண்டும்!

★

1. தொடக்கம்

அரசுப் பொறுப்புக்கு வந்த பின் அதுவும் முதல்வரான பின் எழுத எப்படி நேரம் கிடைக்கிறது என வியக்கிறார்கள். பணி அழுத்தங்களுக்கு மருந்தே எழுத்துதான். புகை வண்டிப்

பயணங்களை எழுதுவதற்குப் பயன்படுத்திக் கொள்கிறேன் - இரவு 10 மணிக்கு மேல் தொடங்கி அதிகாலை 5 மணி வரை. பின் ஒரு மணி நேரத் தூக்கம்.

காலையில் வீட்டில் பார்வையாளர்கள். பிறகு கோட்டையிலும். பின் அரசாங்கப் பணி. அதன் சுமையைத் தாண்டி என் மனதை இலகுவாக்குவது கட்சி வேலைகள் தாம்.

என் நோக்கம் எளிய மக்களை மகிழ்ச்சியாக வாழச் செய்வதுதான். அதற்காக என்ன செய்திருக்கிறேன் இதுவரை? ஓரளவு செய்திருப்பதாக நினைக்கிறேன். இந்த மாநிலம், மக்கள், அரசியல் குறித்தெல்லாம் ஒரு நெடுங்கட்டுரை எழுத நினைக்கிறேன் - அதன் மையக் கதாபாத்திரமாய் என்னை வைத்துக் கொண்டு. அவனவன் தன் நெஞ்சுக்கு நீதி வழங்கிக் கொள்ள வேண்டும் - நீதிமன்றத் தீர்ப்புகள் போல் அதற்கு அப்பீல் இல்லை.

★

2. பிறந்த ஆண்டு

எல்லா மனிதர்களுக்கும் வரலாறு இருக்கிறது. ஆனால் சிலருக்கு மட்டுமே அதை எழுத வாய்க்கிறது. போலவே எல்லோர் வாழ்க்கையும் சமூக மாற்றங்களுக்குக் காரணமாக இருப்பதில்லை. ஆனால் எல்லோருக்கும் அதில் சிறுபங்கேனும் உண்டு. “பெரிய மனிதர்களுக்குத்தான் வாழ்க்கையும் வரலாறும் சொந்தமா? சின்னவர்கட்குக் கிடையாதா?” - இக்கேள்விதான் என் நெஞ்சுக்கு நீதி வழங்கும் தெம்பைத் தந்தது.

நாம் பிறந்த நாளில் என் குடும்பம் செல்வச் செழிப்பில் இல்லை; வறுமையிலும் வாடவில்லை. நாடும் அப்படித்தான். சுதந்திரம் பெறவில்லையெனினும் அழிவினை நோக்கி ஓடிக் கொண்டிருக்கவில்லை. ஆருடங்களில் எனக்கு நம்பிக்கையில்லை எனினும் நான் பிறந்த 1924ல் உலகம் பல நல்லது கெட்டதுகளை அனுபவித்தது.

ஈவெராவின் வைக்கம் திட்டம் உருவானது. அண்ணா உயர்நிலைப்பள்ளி மாணவன். ஈராண்டாண்டுச் சிறைக்குப் பின் உடல்நிலை காரணமாக காந்தி விடுவிக்கப்பட்டார். காங்கிரஸுக்கு காந்தி அதிகாரப்பூர்வமாகத் தலைமையேற்றார்; பொதுசெயலாளராக நேரு தேர்ந்தெடுக்கப்பட்டார். காங்கிரஸின் இன்றைய கொள்கைகட்கு அடித்தளமிட்ட பெல்காம் மாநாடு நடந்தது. சௌரிசௌரா சம்பவம் நடந்தது. லெனின் மறைந்தார்; ஸ்டாலின் ஆட்சிக்கு வந்தார். பவேரியாச் சிறையில் ஹிட்லர் தன் சுயசரிதையை எழுதிக் கொண்டிருந்தார். மைசூர் சென்னை மாகாணங்களிடையே காவிரி ஒப்பந்தம் ஏற்பட்டது! பிற்பாடு ஒப்பந்தத்தைப் பாதிக்கும் ஹேமாவதி அணையை எதிர்க்கும் மாநில முதலமைச்சர் ஆவேன் என யாருக்குத் தெரியும்! என்னைப் பெற்றவர்கள் கூட அன்று என்னை ராஜா என்றுதான் கொஞ்சியிருப்பார்கள்; மந்திரி என்றல்ல!

தஞ்சை மாவட்டத்தில் திருவாரூரிலிருந்து 15 மைல் தொலைவிலிருக்கும் சிற்றூர் திருக்குவளை அல்லது திருக்கோளலி. அங்குதான் பிறந்தேன். திருக்குளம், சோலை, சிவன், முனியன், ஐயனார் கோயில்கள் என இன்றை விடப் பேரழகாக இருந்த ஊர்.

★

3. தந்தையின் துணிவு

அய்யாத்துரையின் மனைவி பெரியநாயகத்தம்மாள் கர்ப்பமானார். குழந்தை பிறந்த ஏழாம் நாள் தாயார் இறக்க, தில்லையம்மாள், மீனாட்சி என்ற இருவர் குழந்தையை நன்கு வளர்த்தனர். மகிழ்ச்சியிலோ சிப்பியின் அழிவுக்குக் காரணமான முத்து என்ற பொருளிலோ முத்துவேல் என்று குழந்தைக்குப் பெயரிட்டனர். அதுதான் என் தந்தை.

அவர் விவசாயி, வித்வான், கவிஞர். யாருக்கும் அஞ்சாமல் உண்மை நிகழ்ச்சிகளைக் கூடப் பாடலாக்கிடுவார். இன்றும்

சிலர் அவற்றைப் பாடக் கேட்கலாம். குத்தகைக்கார அய்யர் என்ற பண்ணையாரை எதிர்த்து ஏழைகளின் குரலாய் ஒரு பாடல், ஒழுக்கம் தவறிய பெரிய குடும்பப் பெண்ணொருத்தி குறித்த நீண்ட பாடல் என நிறைய உண்டு. இத்தனைக்கும் அவர் எப்போதும் பட்டையடித்த பழுத்த பக்தர். மருந்தோ மந்திரமோ பூச்சிக்கடி, பெருரணமென அவரிடம் சிகிச்சைக்கு வருவர். காசேதும் வாங்க மாட்டார்.

அப்பாவுக்கு இளமையில் திருமணம் ஆனது. குஞ்சம்மாள் என்ற எம் பெரிய தாயார் சில ஆண்டுகளிலேயே இறந்து போனார். மணமாலையை ஒரு பெட்டியில் நிரப்பி மனைவியைக் குலதெய்வமாக்கினார் தந்தை. இன்றும் அது எங்கள் வீட்டில் உண்டு. இரண்டாவதாய் மணம் செய்த வேதம்மாளையும் விரைவிலேயே இழந்தார். அடுத்து என் தாய் அஞ்சுகம் அவருக்கு மனைவியானார். வயல் வேலைகளில் அப்பாவுக்கு அம்மா உதவியாய் இருந்தார். மீன் பிடித்தல், தேங்காய் பறித்தலிலும் அப்பாவுக்கு ஈடுபாடுண்டு. நெடுநாள் அவர்களுக்குக் குழந்தைப்பேறில்லை. பின் பெரியநாயகம், சண்முகசுந்தரம் என்ற பெண்கள் பிறந்தனர். ஆனாலும் ஆண் மகவு இல்லையே என்ற மனகுறையைப் போக்க வேண்டி திருத்தலங்கள் சென்றனர், தீர்த்தமாடினர்.

1924ம் ஆண்டு ஜூன் 3 (ரக்தாட்சி ஆண்டு வைகாசி 21) செவ்வாயன்று பிறந்தேன். நான் குழந்தையாக இருந்த போது தந்தை சாகாமலே என் தாய் தாலியிழந்தார். விடியலில் திருடர்கள் வீட்டுக்குள் நுழைந்து தாலி உட்பட எல்லாவற்றையும் திருடிச் சென்றனர். பொன்னுக்குப் பாவமில்லை என கருதியிருப்பான் திருடன் என்றாராம் அப்பா. அழுது புலம்பிய அம்மாவுக்கு புதுத்தாலி கட்டினார் அப்பா. மூன்று மனைவி; நான்கு தாலி!

★

4. "சிவாய நம! ஓம் நமசிவாய"

குழந்தைக்கான சடங்கனைத்தும் எனக்கு நடந்தேறின. காதணி விழா, வித்யாரம்பம், அப்புறம் நிறைய முறை முடி காணிக்கை. கனியாகுரிச்சி மாரியம்மன் கோயிலுக்கு முடியிறக்க வேண்டிக்கொண்டு, குறித்த நாளில் போக முடியாததால், உள்ளூரிலேயே மொட்டையடியத்து, முடியை ஒரு கலயத்தில் போட்டு, போகும் போது செலுத்தலாம் எனத் தோட்டத்தில் வைத்திருந்தனர். இரண்டாம் முறை வீடு புகுந்த திருடன் எதுவும் கிடைக்காமல் உண்டியல் என நினைத்து அக்கலயத்தைத் தூக்கிச் சென்று விட்டான்.

நான் இசை கற்க தந்தை ஏற்பாடு செய்தார். சட்டை, செருப்பு போட முடியாது; மேல் துண்டை இடுப்பில் கட்ட வேண்டும். சாதி, மத, சாத்திர, சம்பிரதாயப் பெயரால் ஒரு சமூகக்கொடுமை. இசைப்பயிற்சியை வெறுத்தேன். மேல்சாதி, மேட்டுக்குடியிலிருந்து வரும் சமூகக்குரலைவிட ஒடுக்கப்பட்ட இனத்திலிருந்து எழும் எதிர்ப்புக்குரல் வலிது.

இதையுணர்ந்த தந்தை என் படிப்பைத்தீவிரப்படுத்தினார். கிராமப்பள்ளியின் தலைமை ஆசிரியரைக் கொண்டு தனியாகப் பாடம் போதிக்கப்பட்டது. பத்து வயதில் நாடகங்கள் போட ஆரம்பித்தேன். எங்கள் மாட்டுத் தொழுவமே மேடை. அப்பா சொன்ன கதைகள் கேட்டு அர்ச்சுனன், கிருஷ்ணன் வேஷங்கட்டுவதில் எனக்கு மிகப் பிரியம். நீலப்பொடி பூசிக்கொண்டு நான் நடிப்பதைக் காண ஊர் கூடும். திருக்குவளை கோயில் திருவிழா போல் மாதிரித்திருவிழா ஒன்று என் வீட்டுத் தாழ்வாரத்தில் நடக்கும். வீட்டிலிருந்த வெண்கல ரிஷப வாகனப் பொம்மை மீது மண்ணால் சாமி செய்து வைத்து, வாயில் வாத்தியங்கள் முழங்க ஊர்வலம். நினைவுகளின் இன்பத்துக்கு அளவே கிடையாது.

பேருந்து விட்டிறங்கி கச்சணத்துக் காபி ஓட்டலில் ஓரணாவுக்கு காராபூந்தி வாங்கித் தின்று கொண்டே நாலைந்து மைல் ஊருக்கு நடப்பேன். ஊரிலிருந்து ஒரு மைல் தொலைவிலிருக்கும் காருகுடிக்குத் தயிர் வாங்கி வர காலையில் நண்பர்களுடன்

நடப்பேன். வழிநடைக்கு என் தந்தையும் அவர் நண்பர் சரவண சாமியாரும் “சிவாய நம! ஓம் நமசிவாய” என்ற மந்திரம் சொல்லித் தந்தனர். இரவில் தனியே நடக்கும் போது அதுவே துணை. மரங்களடர்ந்த பகுதியில் பட்டாணி என்ற துஷ்டதேவதைக் கோயில் உண்டு. அது ராத்திரியில் வயல்களில் தீவட்டி ஊர்வலம் போகும் என்றனர். வயல் வெடிப்புகளிலிருந்து கிளம்பும் கந்தக வாயுவின் தீச்சுடர் அது என்று அறியாத வயதில் அதைக் கடக்கும் போதெல்லாம் சிவாய மந்திரமே துணை. ஊரில் அம்மை, காலரா பரவினால் முனீஸ்வரன் வீரப்ப வேளாளர் மீது ஆவேசமாக ஆடி ஆறுதல் சொல்லுவார். அப்பாவுக்கு கோழிக்கறி சாப்பிடும் ஆசை வந்தால் அங்காளம்மை கோயில் பூஜைக்கு ஏற்பாடாகும். “அரிநமோத்து சிந்தம்” என விரல் தேய மணலில் எழுதிக் கல்வி கற்ற அறிவுக்கோயில். அதற்கடுத்து வரிசையாய் உறவினர் வீடுகள், சீட்டாடும் அக்ரஹாரத் திண்ணை, தபால் ஆபீசு, நான் தவழ்ந்து விளையாடிய வீடு.

கருடச் சகுனம் பார்க்க நிற்கும் வைத்தியலிங்க மாமா, மண்வெட்டியுடன் உழைக்கும் வைத்தித் தாத்தா, குளத்தங்கரை மரத்தடியில் தூண்டிலோடு மீன் பிடிக்கும் அப்பா, மடியில் கோயில் கொத்துசாவியுடன் இருக்கும் மெய்க்காவல் குப்புசாமித் தாத்தா, திருக்குவளை ஒளவையார்கள் தில்லையம்மா, வைரியாத்தா, குளத்தின் அக்கரையில் இருந்தபடி தபால் வந்தால் குரல் கொடுக்கும் போஸ்ட் மாஸ்டர் அய்யர், மருத்துவ நிலையத்தையே மடியில் கட்டி வரும் காருகுடி வைத்தியர், எங்கள் குடும்பத்துக்கு ஆறுதலாய் இருந்த ரத்தினப் படையாச்சி என எல்லோரும் நினைவிலாடுகிறார்கள்.

பன்னிரண்டு வயதில் உயர்நிலைப்பள்ளியில் சேர ஊர் விட்டு திருவாரூர் போனேன். ஆனால் என்னை ஐந்தாம் வகுப்பில் கூடச் சேர்த்துக் கொள்ள மறுத்து விட்டார்கள்.

★

5. என்னுடைய அரசியல் அரிச்சுவடி

திருவாரூர் உயர்நிலைப்பள்ளியில் முதலில் இரண்டாம் படிவப் பரிட்சை எழுதினேன். தேறவில்லை. பிறகு முதல் படிவம். அதிலும் நிராகரித்தார்கள். கிராமத்து ஆசிரியரின் பயிற்சி அப்படி. பள்ளியில் சேராமல் ஊர் போனால் சிரிப்பார்கள். தலைமையாசிரியர் அறைக்குப் போனேன். நடந்தது சொல்லிக்கெஞ்சினேன். அவர் மறுக்க, எதிரே இருந்த தெப்பக்குளத்தில் விழுந்து சாகப் போவதாய்ச் சொன்னேன். அதிர்ந்தார். யோசித்தார். ஏற்கனவே பலரை தெரிந்தும் தெரியாமலும் பலி கொண்ட குளம். என்னை ஐந்தாம் வகுப்பில் எடுத்துக்கொண்டார். கூத்தாடினேன். முதன்மை மதிப்பெண்ணில்தேறினேன்.

ஐந்தாம் வகுப்பில் பனகல் அரசர் பற்றிய சிறுதுணைப்பாட நூல் உண்டு. அதை அப்படியே மனனம் செய்து சொல்வேன். அதுதான் எனக்கு அரசியல் அரிச்சுவடி.

திராவிடர்கள் அரசியல், சமூக இடம்பெற பி தியாகராயர், டிஎம் நாயர், பனகல் அரசர், நடேச முதலியார் 1916ல் தென்னிந்திய நலஉரிமைச்சங்கம் என்ற கட்சி தொடங்கினர். ஜஸ்டிஸ் என்ற ஆங்கில நாளேடு கட்சி சார்பில் வந்து, பின் ஜஸ்டிஸ் கட்சி என்றே பெயரானது. 1917ல் செம்ஸ்ஃபோர்டு, மாண்டேகு பிரபுக்கள் வந்த போது நீதிக்கட்சி திராவிடர் நிலையை - குறிப்பாய் ஒடுக்கப்பட்டோர் - விளக்கி அறிக்கை அளித்தது. பின் என் சிவராஜ், எம்சி ராஜா, இரட்டைமலை சீனிவாசன் போன்ற தாழ்த்தப்பட்டோர் தலைவர்கள் நீதிக்கட்சியுடன் இணைந்து பணிபுரியவந்தனர். 1919ல் நாயர் மறைந்தார்.

1920ல் வந்த மாண்டேகு - செம்ஸ்ஃபோர்டு சீர்திருத்தப்படி நடந்த இந்தியாவின் முதல் தேர்தலில் நீதிக்கட்சி பங்கேற்றது. அன்னி பெசண்ட்டின் ஹோம்ரூல் இயக்கம் அதை எதிர்த்துப் போட்டியிட்டது. காந்தி சொன்னதால் காங்கிரஸ் கலந்து கொள்ளவில்லை. சென்னை மாகாணத்தில் நீதிக்கட்சி பெரும்பான்மை இடங்கள் பெற, தியாகராயரை மந்திரி சபை அமைக்குமாறு கவர்னர் வெலிங்டன் பிரபு கேட்டார். ஆனால்

அவர் ஏ சுப்பராயலு ரெட்டியாரை முதல்வராக்கினார். பனகல் அரசர் இரண்டாம் மந்திரி. 1921ல் சட்டமன்றம் தொடங்கியது. அவ்வாண்டே சுப்பராயலு மறைய, பனகல் அரசர் முதல்வர் ஆனார். அந்த ஆட்சிக்காலச் சாதனைகளைப் பேசியதே அத்துணைப்பாட நூல்.

அப்போது சென்னையில் நடந்த மில் வேலைநிறுத்தத்தில் 6 தொழிலாளர்கள் உயிர் இழந்தனர். தொழிற்சங்கத் தலைவர்கள் திருவிக, பிபி வாடியா, சக்கரைச் செட்டியார், நடேச நாயக்கர், இஎல் அய்யர் ஆகியோரை நாடுகடத்த கவர்னர் உத்தரவிட்டார். தியாகராயர் கொதித்தெழுந்து அதைத் திரும்பப்பெறாவிடில் மந்திரி சபை பதவி விலகும் என அறிவித்தார். அதனால் தோன்றிய கொந்தளிப்பால் ஆணை ரத்தானது.

1923ல் இரண்டாம் பொதுத்தேர்தலிலும் நீதிக்கட்சி வென்று, பனகல் அரசர் முதல்வர் ஆனார். 1925ல் தியாகராயர் மறைந்தார். 1926 மூன்றாம் பொதுத்தேர்தலில் சுயாட்சிக் கட்சி எனும் பெயரில் காங்கிரஸ் நீதிக்கட்சியை எதிர்த்து நின்று வென்றது. ஆனால் யாருக்கும் பெரும்பான்மை இல்லாததால் காங்கிரஸ், பனகல் அரசர் ஆட்சியமைக்க முன்வரவில்லை. சுப்பராயன் முதல்வரானார். மாநிலங்களுக்கு சுயாட்சி வேண்டும் என ஆங்கில அரசை வலியுறுத்தும் தீர்மானத்தை பனகல் அரசர் கொண்டு வந்தார். அறநிலையப் பாதுகாப்புச் சட்டம் அவருடையதே. 1928ல் பனகல் அரசர் மறைந்தார்.

காங்கிரஸின் தூணாய் இருந்த பெரியார் 1926ல் சுயமரியாதை இயக்கம் கண்டார். குடியரசு இதழ் தொடங்கியது. ப.ஜீவானந்தம், பட்டுக்கோட்டை அழகிரிசாமி, குத்தூசி குருசாமி, சௌந்திரபாண்டியன், பொன்னம்பலனார், சிங்காரவேலர், கைவல்யசாமி, எஸ் ராமநாதன் உள்ளிட்டோர் சுயமரியாதைக் கருத்துக்களைப் பரப்பினர். 1930ல் சுயமரியாதை இளைஞர் கழகம் தொடங்கப்பட, கல்லூரி மாணவர் அண்ணா அதில் இணைந்து வாரந்தோறும் கருத்துரைகள் வழங்கினார். 1930 பொதுத்தேர்தலில் நீதிக் கட்சி மீண்டும் வெற்றி பெற்று திவான் பகதூர் முனுசாமி நாயுடு முதல்வரானார். இச்சமயம் பெரியார்

தமிழர்களின் அரசியல் முன்னேற்றத்திற்காக ஒரு திட்டமளிக்க, அதை நீதிக்கட்சி ஒப்புக்கொண்டதும், அதோடு இணைந்து பணிபுரியத் தலைப்பட்டார்.

★

6. நீதிக் கட்சியில் பல மாற்றங்கள்

1932ல் முனுசாமி நாயுடு மீது நம்பிக்கையில்லாத் தீர்மானம் கொண்டு வரப்பட்டதால் பொப்பிலி அரசர் நீதிக்கட்சித் தலைவராகவும் முதல்வராகவும் தேர்ந்தெடுக்கப்பட்டார். முத்தையா செட்டியார், ஏடி பன்னீர்செல்வம் அமைச்சர்களாகினர். சைமன் கமிஷன் சொன்ன சீர்திருத்தங்களுடன் 1936ல் நடந்த தேர்தலில் நீதிக்கட்சி வீழ்ந்தது. அப்போது ஐந்தாம் வகுப்பில் பனகல் அரசரைத் தலைகீழாக ஒப்பித்துக்கொண்டிருந்தேன். 1937ல் காங்கிரஸ் முதன்முதலாக சென்னையில் ஆட்சியமைத்தது. ராஜாஜி முதல்வரானார்.

ராஜாஜி பள்ளிகளில் இந்தியைக்கட்டாயமாக்கினார். மாகாணம் முழுக்க கண்டனங்கள் கிளர்ச்சிகள் எழுந்தன. ராஜாஜி மேலும் பிடிவாதமானார். காங்கிரஸிலே கூட எதிர்ப்பு இருந்தது. சோமசுந்தர பாரதியார் ஓர் உதாரணம். ராஜாஜி சட்டமன்றத்தில் “இந்தியை இருவர் மட்டுமே எதிர்க்கிறார்கள். ஒருவர் ராமசாமி நாயக்கர், மற்றொருவர் பசுமலை பாரதியார்” என்றார். பதிலுக்கு பன்னீர்செல்வம் “அதை ஆதரிப்பவர் நீங்கள் ஒருவரே. ஆக, பெரும்பான்மை எதிர்ப்புதான்.” என்றார். 1938ல் முக்கியச் சம்பவங்கள் நடந்தன.

இந்தி எதிர்ப்புப் போருக்கு பெரியார் தலைமை தாங்கினார். அண்ணா, சோமசுந்தர பாரதி, கிஆபெ விசுவநாதம், மூவலூர் இராமாமிர்தம் முன்வரிசையில் நின்றனர். இந்தியைக் கட்டாயமாக்கிய பள்ளி வாசல்களில் மறியல் செய்து ஆயிரம் பேருக்கு மேல் சிறையேகினர். தாளமுத்து, நடராசன் என்ற வீரர்கள் சிறையில் இறந்தனர்.

சைதாப்பேட்டை இந்தி எதிர்ப்பு மாநாட்டில் மறைமலையடிகள் தலைமை வகித்தார். காஞ்சிபுரத்தில் கான்பகதூர் கலிபுல்லா இந்தி எதிர்ப்புக்கான கொடியை உயர்த்தினார். பெரியாரும், சோமசுந்தர பாரதியும் கலந்து கொண்ட இந்த மாநாட்டில் "அரசுப்பணம் இந்திக்காகச் செலவழியக்கூடாது" என்ற தீர்மானத்தை அண்ணா கொண்டு வந்தார். “பெரியாருக்கு இந்தி எதிர்ப்பில் அக்கறையில்லை; காங்கிரஸை ஒழிப்பதற்காகவே இதில் இறங்கியுள்ளார்” என்றார்கள். இந்தி எதிர்ப்புக்குத் தலைமை தாங்கிய போது தமிழர் தலைவராக ஏற்கப்பட்டார். இந்தி எதிர்ப்புப் பிரச்சாரத்தில் அண்ணாத்துரை என்ற பெயர் தமிழகமெங்கும் ஒலித்தது. பாமரர், படித்தவர் அனைவரும் வியந்தனர்.

சுபாஷ் சந்திர போஸ் காங்கிரஸ் தலைவராகத் தேர்ந்தெடுக்கப்பட, நேரு ஓய்வெடுக்க ஐரோப்பா சென்றார். அஹிம்சையில் போஸுக்கும் காந்திக்கும் கடும் முரண்பாடுகள் எழுந்தன. அதே ஆண்டில் பள்ளியில் நான் இரண்டாம் படிவத்துக்கு வந்து விட்டேன்.

★

7. தமிழ் காக்கும் போர்முனை

இந்தியை எதிர்க்க அஞ்சாநெஞ்சன் பட்டுக்கோட்டை அழகிரிசாமி திருச்சியிலிருந்து சென்னை நோக்கி தமிழர் படையொன்றை அணிவகுத்தார். மூவலூர் ராமாமிர்தம் படைக்கான உணவுகளை வழிநெடுக கவனித்துக் கொண்டார். நகரதூதன் வார இதழ் ஆசிரியர் மணவை திருமலைசாமி அப்படையின் ஒரு தளபதி. வழியெங்கும் இந்தி எதிர்ப்பாளர்கள் வரவேற்பும், காங்கிரஸ்காரர்களின் கல்வீச்சும், தடியடியும் கிட்டியது.

ஒரு கிராமத்தில் காங்கிரஸார் படைக்கு வரவேற்பாய்ச் செருப்புத் தோரணம் கட்டினர். அழகிரிசாமி அதன் முன் நின்று உரையாற்றத் தொடங்கினார். ஆயிரக்கணக்கானோர்

கூடினர். இரண்டு மணி நேரம் தாண்டிய கோடை இடி! "ஆகாயத்தில் பரப்பியதைத் தரையில் வைத்திருந்தாலாவது ஆளுக்கொரு ஜோடி மாட்டிக் கொண்டிருப்போமே!" என்றார். மக்கள் தோரணத்தை வெட்டியெறிய முயல, அழகிரி தடுத்து விட்டார். பின் காங்கிரஸாரே அதை அவிழ்த்து, படைக்குத் தேநீர் விருந்தளித்து அனுப்பினர். இப்படி இருநூறு மைல் தொலைவெங்கும் இந்தி எதிர்ப்புணர்ச்சியை விதைத்துச் சென்றனர்.

பள்ளியில் மாணவர்களை இணைத்துச் சங்கங்கள் அமைத்து வாராந்திரக் கூட்டங்கள் நடந்துவேன். சிறப்புச்சொற்பொழிவு உண்டு. 1938ல் தினம் மாணவர்களைச் சேர்த்துக் கொண்டு கையில் தமிழ்க்கொடியுடன் திருவாரூர் வீதிகளில் ஊர்வலம் போவேன். உடன் ராஜாஜி கட்டாய இந்திக் கட்டாரியால் தமிழ்த் தாயைக் குத்தும் படங்கொண்ட வண்டி. நானெழுதிய "இந்திப் பேயை விரட்டுவோம்" பாடலை மாணவர்கள் பாடுவர்.

ஒரு நான் எங்கள் இந்தி ஆசிரியர் இதைப்பார்த்து விட்டார். அவரிடமே இந்தி எதிர்ப்பு முழக்கத் துண்டறிக்கையைக் கொடுத்தேன். எனக்கு எந்தப் பயமும் இருக்கவில்லை. ரத்தத்தில் தமிழுணர்வு ஊறிக் கிடக்க, அதைப் புரட்சிச்செயல் என்றே எண்ணினேன். அவர் ஒன்றும் பேசாமல் போய் விட்டார். மறுநாள் வகுப்பில் கரும்பலகையில் சில இந்திச் சொற்களை எழுதி என்னை வாசிக்கச் சொன்னார். எனக்குத் தெரியவில்லை. என் காதைத்திருகிக் கன்னத்தில் அறைந்தார். தலைசுற்றிப் பலகையில் அமர்ந்தேன்.

நான் மாணவர்களைத் திரட்டி கிளர்ச்சி செய்வேன் என நினைத்தார்கள். ஆனால் நான் அப்படிச் சிந்திக்கவில்லை. நான் துண்டறிக்கை கொடுத்ததும் சரி, அவர் அடித்ததும் சரி என என் நெஞ்சு எனக்கு நீதி வழங்கியது. 36 ஆண்டு கழித்து அவர் மயிலையில் நடந்த ஓமியோபதி மாநாட்டுக்கு என்னை அழைத்துச் செல்ல வந்து காத்திருந்தார்.

இச்சமயம் வடக்கில் மதக்கலவரங்கள் மூண்டன. முஸ்லிம்களுக்கு இழைக்கப்படும் அநீதிகளை முஸ்லிம் லீக் சுட்டியது. தமிழகத்தில்

கட்டாய இந்தியை அது எதிர்த்தது. இந்தி எதிர்ப்பு மாநாடுகளில் தமிழ்க்கொடியுடன் பச்சைப்பிறைக் கொடியும் பறந்தது.

★

8. "நீங்களா 'மாணவ நேசன்' நடத்துகிறீர்கள்?"

ஜின்னாவும் நேருவும் இஸ்லாமிய நலன் பற்றித்தொடர்ந்து கடிதங்களில் உரையாடினர். 1938ல் காந்தி, போஸுடன் ஜின்னா பேச்சுவார்த்தை நடத்தி, வைத்த நிபந்தனைகளை ஏற்கப்படவில்லை. காங்கிரஸ் - முஸ்லிம் லீக் இடையே பிளவு அதிகரித்தது. ஆனால் நீதிக்கட்சியுடன் அது இணக்கமாகவே இருந்தது. நபிகள் நாயகம் விழாவில் பெரியார், அண்ணா, அழகிரி, சிற்றரசு கலந்து கொண்டனர். 1939ல் ராஜாஜியின் அரசு முடிந்து இடைக்கால ஆட்சி வந்து கட்டாய இந்தி திட்டத்தை ரத்து செய்தது. முதல் வெற்றி!

காந்தி, நேருவின் விருப்பத்தை மீறி போஸ் இரண்டாம் முறை காங்கிரஸ் தலைவர் தேர்தலில் நின்று வெற்றி பெற்றார். காந்தி ஒரு முஸ்லிமைத் தலைவராக்க எண்ணி இருந்தார் - அபுல் கலாம் ஆஸாத். போஸின் பிடிவாதத்தால் ஆஸாத் விலக, காந்தி பட்டாபி சீதாராமய்யாவை நிறுத்தினார். அவர் தோல்வியுற, காந்தி, ஆஸாத், படேல், ராஜேந்திர பிரசாத் காரியக் கமிட்டியிலிருந்து வெளியேறினர். சிக்கல் வளர்வதை உணர்ந்த போஸ் ராஜினாமா செய்தார். ராஜேந்திர பிரசாத் காங்கிரஸ் தலைவரானார்.

ஐரோப்பாவில் போரை எதிர்நோக்கிக் கொண்டிருந்த ப்ரிட்டிஷாரை எதிர்த்து இங்கு ஒத்துழையாமை இயக்கம் நடத்த வேண்டும் என்றார் போஸ். எதிரி நெருக்கடியில் இருக்கும் சந்தர்ப்பத்தைப் பயன்படுத்திக் கொள்வது சத்தியாகிரக நெறியை மீறியது என்றார் காந்தி. போஸ் பம்பாய் காங்கிரஸ் தீர்மானங்களை விமர்சித்தார். அவரது அனுதாபிகள் கட்சிக்கு எதிராகப் பேசத் தொடங்கினர். போஸ் மூன்றாண்டுகளுக்குத் தலைவர் பதவிக்குப் போட்டியிடக்கூடாது என ஒழுங்கு

நடவடிக்கை எடுக்கப்பட்டது. காந்தி - போஸ் இடையேயான பிணக்கைத் தீர்க்க நேரு முயன்றார். முடியவில்லை.

எம்என் ராய் புரட்சி ஜனநாயகக்கட்சியைத் தொடங்கினார். போஸின் பார்வார்ட் ப்ளாக் காங்கிரஸை எதிர்த்தது. கம்யூனிஸ்ட் கட்சியும் பலஇடங்களில் காலூன்ற முயன்றது.

அப்படியான முயற்சியிலிருந்த ஒருவர் என்னைச் சந்தித்தார். என் சிறுவயது கண்டு சந்தேகம் வந்து "நீங்கள் தானா 'மாணவ நேசன்' நடத்தும் கருணாநிதி?" என்றார். அது நான் நடத்திய கையெழுத்து ஏடு. மாதம் 2 இதழ்; 8 பக்கங்கள்; 50 பிரதிகள். நானும் நண்பர்களுமே காப்பி எடுப்போம். பேப்பர் செலவை மட்டும் வசூல் செய்வோம். அது ஏழெட்டு மாதங்கள் வெளியானது. கையாலேயே எழுதுவது சிரமமாய் இருக்கிறதே என்று சிந்தித்த போதுதான் முரசொலி தோன்றியது. அதுவும் துண்டு வெளியீடுகளாக.

வந்தவர் கதர்ச்சட்டை அணிந்திருந்தாலும் காங்கிரஸ்காரர் அல்ல என்பது புரிந்தாலும் கம்யூனிஸ்ட் என்பது எனக்கு உறைக்கவில்லை. "மாணவர்களைத் திரட்டி சுதந்திரம், சமாதானம், சமத்துவத்திற்குக்குரல் கொடுக்கும் சம்மேளம் ஆரம்பித்துள்ளோம். அதன் அமைப்பாளராக இருந்து திருவாரூர்ப்பள்ளியில் உறுப்பினர் சேர்க்க வேண்டும்" என்று கேட்டார். ஒப்புக்கொண்டேன். 200 பேர் சேர்ந்தனர். பாதி கட்சி சாராதோர். சம்மேளனம் காங்கிரஸ் சார்பென நம்பிச்சிலர் சேர்ந்தனர். ஆனால் சம்மேளனத்தின் போக்கு வேறு மாதிரி இருந்தது. ஆழமறியாது காலை விட்டுவிட்டோமோ எனக் கவலையுற்றேன்.

★

9. தமிழ் மாணவர் மன்றம்

கதர்ச்சட்டைக்காரர் தேர்தல் நடத்தி என்னைச் செயலாளராக்கினார். எஸ்பி சிதம்பரம் பொருளாளர். சம்மேளனத்தில் காங்கிரஸ், கம்யூனிஸ்ட்களின் ஆதிக்கம்

அதிகரித்தது. "தமிழ் வாழ்க! இந்தி வளர்க!" என்பதைக் கோஷமாக்குவோம் என்றார் ஒரு காங்கிரஸ் ஆள். கம்யூனிஸ்ட்களும் ஏற்றனர். நான் மறுத்துவிட்டேன். அன்றிரவு தூக்கமில்லை.

மறுநாள் சிதம்பரம் வீடு போய் உறுப்பினர் கட்டணமாய் வசூலாயிருந்த 100 ரூபாயை வாங்கிக் கொண்டேன். சம்மேளனத்தைக்கலைப்பதே திட்டம். கட்டணத்தைத் திருப்பிக் கொடுத்தேன். முக்கால்வாசிப்பேர் என்னையே தொகை வைத்திருக்கச் சொன்னார்கள்.

அன்று மாலை தமிழ் மாணவர் மன்றம் தோற்றுவிக்கப்பட்டது. கட்டணம் திரும்பப் பெறாதவர்களை எல்லாம் அதில் உறுப்பினராக்கினேன். சேலத்தில் வெங்கட்ராமன் தொடங்கிய தமிழ்நாடு தமிழ் மாணவர் மன்றத்துடன் தொடர்பு ஏற்பட, திருவாரூர் மன்றமும் அதே பெயர் பெற்றது. கதர்ச்சட்டைக்காரர் பிறகு தென்படவேயில்லை.

1941ல் மன்றத் தொடக்க விழா நடந்தது. பிற மாட்டங்களில் கிளை நிறுவ உழைத்தோம். 1942ல் மன்ற ஆண்டு விழா. "கிளம்பிற்றுக்காண் தமிழ்ச்சிங்கக் கூட்டம்! கிழித்தெறியத் தேடுதுகாண் பகைக்கூட்டத்தை!" என்ற பாரதிதாசன்பாடல் இதற்காக இயற்றப்பட்டதே.

விழாவுக்கு அழைக்கப்பட்டிருந்த பலர் வரவில்லை. கண்ணீர் கொண்டேன். அச்சமயம் குடந்தை திராவிடர் மாணவர் கழக மாநாட்டுக்கு வந்த அன்பழகனும், மதியழகனும் ஆண்டு விழாவில் உரையாற்றி ஆறுதல் அளித்தனர். விழாவுக்கு வராதவர்கள் வழிச் செலவுப்பணத்தை திருப்பி அனுப்பவில்லை. வந்தவர்களை வழியனுப்பக் காசில்லை. நன்கொடைக்குப் பெயர் தந்தவர்கள் தவணை சொன்னார்கள். திருடத் தீர்மானித்தேன்.

அம்மாவுக்கு நான் கையில் தங்கச்சங்கிலி போடுவதில் ஆசை. எனக்கு வெட்கமாக இருந்தாலும் அம்மாவுக்காகப் போட்டுக் கொண்டேன். அதில் ஒரு வளையம் ஒடிந்து பழுது பார்க்க கொடுக்கப் பெட்டியில் வைத்திருந்தார்கள்.

மனப்போராட்டத்துக்குப் பின் அதைஎடுத்து, செட்டியார் பாங்கில் 50 ரூபாய்க்கு ஈடுவைத்து சொற்பொழிவாளர்களை அனுப்பி வைத்தேன். வீடு திரும்பினால் அப்பா அம்மாவைத் திட்டிக் கொண்டிருந்தார். அம்மா திருடனைச் சபித்துக் கொண்டிருந்தார். நானும் அவர்களுடன் சேர்ந்து சங்கிலி தேடினேன். அவ்வீட்டைக்காலி செய்யும்வரை அம்மா சங்கிலி தேடிக்கொண்டிருந்தார்.

சங்கிலிக்கு வட்டி வளர்ந்து முழுகிப் போகும் சூழலில் அதை விற்றுக் கடனடைத்து மிச்சத்தில் நண்பர்களுடன் ஓட்டலில் சாப்பிட்டுச் சினிமா பார்த்தேன். அம்மா என் வெறுங்கை பார்த்து வருந்தினார். பிற்பாடு உண்மை சொன்ன போது மகிழ்ந்தார்.

இன்னொருமுறை மன்றக்கூட்டத்துக்குத் தோழர் சனார்த்தனத்தை அழைத்திருந்தேன். அனுப்பப் பணமில்லை. திருமணத்தின் போது தரப்பட்ட சந்தனக்கிண்ணம் இருந்தது. என் மனைவியின் மஞ்சள், குங்குமம் அதிலிருக்கும். அதை எடுத்து உறவினரிடம் கொடுத்து விட்டு 10 ரூபாய் கடன் பெற்று வழினுப்பி வைத்தேன். மனைவியைத் திட்டினார்கள். அழுதாள். அவள் வேதனை கண்டு பொறுக்காமல் மனதுள் அழுதேன்.

★

10. கலகக்கார நாரதர் புகுந்தார்.

இறுதிவரை தன் தவற்றினால்தான் சந்தனக் கிண்ணம் தொலைந்து விட்டதாக பத்மா எண்ணிக் கொண்டிருந்தாள். அவள் மறைந்த பின் கிண்ணத்தின் நினைவு துளைக்க, எத்தனை விலை கொடுத்தேனும் மீட்க முயன்றேன். ஆனால் ஈடு வாங்கியவர்கள் அதை உருக்கி விட்டார்கள். அவர்கள் நெருப்பில் போட்டது என் உள்ளத்தைத்தான்!

படிக்கும் வயதில் அரசியல் ஆர்வம் வந்து விட்டால் முடிவு தெரியாதா! பள்ளி இறுதி வகுப்பில் மூன்று முறை

தோல்வியுற்றேன். மூன்றாம் முறை வெற்றி பெற்றதாகக் கூறிப் பெற்றோர்களைச் சில ஆண்டு ஏமாற்றினேன். முதல்முறை தோல்வியுற்றதும், "அடுத்த முறை பார்த்துக்கொள்ளலாம்" என்று என் மீது நம்பிக்கை வைத்த அவர்கள் சிரமப்பட்டு சம்பாதித்ததைத் வீணாக்கிக் கொண்டிருந்தேன் எனப் பிற்பாடு உறைத்தது.

இரண்டாம் முறை தினம் நள்ளிரவு வரை படித்தேன். பாலும் நெய்யும் காய்ச்சி ஊற்றி கவனித்தார்கள். அம்முறை எப்படியும் வெற்றி பெறுவேன் என நம்பினார்கள். ஆனால் நான் படித்துக்கொண்டிருந்தவை குடியரசு வெளியீடுகள். அரையாண்டுப் பரிட்சையின் போது நாகையில் பெரியாருக்கு வரவேற்புக்கூட்டமெனச் செய்தி வர, ரயிலேறினேன்.

இறுதித்தேர்வு வந்தது. வெற்றி பெறுவேன் என வீட்டில் சொன்னேன். விடுமுறையில் திருக்குவளை போனபோது விசாரித்தவர்களுக்கும் அதே பதில். நானுமே நம்பினேன்.

விடுமுறையில் ஓர் இந்திராணி கிடைத்தாள். எதிர்பாராத வாய்ப்பில் நெஞ்சினித்தது. பள்ளி ஆண்டுவிழாவில் துருவன் நாடகம். அதில் இந்திரனாக நடிக்க இருந்த பையன் காய்ச்சலில் விழ, பழைய மாணவனான நான் இந்திரனானேன். வசனங்களை நானே எழுதிக் கொண்டேன். குடியரசு வாடை! அதில்தான் இந்திராணியோடு கொட்டம். குறுக்கிடும் நாரதரிடம் நான் சொல்லும் வசனம்: "அகல்யாவுடன் கொட்டமடித்ததற்கு உடம்பெல்லாம் கண் என்ற சாபம் பெற்றேன். இரு கண்ணுடையோருக்கே காதல் வியாதி பீடிக்கும் போது இத்தனை கண்களுடன் நான் என்ன செய்வேன்! காளியை ஆயிரங்கண்ணுடையாள் என்கிறார்களே, அவளுக்கும் என் போல் சாபம்தானா!" அதில் துருவன் தம்பியாக மழலை பேசி நடித்தது மருமகன் முரசொலி மாறன்!

அரை மாதம் கழித்துத் தேர்வு முடிவு வந்தது. முந்தைய மாலையே தோல்வியென எனக்குச் செய்தி கிடைத்து விட்டது. இரவில் திண்ணையில் படுக்க வெளியே வர அப்பாவும் துணைக்கு வந்து விட்டார். தூக்கம் வரவில்லை. மறுநாளின்

அவமானம் பயமுறுத்தியது. 2 மணி இருக்கும். எழுந்து நடந்தேன். எங்கே என்று இலக்கில்லை. நடந்து கொண்டே இருந்தேன். எதிர்பார்த்த முடிவுக்கே இப்படி என்றால் எதிர்பாராமல் வரும் அதிர்ச்சிகளை மாணவ மனங்கள் எப்படித்தாங்கும்! தற்கொலை செய்கிறார்கள்.

பரிட்சை இல்லையெனில் கல்வித்தரம் கீழிறங்கி விடும்தான். ஆனால் கல்வி முடிந்த பிறகு தகுதிக்கேற்ப அலுவல்கள் அளிக்கப்படுவதே நல்லது. கல்வியின் போதே தகுதி பார்த்தால் அது வளர்ச்சிக்கு முட்டுக்கட்டையாகி விடும். என்னிடம் ஆற்றலுண்டு என்கிறார்கள். நான் கல்லூரிக்குப் போயிருந்தால் அது மெருகேறி இருக்கக்கூடும். ஆனால் கல்லூரிக்கே தகுதியில்லை என்றல்லவா தடை போட்டு விட்டார்கள்!

★

11. நண்பன் நடித்த நாடகம்

தேர்வுத்தோல்வியால் பாதிப்புறுபவர்கள் பற்றி எண்ணியவாறே அவ்விரவில் 7 மைல் நடந்து வந்துவிட்டேன். திருநெல்லிக்காவல் புகைவண்டி நிலையம். விடிந்து விட்டது. குளத்திலிறங்கி செங்கல் தேய்த்துப் பல் துலக்கி கையிலிருந்த அணாக்களை எண்ணி இரண்டு இட்லி எண்ணித்தின்று, சீட்டு வாங்கி திருத்துறைப்பூண்டிக்கு ரயிலேறினேன்.

அங்கு தோப்புத்துறையில் அசன் அப்துல் காதர் என்றொரு பால்ய நண்பர். என்னைக் கண்டதும் பெரும் உற்சாகம் அவருக்கு. என் தேர்வு முடிவுக்கு ஆறுதல் சொன்னார். இயற்கைக்காட்சிகளும் தோழர் வீடுகளில் விருந்துகளும் என்னை ஆற்றுப்படுத்தின. அங்கிருந்து நண்பன் தென்னனுக்குக் கடிதமெழுதினேன். இல்லையெனில் வீட்டார் பத்திரிக்கையில் என்னைக் காணவில்லை என விளம்பரம் கொடுத்து விடுவார்கள்.

விஷயமறிந்ததும் என் பெற்றோர் தென்னனிடம் காசு கொடுத்தனுப்பி என்னை வந்து அழைத்து வரச் சொன்னார்கள்.

அவர்கள் கோபம் குறைந்து விட்டது. அவன் வந்ததும் எல்லோரும் வேதாரண்யம், கோடிக்கரை எனச் சுற்றினோம். கோடிக்கரையில் ஒரு மண்டபத்தைக்காட்டி ராமர் பாதம் என்றார்கள். அங்கிருந்துதான் கடலைப்பார்த்தாராம். “ராமருக்குச் செந்தாமரைப்பாதம் என்பார்கள், கருங்கல்லாய் இருக்கிறதே!” என்றேன்.

அங்கே இராணுவத்துக்கு ஆளெடுக்க முகாமிட்டிருந்தார்கள். ஒரு யோசனை தோன்ற, தென்னனிடம் சொன்னேன். அதன்படி ஊர்திரும்பியதும் தென்னன் என் பெற்றோரிடம் நான் இங்கே இராணுவத்தில் சேரப் போனதாகவும், யுத்தகளத்தில் மடியப்போவதாகச் சொன்னதாகவும், தென்னன் என்னிடம் எவ்வளவு சொல்லியும் கேளாமல், பின் சில நண்பர்களை விட்டுச் சமாதானப்படுத்தி அழைத்து வந்திருப்பதாகவும் சொன்னான்.

என் பெற்றோர், அக்காள்கள் எல்லோரும் என்னைக் கட்டியழத் தொடங்கி விட்டனர்.

★

12. இளம் எழுத்தாளர்

இளம் எழுத்தாளர்களை உற்சாகப்படுத்த வேண்டியது பெரும் எழுத்தாளர்கள் கடமை. சிலர் அவர்கள் வளர்ச்சியைத் தடுக்கிறார்கள் அல்லது அவர்களிடமே திருடுகிறார்கள். முதல் முறை அண்ணாவைச் சந்தித்த போது அவரெனக்குச் சொன்னது “எழுதாதே” என்றுதான். அது பொறாமையல்ல; படித்து முடித்தபின் அரசியலில் இறங்கலாம் என்பதற்காக. அது அண்ணன் தம்பிப் பாசம். இன்றும் அது பசுமையாய் நினைவில்.

சிலர் சம்பாதிக்கலாம் என்றெண்ணி எழுத வருகின்றனர். சினிமாவுக்கு கதை விற்க முனைகின்றனர். அவர்களில் பலர் மொழியின் அரிச்சுவடி கூடத் தெரியாதவர்கள். அவர்களுடன் பேச நேரும் போதெல்லாம் அண்ணாவுடனான என் முதல்

சந்திப்பை விவரிப்பேன். என் எழுத்து பண்பட எத்தனை ஆண்டுகளாயின என விளக்குவேன்.

முரசொலி திருவாரூரில் துண்டு வெளியீடாகத் தொடங்கப்பட்டது. திங்கள்தோறும் ஆயிரக்கணக்கில் அச்சிடப்பட்டு திராவிட இயக்கக் கிளைகளுக்கு அனுப்பப்பட்டது. அவர்கள் திரட்டியனுப்பும் நன்கொடைகளில் துண்டறிக்கை வெளியீட்டுக் கழகம் வளர்ந்தது. தென்னன் கழகச் செயலாளர்; டிஎஸ் கோபால் பொருளாளர். நான் அதில் எழுத்தாளன். 'சேரன்' என்பதென் புனைப்பெயர். இப்படித்தான் என் எழுத்து வளர்ந்தது.

★

13. "எடுக்கவோ, கோக்கவோ?"

என் முதல் புத்தகம் 'கிழவன் கனவு'. விலை மூன்றணா. எழுத்தாளன் ஆக எத்தனை இன்னல்கள் கடந்திருக்கிறேன்! திராவிடர் கழகத்தின் குறைபாடுகளையும் எழுதுபவன்.

1944ல் சிதம்பரத்தில் நடக்கவிருந்த வருணாசிரம மாநாட்டை எதிர்த்து எழுப்பட்ட 'வருணமா! மானமா!' என்ற முரசொலி துண்டறிக்கை "தில்லையிலே! ஆம். தீட்சிதர் கோட்டையிலே! தீனதயாபரன் கானமுழக்கத்துடன் காலைத் தூக்கிக் காளியிடம் நடனம் செய்த கலைப்பதியிலே புனிதர் மாநாடாம்! பூரி தட்சிணையாம்! புண்ணிய கூட்டமாம்!" என்று தொடங்கி "மரணத்தின் உச்சியிலே மானங்காக்க / மறத்தமிழா! போராடு! / வருணாசிரமம் வீழ்க!" என்ற கவிதையுடன் முடியும். சாதிப்பின்னொட்டில் பெருமையுறும் நால்வருண முட்டாள்தனத்தைப் பெரியார் சகாப்தத்தில் திராவிடர்கள் ஏற்க முடியாது என்று அதை எதிர்த்து மக்களைப் போராட அழைப்பதே அதன் சாரம்.

பள்ளி மன்றத்தில் நான் முதலில் பேசியது நட்பு பற்றித்தான். சதுரங்கத்தின் போது துரியோதனன் மனைவியின் முத்தாரத்தைக் கர்ணன் பற்றியிழுக்க, துரியன் அதை விகற்பமின்றி "எடுக்கவோ,

கோக்கவோ?” என்று எதிர்கொள்வதை வில்லிபுத்தூரார் பாரதத்தைக் காட்டிப் பேசினேன். ஆசிரியர்கள் கூடப் பாராட்டினார்கள். நான் பெற்ற பெருஞ்செல்வம் நண்பர்களே! அறிவுரைகள் உதவிகளென ஏராளம் பெற்றிருக்கிறேன்.

1939ல் சிறுவர் சீர்திருத்தச் சங்கத் தலைவராக இருந்தேன். ஓர் ஓலைக் குடிசையில் பிறந்து, பாழடைந்த ஆஞ்சநேயர் கோயிலில் வளர்ந்த சங்கம். உறுப்பினர் கட்டணம் காலணா. வாரச்சந்தா ஒரு பைசா. ஒழுக்கமும் சுகாதாரமுமே கொள்கை. புகை, தீய சொற்கள் கூடாது. வாரந்தோறும் சிறப்புக்கூட்டம். தெருப்பெரியவர் ஒருவர் பேசுவார். வரவேற்புத் தட்டிகள் (“தலைமை தாங்கும் தம்பையாவே வருக, வருக!”). முடிவில் சாக்லேட். சுண்டல் விநியோகம் இல்லாவிடில் மார்கழி பஜனைக்கு யார் வருவர்!

போட்டியாக இளைஞர் சங்கம் ஒன்று ஆரம்பிக்கப்பட்டது. என் நண்பன் தியாகராசன் அதன் தலைவர். இரண்டுக்கும் மோதல்கள் நடந்தன. ஒரு நாள் கிணற்றில் குளித்துக் கொண்டிருக்கையில் என்மீது காகிதம் சுற்றிய கல் விழுந்தது. சங்கங்களுக்கிடையே தேர்தல் நடத்தி அதில் வெல்பவர் ஆணைக்கு மற்றவர் கட்டுப்படுவது என்று சவால் விட்டிருந்தார்கள். ஏற்றுக் கொண்டோம். அப்பகுதியில் 18 வயதுக்குட்பட்டவர்களுக்கு வாக்குரிமை உண்டு. சுமார் 300 வோட்டர்கள். பிரச்சாரம் மும்முரமாக நடந்தது.

★

14. மாமனார் தந்த வரவேற்பு

தேர்தலுக்கு 3 நாள் முன் இளைஞர் சங்கத்தார் நாடகம் ஏற்பாடு செய்திருந்தனர். நாயகவேடம் ஏற்கவேண்டியவர் கோபித்துச் சென்று விட்டார். காலணா டிக்கெட் வீதம் வசூல் செய்து விட்டதால் தியாகராசன் என்னிடம் வந்து வருந்தினார். நான் நடிப்பதாகச் சொல்லி ஒரு நிபந்தனை விதித்தேன். தேர்தலிலிருந்து அவர்கள் விலகி விட வேண்டும்.

ஒப்புக்கொண்டார். துஷ்யந்தனாக நடித்தேன். அதோடு இளைஞர் சங்கம் கலைக்கப்பட்டது. எல்லாம் சீர்திருத்தச் சங்கமாகி அதுவும் விரைந்தழிந்தது. அதற்குக் காரணம் என் அரசியல் ஈடுபாடுதான். அதாவது இந்தி எதிர்ப்பு இயக்கம்.

அஞ்சாநெஞ்சன் அழகிரியின் கூட்டமொன்று. ஒருமணி நேரத்துக்கு மேல் கர்ஜனை. முடித்ததும் குருதி கக்கி மயங்கினார். அவர் நோயாளி என்றனர். "பிறெகேன் கத்த வேண்டும்?" என நான் கேட்டது அவர் காதில் விழுந்து விட்டது. "என்னை விட நாடு நோயாளியாக இருக்கிறது! டாக்டருக்கு ஜலதோஷம் என்பதால் ஜன்னி கண்டவனைக் கவனிக்காமல் விடலாமா?" என்றார். அக்கணம்தான் என்னை 'கருணாநிதி' ஆக்கியது!

கையெழுத்து ஏட்டில் என் எழுத்துக்கள் வந்தாலும் அச்சில் வரவில்லையே என்ற மனக்குறை இருந்தது. அப்போது அண்ணா காஞ்சிபுரத்தில் 'திராவிட நாடு' இதழைத் தொடங்கினார். 3வது அல்லது 4வது இதழில் 'இளமைப்பலி' என்ற என் கட்டுரை வெளியானது. அன்றைய மகிழ்ச்சிக்கு அளவே இல்லை. இதழை எடுத்துக் கொண்டு ஒரு வாரத்திற்குச் திருவாரூரைச் சுற்றி வந்தேன். யாராவது நான்கு பேர் பேசிக் கொண்டிருக்கையில் இதழோடு போய் அவர்கள் கண்களில் படுமாறு வைத்து, அவர்கள் கவனித்துக் கேட்டுப் படித்துப் பாராட்டிய பிறகே அவ்விடம் அகல்வேன்.

அடுத்து 'பகுத்தறிவு பரமசிவம்' என்ற கட்டுரை அனுப்பினேன். பிரசுரமாகவில்லை. அடுத்த வாரம் நபிகள் நாயகம் விழாவில் கலந்து கொள்ள அண்ணா திருவாரூர் வந்தார். டிஎன் ராமன் அவர்களின் இல்லத்தில் தங்கியவர் என் பெயர் சொல்லி பார்க்க வேண்டும் என அழைத்தார். நான் பொடியன் என அவர் எதிர்பார்க்கவில்லை. படிக்கிறேன் என்றறிந்தார். "இனிமேல் ஏதும் எழுதியனுப்பாதே!" என்று கடுமையாகச் சொன்னார். அந்த அன்பையும் மீறியெழுந்த இயக்கவெறி என் கல்வியைக் கொன்றது.

தமிழ்நாடு தமிழ் மாணவர் மன்ற நிதிக்காக 'பழனியப்பன்' என்ற நாடகத்தை நான் எழுதி நடித்தேன். செலவு இருநூறு ரூபாய்.

மழையினால் வசூல் எண்பது ரூபாய். ஊரைச் சுற்றிக் கடன். நாயகி வேடமிட்ட நடிகைக்கு சம்பளமாய் நாடகத்திற்குப் பரிசாக வந்த வெள்ளிக்கோப்பையைத் தந்தனுப்பினேன். தென்னன் யோசனைப்படி நாகப்பட்டினம் சென்று திராவிடர் கழகத் தலைவர் ஆர்வி கோபால் அவர்களிடம் கடன் கேட்டோம். தொகை பெரிதென யோசித்தார். பிறகு அவர் ஆரம்பிக்கவிருந்த நாகை திராவிட நடிகர் கழகத்துக்கு 'பழனியப்பன்' நாடகத்தை நூறு ரூபாய் தந்து வாங்கிக் கொண்டார். என் முதல் நாடகம். 'சாந்தா' என்ற பெயரிலும் நடிக்கப்பட்டு, இன்று 'நச்சுக்கோப்பை' என்ற பெயரில பல இடங்களில் நடத்தப்படுவது அதுவே.

ஒரு நாடகம் விற்பனையானதும் அதையே தொழிலாகவும் பிரச்சாரச் சாதனமாகவும் கொள்ளலாம் என்ற யோசனை எழுந்தது. மளமளவென எழுத ஆரம்பித்தேன். ஆனால் வீட்டார் தடையாக நின்றனர். ஏதாவது அலுவலக வேலைக்குச் சேரச் சொன்னார்கள்.

சோற்றுக்குத் தண்டமாக இருப்பது மனதைக் குடைந்தது. இடையில் ஒரு காதல். அவளும் சம்மதித்தாள். பெற்றோர்கள் குறுக்கிட்டனர். காதல் தோற்றது. முக்கியக் காரணம் நான் சுயமரியாதைக்காரன் என்பது. அவளுக்கு புரோகித முறைப்படி வேறொருவனுடன் மணமானது. அதன் பாதிப்புதான் 'பழனியப்பன்' நாடகம்.

உடைந்திருந்த எனக்கு உடனடியாகப் பெண் பார்த்தார்கள். இசைமேதை சுந்தரனார் மகள், சிதம்பரம் ஜெயராமனின் தங்கை அவள். எம் வீட்டார் பெண் பார்க்கப் போக, அவர்கள் சம்மதம் தெரிவித்து விட்டதாய் தந்தி வர, நானும் தென்னனும் சிதம்பரம் கிளம்பினோம். குதிரை வண்டி பிடித்து வீட்டிற்குப் போய் வாசலில் கால் வைத்ததும் "மகமாயி, தாயே!" என்றொரு பெருங்குரல் கேட்டது. பெண்ணின் தந்தைதான் அது.

★

15. வாழ்வதற்கு வழி? நடிகனானேன் நான்!

மாமனார் பிளிறிக் கொண்டே விபூதி கொடுத்தார். வாங்கிக் கொண்டேன். பூசவில்லை. பெண் வீட்டில் சீர்திருத்தத் திருமணத்துக்கு ஒப்புக்கொண்ட பின்தான் பெண் பார்க்கும் படலம். வெட்கத்தில் எனக்குத் தலை நிமிரவேயில்லை. கடைசியில் தாழ்வாரத்தில் என்னை நிற்கவைத்து பத்மாவைக் காட்டியது வாழ்வின் மறக்கவியலாக் காட்சிகளில் ஒன்றாக நிலைத்து விட்டது. 1944 செப்டம்பர் 13 மணநாள் குறித்தார்கள். மைத்துனர் ஜெயராமுக்கும் அன்றே மணம். எனக்கு மணவிழா; அவருக்கு விவாக சுபமுகூர்த்தம்!

நாவலர் நெடுஞ்செழியன், தன் இளவல் செழியனுடன் வடகண்டத்திலிருந்து 6 மைல் நடந்து வந்து கலந்துகொண்டார். கடலூர் வழக்கறிஞர் இளம்வழுதி இருநாள் முன்பே வந்து பணியாற்றினார். நாகை வழக்கறிஞர் விசயராகவலு தலைமையில் மாலை மாற்றினோம். மைத்துனர் கல்யாணத்திற்கு லக்கினம் தவறி விடுமோ எனப்பதறினர். மணவிழாச் சொற்பொழிவுகளை மாலைக்கு மாற்றி அவர்களுக்கு வழிவிட்டோம்.

அன்றிரவு கலைவாணரின் கிந்தனார் கதாகாலட்சேபம். சேரியிலே பிறந்த இளைஞன் சென்னையம்பதி சென்று கல்வி பெற்றுயரும் கதை. "ஆலயம் சென்றான் அக்கால நந்தன்; அறிவாலயம் செல்கிறான் இக்காலக் கிந்தன்" என என்எஸ்கே முழங்குவார். பழமைவாதிகள் மத்தியில் அதற்குப் பலத்த எதிர்ப்பிருந்தது. அதை மணவிழாவில் நடத்தினால் என்ன ஆகும்! கட்டுக்கடுங்காத கூட்டம். போலீஸார் குவிக்கப்பட்டனர்.

மாப்பிள்ளைகளே பந்தலுக்குள் நுழைய முடியவில்லை. என் கண் தானாய் பெண்கள் பகுதிக்குப் போனது, பத்மா பத்திரமாய் இருக்கிறாளா எனப்பார்க்க. அவளும் இந்தப் பக்கம் என்னைத் தேடிக்கொண்டிருந்தாள். ஒரு நாளில் வந்து விட்ட பாசப்பிணைப்பு.

சிலர் கால்கள் முறிய, நிகழ்ச்சி பந்தலை விட்டுத் தெருவுக்கு மாறியது. கொல்லை வழியே உள்ளே நுழைந்து மேடைக்குப்

போக வழியிருந்ததால் கொல்லைக்கதவைத் தட்ட, கூட்டத்து முரடர்கள் என நினைத்து உள்ளிருந்த பெண்கள் கூச்சல் போட்டனர். அதனால் அத்திட்டத்தைக் கைவிட்டு கொல்லைக் கிணற்றோரம் நானும் நண்பர்களும் அமர்ந்து இரவுணவு கூடக்கொள்ளாமல் ஒலிபெருக்கி வழி காலட்சேபம் கேட்டோம்.

ஓராண்டு பேரானந்தமான மணவாழ்க்கை. பின் மன அமைதி குறையத்தொடங்கியது. இப்படியே வேலையின்றிச் சுற்றினால் எதிர்காலம் என்னாவது எனக்கேள்விகள் எழத் தொடங்கின. திருமணம் முடிந்த மறுவாரமே 10 நாள் பயணத்தில் பிரசங்கம் செய்யக் கிளம்பியவன் நான். கட்சி வெறி! எவர் சொல்லும் ஏறவில்லை. ஆனால் பத்மாவின் அறிவுரைகள் குடும்பப் பொறுப்பை எனக்கு ஊட்டின. யோசித்தேன். கனவுகளுடன் வந்தவளை வேதனையடைய விடக்கூடதெனத் தீர்மானித்தேன். நடிகனானேன்!

★

16. நண்பர்கள் முகம் வாடலாமா?

'பழனியப்பன்' நாடகத்தை வாங்கிய திராவிட நடிகர் கழகத்தின் பிரசார நாடகங்களில் நடிக்க வேண்டுமென என்னை அணுகினார்கள். நானெழுதியவற்றில் மட்டும் என்ற நிபந்தனையுடன் ஒப்புக்கொண்டேன். விழுப்புரத்தில் முதல் நாடகம். வாடகைக்கு வீடெடுத்து ஒரு மாதம் ஒத்திகை நடந்தது. எனக்குத் தனிமை பழக்கமில்லாததால் தென்னனும் சிடி மூர்த்தியும் உடனிருந்தனர். கண்டு பொறாமைப்படுபவர்களுக்காக, பயன்படுத்தி ஏமாற்றுபவர்களுக்காக அன்பையும், நட்பையும் விட்டுவிட முடியுமா!

அங்கு தினசரி நிரல் வருமாறு: காலைக்கடன் முடித்து நடுக்கூடத்தில் அனைவரும் திராவிட நாட்டு வணக்கம் 'கோரஸ்' பாடுவோம். அடுத்து அரைகுறைக் காலையுணவு. அப்புறம் நாடக ஒத்திகை. ஒரு மைல் சென்று வயல்களுக்கு நீர் பாய்ச்சுமிடங்களில் குளியல். குழாய்களில் ஒரு குற்றாலம். என்

கண்ணீரும் அதில் கலந்திருக்கும். கடும் வெயிலில் சிறுதுண்டைக் கட்டிக் கொண்டு, அரையணா சவுக்கார சோப்பில் துவைத்த துணியைத் தலைக்கு மேல் பிடித்துலர்த்தியபடி வீடு திரும்பி, அணிந்து கொள்வோம். மதய உணவுத்தண்டனைக்கு பின் கண்ணயர்வோம். தூக்கம் வருமா! இளமையில் குடும்பச்சுமை தாளவில்லை. நாடகத்தின் வழி கொள்கைகள் பரப்பப்படுகிறது என்பது மட்டுமே ஆறுதல். மாலை 4 மணிக்கு மீண்டும் ஒத்திகை. 8 மணிக்கே இரவுணவை முடித்து, வேஷங்கட்ட நாடகக்கொட்டகைக்குக் கிளம்புவோம். மூவேளை உணவுக்கு முன்பும், நாடகத்துக்கு முன்பும் பின்பும் என ஒரு நாளைக்கு ஐந்து முறை 'கோரஸ்'.

வசூலைப் பொறுத்தே நாடகம் தொடங்கும். முதல் ஒருவாரம் 'பழனியப்பன்' நாடகம் நடந்தது. மக்களை ஈர்க்க தலைப்பை 'சாந்தா' என்றாக்கினார்கள். ஆனாலும் கூட்டம் வரவில்லை. பார்த்தவர்கள் பாராட்டினாலும் வசூல் 70, 80 ரூபாய்தான். கடன் ஏறியது. ஒரு நாள் பெரியார் வந்தார். இன்னொரு நாள் அண்ணா. அண்ணாவிடமே ரூ.10 கடன் பெற்றனர். கிளம்புகையில் "கருணா போய் வருகிறேன்" என என் முதுகில் தட்டினார்.

வசூல்தோற்க முக்கியக்காரணம் 'திராவிட நடிகர் கழகம்' என்ற பெயரை வெறுத்தனர் அரசியல் காரணமல்ல. "நாகையிலிருந்து ஒரு நாடகக்கம்பெனி வந்திருக்கு. எல்லாம் படிச்ச பறப்பசங்க." என்று பேசிக் கொண்டார்கள். விழுப்புரம் போன்ற பட்டணங்களில் கூட 25 ஆண்டுகள் முன் அத்தனை சாதிவெறி இருந்தது. 'திராவிட' என்ற சொல் சாதி வேறுபாடின்றி பழம்பெரும் தென்னக இனத்தைக் குறிக்கிறது என்பதும் புரியவில்லை.

நான்காண்டு முன் (1940) திருவாரூர் நீதிக்கட்சி மாநாட்டில் பெரியார் தலைமையில் "திராவிடநாடு திராவிடருக்கே" என்ற தீர்மானத்தை பி பாலசுப்ரமணியம் முன்மொழிய அண்ணாவும் சி பாசுதேவும் வழிமொழிந்தனர். நீதிக்கட்சியின் பொதுச்செயலாளராக இருந்த கிஆபெ விசுவநாதம் கருத்து

வேறுபாடுகளால் விலக, அண்ணா அப்பதவிக்கு வந்தார். ‘திராவிடம்’, ‘திராவிடர்’ கருத்துக்களைப்பரப்ப அண்ணா ‘திராவிட நாடு’ என்ற இதழையும் திராவிடர்கழகம் என்ற கிளையமைப்பையும் காஞ்சிபுரத்தில் தொடக்கினார்.

அண்ணா கட்சியை வளர்க்கத் துடித்தார். கட்சியிலிருந்த ஆடம்பரக்காரர்கள் காதில் குடிசைகளின் குரல்கள் விழவில்லை. அவர்கள் பிடியிலிருந்து கட்சியை விடுவிக்க முயன்றார். பெரியாரைத் தலைவர் பொறுப்பிலிருந்து நீக்க சீமான்கள், கோமான்கள் முயன்றனர். அண்ணா சூறாவளிப் பிரயாணத்தில் தொண்டர் ஆதரவைத் திரட்டினார்.

1944 சேலம் நீதிக்கட்சி மாநாட்டில் ‘அண்ணாதுரை தீர்மானம்’ வந்தது: 1) நீதிக்கட்சி திராவிடர் கழகமாக வேண்டும். 2) ப்ரிட்டிஷ் தந்த சர், ராவ் பகதூர், திவான் பகதூர் பட்டங்களைத் துறக்க வேண்டும். 3) கௌரவ நீதிபதி, நியமனப் பதவிகளைத் துறக்க வேண்டும். 4) பெயருக்குப் பின்னிருக்கும் சாதியொட்டுகளை துறக்க வேண்டும்.

35 மணி நேரம் விவாதம் நடந்தது. கட்சி ஆய்வுக்குழு அதைக் கடுமையாக எதிர்த்தது. இறுதியில் அண்ணா விளக்கவுரை ஆற்றினார். பலத்த கரவொலி. எதிர்த்த கட்சியின் பெரியவர்கள் மாநாட்டை விட்டு வெளியேறினர். தீர்மானம் நிறைவேறியது. அன்று பெரியார் தலைமையைக் காப்பாற்றி, நீதிக்கட்சிக்கும் திருப்புமுனை தந்தார் அண்ணா.

அப்படி வந்த ‘திராவிடம்’தான் எம்மை விழுப்புரத்திலிருந்து மூட்டை கட்ட வைத்தது!

★

17. கம்புகள்! குண்டாந்தடிகள்!

இன்றைய என் மனோநிலை அமைதியற்றது. பார்வைக்கென்னவோ பதவி புகழ் - பாராட்டு. ஆனால் உண்மையில் நாற்காலியின் ஊசிக்குத்துக்களை வாங்கிக்

கொண்டு உதிரத்தோடு சிரித்துக் கொண்டிருக்கிறேன். இதென்ன பிரமாதம், ஈட்டிக்குத்துக்களை இன்முகத்தோடு ஏற்ற காலமொன்று இருந்தது. முப்பதாண்டு எதிர்கட்சி வாழ்வுதான் அது. அப்படி என் தலைக்கு வந்த ஆபத்துகளில் மிகப் பெரியது புதுச்சேரித் தாக்குதல்.

விழுபுரத்தில் நாடங்களை முடித்தபின் புதுச்சேரி கிளம்பினோம். மொத்த இந்தியாவும் ஆங்கில ஆட்சியிலிருந்தாலும் புதுச்சேரி மட்டும் பிரெஞ்சுக்காரர் பிடியில். ஆடவரும் பெண்டிரும் மதுவெறியில் தழுவிக்கொண்டும் முத்தமிட்டவாறும் ரிக்ஷாக்களில் உலா வருவர். புகை பிடிக்கும் சிறுவர்களையும், அவர்களிடம் பீடிக்கு நெருப்புக் கேட்கும் காவலர்களையும் காண முடியும். தெருக்களில் தூய்மை; ஆனால் நாகரிகத்தில் கறை!

1945ல் 'கெப்ளே' தியேட்டரில் திராவிட நடிகர் கழகம் நாடகம் போடத் தொடங்கியது. திரளான மக்கள். நல்ல வசூல். 25 நாட்கள் 'சாந்தா அல்லது பழனியப்பன்' நடந்தது. அதில் என் பாத்திரம் சிவகுரு. அங்கு மக்கள் என்னை அப்பெயரிலேயே அழைத்தனர். புதுவை திராவிடர் கழகத்தொண்டர்கள் என்னைச்சூழ்ந்து கொண்டு உற்சாகமளித்தனர்.

பெருமாள் ஆதரவோடு 'தொழிலாளர் மித்திரன்' இதழை காஞ்சி கல்யாணசுந்தரம் நடத்தி வந்தார். அதிலென்னைக் கட்டுரை எழுதக்கேட்டார். கார் நிறுத்துமிடம்தான் அலுவலகம். காருக்குப் பதில் அச்சுக் கோக்குமிடம். எழுதினால் ஒரு வாரத்துக்குத் தேநீர் கிடைக்கும். 'அந்தப் பேனா' என்ற கட்டுரை எழுதினேன். காந்தி ஆசிரமத்தில் காணாமல் போகும் ஒரு பேனா பற்றியது. மறுநாளே அவ்வூர்க் காங்கிரஸ்காரர்கள் என்னை அடையாளம் பார்த்து வைத்தனர். அடுத்து 'காந்தி வைசிராய் ஆனால்?' என்ற கட்டுரையை எழுதினேன். அவர்கள் ஓரிரவு ஒன்று கூடி சதித்திட்டம் தீட்டினர்.

அச்சமயம் புதுவையில் கழக மாநாடு ஒன்று ஏற்பாடானது. பகலெல்லாம் மாநாட்டுப் பணி; இரவெல்லாம் நாடக வேலை. பெரியார், அண்ணா, அழகிரிசாமி மாநாட்டில் கலந்து

கொண்டனர். மாநாட்டு முகப்பெதிரே எதிர்ப்பாளர்கள் கூடிக் கோஷமிட்டனர்: "திராவிடத் தலைவர்களே! திரும்பிப் போங்கள்!" என்பதே கூச்சல். "வா என்றழைப்பதுதான் தமிழர் பண்பு! போ என்று கூறக் காரணம் யாதோ?" என்று தொடங்கி அண்ணா உரையாற்றினார். பின் கட்சிக்கொடி ஏற்றப்பட்டது. எதிரிகள் கொடியை வீழ்த்தினர்.

பெரியார், அண்ணா மற்றும் பிற தலைவர்களைப் பத்திரமாய் வண்டியேற்றி அனுப்பி விட்டு நானும் பாரதிதாசனும், காஞ்சி கல்யாணசுந்தரமும் நடந்து கொண்டிருந்தோம். திடீரென பெருங்கூட்டம் சூழ்ந்து கொண்டது. திசைக்கொருவரானோம். பாரதிதாசன் காலணியொன்று தெருவில் கிழந்தது. பெரிய லாடம் அடிக்கப்பட்ட பூட்ஸ். அதைக் கொண்டு என்னைத் தாக்கினார்கள். அப்போது வலித்தது. இப்போது இனிக்கிறது!

★

18. குளிப்பது ஒரு குற்றமா?

கூட்டம் என்னை அடித்துத் துரத்திக் கொண்டே வந்தது. திருவாரூர் ராசகோபால் என் மீது விழுந்த அடிகளைத் தாங்கிக்கொண்டார். புதுவையிலன்று கலவரங்கள் சகஜம். நகராட்சித் தேர்தலில் கூட ஐந்தாறு கொலைகள் விழும். தெருவில் கூச்சலென்றால் மக்கள் கதவைத் தாழிட்டுக் கொள்வர். என்னை அடித்த போதும் அதேதான் நடந்தது.

என் சட்டையில் குத்தியிருந்த பெரியார் பேட்ஜைப் பறிக்க சட்டையைக் கிழித்தான் ஒருவன். பேட்ஜை இறுகப்பற்றியவாறு ஓடினேன். ஒரு வீட்டில் கதவு திறந்திருக்க அதனுள் நுழைந்தேன். கதவைச் சாத்தும் முன் அவர்களும் உள்ளே வந்து விட்டனர். வீட்டில் மதுப்புட்டிகள் இறைந்து கிடந்தன. அதுதான் அவர்கள் சதித்திட்டம் தீட்டிய வீடு எனப்புரிந்தது. கதவு மறைவில் நின்ற என் தலைமுடி பிடித்திழுத்துத் தெருவில் தள்ளினர். 'க்யூ' வரிசையில் நின்று என்னை அடித்தார்கள். மயக்கமுற்று விழுந்தேன். சாக்கடையோரம் என்னை எறிந்து

போனார்கள். இரண்டு மணி நேரம் கழித்துக் கண் விழித்த போது ஒரு வீட்டிலிருந்தேன். முதிர்ந்த ஒரு தாயும், சிறுமியும், இளைஞனும் அருகிருந்தார்கள். “யார் பெற்ற பிள்ளையோ! சாகக்கிடக்கிறதே?” என்று அந்தத் தாய் சொன்ன வாசகம் என் நெஞ்சில் பதிந்துவிட்டது. நீண்டநாள் அவர்களைத் தேடினேன். கண்டுபிடிக்க முடியவில்லை. அவர்கள் தஞ்சைக்காரர்கள் என்பது மட்டும் தெரிந்தது.

காலையில் கலைக்கப்பட்ட மாநாடு மாலையில் கூட்டப்பட்டது. அழகிரிசாமி தன் உரையில் நடந்த வன்முறையைச் சுட்டி “நடந்தவை நடந்தவையாக இருக்கட்டும், இனி நடப்பவை நல்லவையாக இருக்கட்டும்" என்ற புகழ் வாசகத்தைச்சொன்னார்.

தலைவர்கள் என்னைத் தேடி ஆளனுப்பினர். பெரியாரும் அண்ணாவும் என்னைக் காணாமல் துடித்துப் போயினர். அதிகாலை நான்கு மணிக்கு அவர்களைச் சந்திக்கக் கிளம்பினேன். மீண்டும் ஆபத்து வரலாம் என்பதால் என்னைக்காப்பாற்றிய வீட்டினர் நான் முஸ்லிம் மாறுவேடத்திற்கு ஏற்பாடு செய்தனர். கைலி, ஜிப்பா, குல்லாயுடன் ரிக்ஷா ஏறினேன். பெரியார் என்னைத் தழுவிக்கொண்டார். என் காயங்களுக்கு அவரே மருந்திட்டார். “என்னுடன் வா, போகலாம்” என்று ஆணையிட்டார். புறப்பட்டேன்.

பெரியாரின் ஈரோடு ‘குடியரசு’ அலுவலகத்தில் துணையாசிரியப் பணி. கருணானந்தம், ஜனார்த்தனம், தவமணிராஜன் ஏற்கனவே அங்கு பணியிலிருந்தனர். திருவாரூர் போய் சென்று விடைபெற்று கருணானந்தத்துடன் ஈரோடு கிளம்பினேன். பெரியார் இதழில் என்னைக் கட்டுரைகளும் எழுதச் செய்தார். ரூ.40 சம்பளம். மதிய, இரவு உணவுக்கு ரூ.20 பிடித்துக்கொள்வார்கள். காலை, மாலைச் சிற்றுண்டிகளுக்கு ரூ.10 ஆகிவிடும். இதரச் செலவுகள் ரூ.5. மீதமுள்ள 5 ரூபாயை பத்மாவிற்கு மணியார்டர் செய்வேன்.

குடியரசு நண்பர்கள் மூவரும் பெரியார் பழக்கங்களில் ஒட்டிப் போனவர்கள். எனக்கு முடியவில்லை. நான் தினமும் குளித்து, தூய உடையணிவேன். அதைப் பெரியார் விரோத காரியமாகப் பார்த்தார்கள். ஒருநாள் பெரியார் கேட்டார். “குளிக்கறாயா நீ?

பிறகெப்படி வேலை செய்வது?”. “குளிப்பதும் ஒரு வேலைதான். அதை முதலில் செய்து விட்டு, பிற வேலைகள் கவனிக்கிறேன்” என்றேன். அன்பினால் பொறுத்தார்.

காலை எட்டு மணிக்கு பெரியார் வீட்டில் வந்த தபால்களைப் பார்த்து விளக்கங்கள் அறிவிக்க வேண்டும். பின் அலுவலக வேலை. மாலையில் பெரியார் அலுவலகம் வவந்து தலையங்கத்தை எழுதி, எங்களிடம் படித்துக் காட்டி விட்டுப் புறப்படுவார். அப்போது இதழுக்கு கரிவரதசாமி பெயரளவில் ஆசிரியர். தலையங்கம் படித்தால்தான் அவருக்கு நிம்மதி. அதிலேதும் சட்ட விரோதமாக இருந்தால் ஆபத்தல்லவா!

இதழில் தீபம் பற்றி நானெழுதிய ‘அண்ணாமலைக்கு அரோகரா!’ என்ற கட்டுரையைப் பெரியார் பாராட்டினார். அவரைக்கவர்ந்த இன்னொன்று ‘தீட்டாயிடுத்து!’. திருவையாறு தியாக பிரம்ம உற்சவத்தல் ஒரு பாடகர் தமிழ்ப்பாடல் பாடியதால் அடுத்து வந்தவர் மேடை தீட்டாகி விட்டதாகச் சொல்லி பிராயச்சித்தம் செய்த பின்பே பாடினார் என்ற செய்தியையொட்டி நானெழுதிய துணைத் தலையங்கம் அது. அன்று தமிழின் நிலை!

தினம் இரவுணவு முடிந்ததும் வீட்டு மாடியில் பெரியார் சமூக சீர்திருத்தம், அரசியல் மாற்றங்கள் பற்றி எங்களுக்குத் தூக்கம் வரும் வரை நீண்ட விளக்கங்கள் தருவார். ஓராண்டு குடியரசில் மாணவனாக இருந்தேன். பின் கோவையிலிருந்து ஓர் அழைப்பு வந்தது. திரைப்பட வசனமெழுத. அனுப்பியவர் ஏஎஸ்ஏ சாமி. முத்துகிருஷ்ணனுடன் போய் விவரமறிந்தேன். ஜுபிடரின் ‘ராஜகுமாரி’ படம். “போய் வா!” என்றார் பெரியார்.

★

19. அசல் நரிகளிடமிருந்து தப்பினேன்!

கட்சிப்பணிகட்கு இடையூறு வரக்கூடாதென்ற நிபந்தனையுடன் ராஜகுமாரிக்கு எழுத ஒப்பினேன். நாயகனாக எம்ஜிஆரின் முதல் படம். கதருடையுடை, துளசிமணி மாலை எனக்

காட்சியளிக்கும் காந்தி பக்தர். நான் அவருக்கு அண்ணாவின் நூல்கள் தர, அவர் காந்தி நூல்களை எனக்களிப்பார். விவாதம் நிகழும். முடிவு அவர் கழகத்தில் வந்ததே!

கோவைக்கு அடுத்த சிங்காநல்லூரில் ரூ.10க்கு வீடு பிடித்து பத்மாவுடன் இருந்தேன். தந்தைக்கு உடல்நிலை ஆபத்தென திருவாரூர் விரைந்தோம். வசதியின்மை. உள்ளூர் வைத்தியம். 15 நாள் மரண வேதனை அனுபவித்தார். நானும் தாயும் அருகிருந்தோம். அப்போது தந்தையுடன் உரையாடல்: "அடுத்த கதை முடித்து விட்டாயா?" "கொஞ்சம் பாக்கி" "என் கதையை முடிக்கப் போகிறேன்". சாவுப்பிடியிலும் இலக்கியச்செழுமை!

அவருக்கு நான் எழுத்தாளனாவதில் ஆசை. ராஜகுமாரி படம் பார்க்க விரும்பினார். அவருக்குக் கண்ணொளி சரியில்லை. பார்க்காவிட்டாலும், வசனங்கள் கேட்கவாவது வருகிறேன் என்று ஒரு மாதம் முன் திருவாரூர் தியேட்டரில் கண்டார் (கேட்டார்).

திடீரென நிலை கவலைக்கிடமாக, மருத்துவரிடம் ஓடினேன். மருத்துவர் வடிவேலு தலைமையில் மருத்துவ மாநாடு நடந்து கொண்டிருக்க, நான் வந்ததைப் பார்த்ததும் உரையாற்ற அழைத்தார். வந்த வேலையைச் சொல்லவில்லை. பேசினேன். நண்பன் தென்னன் வந்து வடிவேலுவிடம் ஏதோ சொன்னான். அவர் சீட்டெழுதி அனுப்பினார். தந்தை காலமாகிவிட்டார். வீட்டுக்கு ஓடினேன். அவையில் முந்தியிருக்கச்செய்வதே தந்தை மகனுக்காற்றும் உதவி என்கிறார் வள்ளுவர். என் தந்தை அதற்கு முயன்றார். அதில் வெற்றி காணவில்லையெனினும் அத்தொடக்கமே என்னை மனிதனாக்கியது. போலவே மகன் தந்தைக்காற்றும் உதவி இவனைப் பெற இவன் தந்தை என்ன தவம் செய்தானோ என உலகை வியக்க வைப்பது என்கிறார். நான் அதை நிறைவு செய்து விட்டேனா? இல்லையெனில் அதைச் செய்து முடிப்பதே அவருக்கு என் கைம்மாறு.

ஈமக்கடன்களை முடித்த பின் நானும் பத்மாவும் சிங்காநல்லூருக்கு ரயிலேறினோம். ரயிலடியில் இறங்கிய போது நள்ளிரவு. அங்கிருந்து வீடு 2 கல் தொலைவு. இருந்த

குதிரை வண்டிகளை முந்தியவர்கள் பிடித்துக் கொண்டார்கள். நடந்தே செல்வதெனத் தீர்மானித்தோம். பாதை பயங்கரமானது. வழிப்பறிகள், அரசியல் கொலைகள் நடந்த இடம். பத்மா தலையில் பெட்டி, கையில் பைகள், கூஜா. என் தலையில் படுக்கை, கையில் மூட்டை முடிச்சுக்கள். அக்காட்சி இன்னும் மனதிலிருக்கிறது. வசதியான குடும்பத்தில் பிறந்தவள், என் வறுமையில் இன்முகத்துடன் பங்குகொண்டாள். இன்பப் பங்கீட்டில் வரும் மகிழ்ச்சியை விட துன்பப் பங்கீட்டில் கிடைக்கும் ஆறுதல் பெரிது.

உணவு நெருக்கடிக்காலம் அது. ரேஷன் கடைகளில் புழுத்த அரிசிதான் கிடைக்கும். நல்ல அரிசிக்கு கோவை போகவேண்டும். கட்சி நண்பர் எஸ்ஏ ராசமாணிக்கம் தினம் அரிசி வாங்கித் தருவார். அவர் வந்தால்தான் அன்று சாப்பாடு. அன்றேல் எடுப்புச் சாப்பாடு. கோவை செல்ல பஸ் உண்டு. இடம் கிடைக்காது. குதிரை வண்டிதான்.

ஒருநாள் மாவரைக்க அரிசி மூட்டையைத் தலையில் தூக்கிக் கொண்டு 2 பர்லாங் மில்லுக்கு நடந்ததால் (செலவைக் குறைக்க) பத்மாவிற்குக் காய்ச்சல். அது எனக்குப் பிடிக்காததால் அடித்து விட்டேன். காய்ச்சலில் விழுந்தாள். எனக்கு ஸ்டுடியோவில் கதை விவாதம். முடிய இரவு 1 மணிக்கு மேலாகி விட்டது. கார் அனுப்ப ஏஎஸ்ஏ சாமி முயன்றார். டிரைவர்கள் எவருமில்லை. அங்கேயே படுத்து விட்டு காலையில் போகலாமென்றார். பத்மாவின் நிலையில் எப்படிச்சாத்தியம்? நடந்தே வீடு போனேன்.

இருட்டு. மழை. அவ்வழியில் முந்தைய நால் ஓர் அரசியல் கொலை. ஒரு மைல் நடந்திருப்பேன். இருமருங்கிலுமுள்ள புதர்க்காடுகளிலிருந்து ஐந்தாறு நரிகள் சாலை நடுவே வந்து உட்கார்ந்தன. சிக்கினால் சூழ்ந்து கொண்டு சின்னாபின்னமாக்கி விடும். செய்வதறியாது நின்றேன். திடீரென ஓர் இராணுவ லாரி எதிரேவர, அதன் ஒளியிலும் இரைச்சலிலும் நரிகள் மிரண்டோடின. அங்கெடுத்த ஓட்டம் வீட்டில்தான் நின்றது. பத்மா வாசலில் காத்திருந்தாள். அவள் உடம்பு கொதித்தது.

வாடைக்கு வீடு தந்த அண்ணாசாமியின் உதவி கோரி மருத்துவம் பார்த்து மனைவியின் உயிரை மீட்டேன்.

அக்குருவிக்கூட்டில் எழுதிக்குவித்தவை ஏராளம். 'அபிமன்யு' என்ற புராணப்படத்திற்கு புதுமையான வசனங்கள் எழுதினேன். அதைப் பார்க்க பத்மாவையும் நண்பர்களையும் அழைத்துப் போனேன். ஆனால் அதில் நான் எழுதியதாய் பெயர் போடப்படவில்லை.

★

20. சங்கிலியை விற்றுக் கடனை அடைத்தேன்

எழுத்தாளனுக்குப் பணத்தைவிட புகழே விருப்பம். மறுநாள் படஅதிபரிடம் கேட்டேன். "உனக்கு விளம்பரம் கிடைத்த பிறகு போடுகிறேன்" என்றார். வேடிக்கையான பதிலில் விழி குளமானது. திருவாரூர் திரும்பத் தீர்மானித்தேன். நாள்தோறும் கூட்டம், பேச்சு என்றிருந்ததால் கோவை கட்சி நண்பர்கள் அதை விரும்பவில்லை. ஜிடி நாயுடுவிடம் வார்டனாகப் பணியாற்றிய நாவலரும் நானும் 5-6 மைல் நடந்து கழக நிகழ்ச்சிகளில் பங்கேற்போம். அன்றெல்லாம் காந்தி சதுக்கத்தில் கூட்டம் நடக்கும். 1000 பேர் கூடும் சிறுவெளி. அதுவே லட்சமாகத்தெரியும். நண்பர்களைச்சமாதானம் செய்து திருவாரூர் திரும்பினேன். படங்கள் நின்று பத்திரிக்கைகளில், நாடகங்கள் எழுதுவது தொடர்ந்தது.

அப்போது திருவாரூரில் தேவி நாடக சபை முகாமிட்டிருந்தது. அவர்கள் என்னிடம் நாடகம் கேட்டனர். குண்டலகேசியைத் தழுவி மந்திரிகுமாரி எழுதித் தந்தேன். அது திருவாரூரில் அரங்கேறியது. அடுத்து குடந்தையில் வெற்றிகரமாக நடந்தது. அதன் வெள்ளி விழாவுக்கு நானும் பத்மாவும் போயிருந்தோம். பத்மா கருவுற்றிருந்தாள்.

விழாவில் நானும் பேசவேண்டும். அப்போது கும்பகோணத்தில் வெற்றிலை பீடாவில் மொத்தமாய் சுண்ணாம்பு வைத்து விடுவார்கள். பிரித்துப் பார்த்துத் தேவையானதைத் தடவிக்

கொள்ள வேண்டும். அது தெரியாமல் பீடாவை அப்படியே வாயில் போட்டு விட்டேன். வாய் வெந்து நாக்கு தடித்தது. என் நன்றியுரை இன்றியே விழா முடிந்தது.

துண்டுப்பிரசுரமான முரசொலியை திருவாரூரில் வார இதழாகத்திட்டமிட்டேன். நகை நட்டுகளை வைத்துத் தொடங்கினேன். கருணை ஜமாலின் கருணாநிதி அச்சகத்தில் அச்சானது. வாழ்த்துக் கடிதங்கள் குவிந்தன. பணம்தான் வரவில்லை. ஜமால் இரண்டு வாரங்கள் கடன் பொறுத்தார். மூன்றாம் வாரம் பத்மாவின் தாலிச் சங்கிலியை விற்று இதழ் டெலிவரி எடுத்தேன். இதழை எடுக்க வண்டி / ஆள் வைக்கவும் வசதியில்லை. நானும் மேனேஜர் கனகசுந்தரமும் ஆற்றின் குறுக்கே போடப்படிருந்த மூங்கில் பாலம் வழியே தலையில் தூக்கிக் கொணர்ந்து, இரவெல்லாம் அமர்ந்து ஒட்டியனுப்புவோம்.

1947ல் இந்தியா சுதந்திரம் பெற்றது. ஆகஸ்ட் 15 துக்க நாளாக பெரியார் அறிவித்தார். அது இன்ப நாள் என்று அண்ணா சொன்னார். உலகம் வியக்கும் மகத்தான நிகழ்வை நம் கொள்கையை மட்டும் அளவுகோலாகக்கொண்டு காணக்கூடாதென்றார். திராவிடர் கழகத்தில் பிளவுண்டானது. அப்போது நடந்த தூத்துக்குடி கழகமாநாட்டிற்கு அண்ணா வரவில்லை. சிலர் இதைப் பயன்படுத்தி வளர எண்ணினர். மாநாட்டில் அண்ணாவின் படங்களை சிலர் எரித்தனர். முரசொலியில் பெரியாருக்கும் அண்ணாவுக்கும் பாலம் அமைக்கப்பட வேண்டும் என்ற பொருளில் 'கடைசி நாட்கள்' என்ற நீண்ட கட்டுரை எழுதினேன். அதைத் தடுக்கும் சந்தர்ப்பவாதிகளைப் பற்றியும் எழுதியிருந்ததால் கழகத்தில் அதற்கு எதிர்ப்பிருந்தது. பல இடங்களில் முரசொலியைக் கொளுத்தினர். மிரட்டல் கடிதங்கள் வந்தன. அடுத்த இதழ் அச்சேறாமல் இடையூறு செய்தனர்.

பத்மாவுக்கு இரண்டு நாட்களாகவே காய்ச்சல். களைத்திருந்தாள். பிள்ளைப்பேற்றிற்கு மருத்துவமனை அழைத்துச் செல்ல குதிரை வண்டி தயாராக நின்றது. வழிபாட்டுக்குப் பின் வெளியே

கூட்டி வந்தார்கள். என்னைக் கண்டு அவள் கண்களில் நீர் கொட்டியது.

★

21. போய் வருகிறேன் என்றாள் என் பத்மா

"போய் வருகிறேன்" என்று என்னிடம் தழுதழுத்தாள் பத்மா. அது மருத்துவமனைக்குத் தானா? நோய்நொடிகளின் போது தைரியம் கூறும் அம்மாவின் முகமும் சரியில்லை. மறுநாளே குழந்தை பிறந்தது. மகன் முத்து பிஞ்சாக பத்மாவினருகே படுத்திருந்தான். இருவரையும் மாறி மாறிப் பார்த்துப் புன்னகைத்தாள். அதுதான் கடைசிப் புன்னகை.

இரண்டு நாட்கள் கூட்டங்களில் கழிந்தது. பத்மாவுக்கு விடாமல் காய்ச்சலென்றார்கள். மருத்துவமனைக்கு ஓடினேன். ரத்தமெடுத்துச் சோதனைக்கு கிண்டி அனுப்பினார்கள். உடல்நிலை மேலும் மோசமடைந்தது. வீட்டுக்கு எடுத்துப் போகச் சொன்னார்கள். வீடு வந்ததும் "நான் பிழைக்க மாட்டேனா, அத்தை?" எனக் கேட்டாள் பத்மா. தைரியம் சொல்லி விட்டு மறைவாய்ப் போய் அழுத்தார் என் அன்னை. "பிள்ளைக்கு மாமா பெயரை வையுங்கள்" என்றாள். மீண்டு வருவேன் என எனக்கு ஆறுதல் சொன்னாள்.

சிங்காநல்லூரில் ஒருமுறை பத்மாவுடன் கோபித்துக் கொண்டு வெளியே கிளம்பினேன். பஸ் நிலையத்துக்கே ஒரு குவளைக் காப்பியுடன் வந்து விட்டாள். வீட்டிலிருந்து இரண்டு பர்லாங் தூரம் இருக்கும். கோபத்தில் காப்பி சாப்பிடாமல் கிளம்பியதை அவளால் தாங்க முடியவில்லை. அவளைப் பார்த்ததும் என் கோபமெல்லாம் பறந்தோடியது. அவளுடன் வீடு திரும்பினேன். பெண் மனதின் பொறுமையையும், ஆண் நெஞ்சின் கடுமையையும் அன்று உணர்ந்தேன். அதன் பின் அவளிடம் கோபம் கொண்டதே கிடையாது. அது நினைவுக்கு வந்தது.

பாலையில் கோடையில் ஆண் மான் வெய்யிலில் நின்று தன்

நிழலில் பெண்மானை இளைப்பாறச் செய்யும் பாடலுண்டு. அந்த மான் செய்ததைக் கூட என் மனைவிக்கு நான் செய்யவில்லை. பத்மா என் மருகன்களைத் தன் பிள்ளைகளாகவே பாவித்தாள். மாறன், அமிர்தம், செல்வத்தை மூத்த தம்பி, நடுத்தம்பி, சின்னோண்டு தம்பி என்பாள்.

எல்லோரையும் அழைத்தாள் பத்மா. படுக்கையைச் சுற்றி நின்றோம். மருமகன்கள் மற்றும் மகனின் வளர்ப்பு, குடும்ப ஒற்றுமை என அறிவுரை சொன்ன பின் பிரக்ஞை இழந்தாள். கிண்டி சோதனை முடிவு 'குதிரை வேக க்ஷயரோகக் காய்ச்சல்' என்றது.

புதுக்கோட்டை அருணாசலம் என்னை ஒரு கூட்டத்தில் பேச அழைக்க திருவாரூர் வந்திருந்தார். பத்மாவின் நிலையைக் காட்ட, கதறியழுதார். ஆனாலும் எப்படியாவது கூட்டத்திற்கு வருமாறு சொன்னார். கல் நெஞ்சமா, கடமை உணர்வா தெரியவில்லை, போனேன். இரவு கூட்டம் முடிந்து லாரி ஏறித் திருவாரூர் வந்தேன்.

வீட்டில் பலமான அழுகுரல். பத்மா நிம்மதியாக இறந்திருந்தாள். கடைசிக் கணத்தில் என்னைத் தேடினாளோ, இல்லாமல் போனேனெனத் தூற்றினாளோ! சுற்றியிருந்த பெண்களைப் பொருட்படுத்தாமல் குனிந்து நெற்றியில் முத்தமிட்டேன். அவளுக்குத் தர அது ஒன்றுதான் என்னிடமிருந்தது. அவளுக்கு அப்போது இருபது வயதுதான்!

★

22. காந்தியார் கண்ட கனவை நனவாக்குகிறோம்

பத்மா மறைந்த அதே 1948ல்தான் காந்தியை கோட்சேயெனும் கொடியன் கொன்றான்.

இந்து - முஸ்லிம் ஒற்றுமையில்தான் என் அகிம்சை கடும்சோதனைக்குள்ளாகும் என்பதைத் தென்னாப்ரிக்காவிலேயே உணர்ந்தேன் என காந்தி தன் சுயசரிதையில் சொல்கிறார். அது

உண்மையாகி விட்டது. வெள்ளையனின் துப்பாக்கிகளால் வராத ஆபத்து சுதந்திரம் பெற்ற பின் ஓர் இந்தியனின் மதவெறியால் வந்தது காந்திக்கு.

தேச விடுதலை தவிர காந்தியின் கொள்கை எதுவுமே இன்று நிறைவேறவில்லை. இன்னமும் தீண்டாமை நிலவுகிறது. இன்றுமிங்கு மனிதர்கள் மலமள்ளுகிறார்கள். எல்லாக் கட்சிகளிலும் சாதி வெறி பிடித்தோர் இருக்கிறார்கள். வெறும் விழாக்கள், கண்காட்சிகள், பிரார்த்தனைகள் மூலம் காந்தியத்தை மக்களிடம் பரப்ப முடியாது.

காந்தி நூற்றாண்டு விழாவையொட்டி ராமேசுவரம் தீவிலிருந்து வெவ்வேறு பகுதி செல்லும், அவர் வாழ்க்கையை விவரிக்கும் புகை வண்டியைத் தொடக்கி வைத்தேன். அப்போது மூன்றாம் வகுப்பு ரயில் பற்றி அவர் எழுதியிருப்பது நினைவுக்கு வந்தது.

‘ரயிலில் முதல் வகுப்புக்கும் மூன்றாம் வகுப்புக்கும் சுத்தத்தில் பெரும் வித்தியாசம். தென்னாப்ரிக்காவில் மூன்றாம் வகுப்பு இப்படி மோசமில்லை. ஒருபுறம் அதிகாரிகள் மூன்றாம் வகுப்பை ஒழுங்காய்ப் பராமரிப்பதில்லை. மறுபுறம் மக்கள் வெற்றிலை, புகை என அசுத்தமாக்குவது, கூச்சலாய், ஆபாசமாய்ப் பேசுவது என நடக்கிறார்கள்.’

அந்த மூன்றாம் வகுப்பு மக்களின் வசதியோடுதான் இன்று இந்தியாவில் பல கோடி பேர் உள்ளனர். இன்னும் பல்லாண்டு வாழ்ந்து அவர்கள் வாழ்வை உயர்த்த காந்தி கண்ட கனவை இன்றைய தமிழக அரசு கிராமந்தோறும் மின்சாரம், குடிநீர், வடிகால், கல்வி, சாலை, உணவு உற்பத்தி, தொழில் வளர்ச்சி என நிறைவேற்றி வருகிறது.

காந்தி மறைந்த அதே 1948ம் ஆண்டில் பல அரசியல் மாற்றங்கள் நிகழ்ந்தன; தாயற்ற குழந்தைக்குத் தாய் வேண்டுமென எனக்கு இரண்டாந்தார மணம் ஏற்பாடு செய்தனர்.

★

23. என் திருமணத்துக்கு நானே தலைமை தாங்கினேன்!

என் இரண்டாம் திருமணத்திற்கு வசதியான பெண் தேவையில்லை எனச்சொன்னேன். பிறந்த வீட்டுப் பெருமையை எண்ணியிராமல் புகுந்த வீட்டினரை மதிக்க வேண்டும்; கணவன் கட்சி வேலையில் குடும்பத்தைக் கவனிப்பதில்லை என எண்ணக்கூடாது; தாயில்லாக் குழந்தையைச் சுமையாகக் கருதிவிடக்கூடாது என்பன காரணங்கள்.

அப்படித்தான் தஞ்சை மாவட்டம், பூந்தோட்டம் கிராமத்தினருகே உள்ள திருமாகாளம் கோவிந்தசாமியின் மகள் தயாளுவை நிச்சயத்தனர். அவளண்ணன் தட்சிணாமூர்த்தி கழகப்போராட்டங்களில் சிறையேகியவர். திருமணத்துக்கு முன் பெண்ணை நான் பார்க்கத் தேவையில்லை எனச் சொல்லி விட்டேன். பார்த்து வந்த என் சகோதரிகள் வீட்டிலிருந்த காலணடர்கள் நாலைந்தைக் காட்டி மணப்பெண்ணை வர்ணித்தனர்.

1948 செப்டெம்பர் 15 திருமணம் (அன்றெல்லாம் அது அண்ணாவின் பிறந்த நாள் எனத் தெரியாது.) அதே நாள் இந்தியை எதிர்த்து பள்ளிகள் முன் அடையாள மறியல் நடத்த பெரியார் அழைத்தார். அழைப்பிதழ்கள் அச்சாகிய பின்புதான் அவ்வறிக்கை வந்தது.

‘தூக்குமேடை’ நாடகத்தை அண்ணா தலைமையில் திருச்சியில் நடத்தி வந்த தொகை ரூ.800-ஐ வீட்டில் கொடுத்தேன். அதோடு கடன் வாங்கி மண ஏற்பாடுகள் செய்தனர்.

வீட்டு வாயிலிலேயே மணப்பந்தல். உறவினர்கள், நண்பர்கள் குழுமியிருந்தனர். நான் வாயிலில் நின்று வருவோரை வரவேற்றுக் கொண்டிருந்தேன். அப்போது 4 பர்லாங் தொலைவிலுள்ள உயர்நிலைப் பள்ளியில் அடையாள மறியல் செய்ய இந்தி எதிர்ப்பு ஊர்வலம் என் வீட்டு வழியாக வந்தது. “பெரியார் வாழ்க, தமிழ் வாழ்க, இந்தி வீழ்க” என்ற கோஷங்கள். உள்ளத்தில் ஓர் எழுச்சி. நானும் அவர்களுடன் சென்று விட்டேன்.

வீட்டில் மாப்பிள்ளையைக் காணோமெனப் பரபரப்பு. நண்பர், உறவினர் ஊரெல்லாம் தேடியலைந்து கடைசியில் மறியலில் என்னைக் கண்டறிந்தார்கள். மறியல் நடந்த பல ஊர்களில் கைது நடந்திருக்கிறது. சில ஊர்களில் நடக்கவில்லை. திருவாரூரும் அதிலொன்று. நடந்திருந்தால் மாப்பிள்ளை மாமியார் வீட்டுக்குப் போயிருப்பார்!

தயாளு எனக்காக மணவறையில் ஒரு மணி காத்திருந்தாள். முதல் நாளே பழகிய காரணத்தால் இன்று எவ்வளவு நேரம் / நாள் கழித்துத் திரும்பினாலும் சகிக்கிறாள்.

திருமணத்திற்கு யார் தலைமை வகிப்பது என்று இருவரைக் குறிப்பிட்டுப் பிரிந்து வாதாடினர். நான் திடீரென ஒலிபெருக்கியில் பேசத் தொடங்கினேன். :"மறியலினால் மணவிழாவிற்கு அண்ணா வர இயலவில்லை. சங்க இலக்கியங்களில் தலைவன் தலைவி என்று பார்த்திருக்கிறோம். ஆகவே, மணவிழாவுக்கு நானும் மனைவியும்தான் தலைமை." என்று சொல்லி மாலை மாற்றிக் கொண்டோம். பிறகு நானே தலைமையுரையாற்றினேன். டிகே சீனிவாசன், காமு ஷெரீப் வாழ்த்துக் கூறினர்.

1940ல் மறைந்த இந்தியை உயிர்ப்பிக்க காங்கிரஸ் அரசு முயன்றது. முளையிலதைக் கிள்ளி எறியத்தான் திரு விக, பெரியார், அண்ணா, மபொசி, பாரதிதாசன், மறைமலை அடிகள் ஆகியோர் போராடினர். சென்னை செயின்ட் மேரீஸ் மண்டபத்தில் கூட்டம் நடைபெற்றது. பெரியார், அண்ணா இடையே இருந்த மனக்கசப்பு மெல்ல மாறுமளவு இதில் இணைந்து நின்றனர். குடந்தையில் எதிர்த்தவர்கள்மீது அடக்குமுறை நடந்தது. குருதியாறு பெருக்கெடுத்தது. சிறைச்சாலை, சித்ரவதை கழகத்தவர்க்குப் பரிசாயிற்று.

1948 அக்டோபரில் திராவிடர் கழக இந்தி எதிர்ப்பு மாநாடு ஈரோட்டில் நடந்தது. 50,000 பேர் கூடினர். பெரியார் நடத்திய மாநாட்டிற்கு அண்ணா தலைமை வகித்தார். அன்றுதான் பெரியார் "பெட்டிச் சாவியை அண்ணா கையில் கொடுத்து விட்டேன்" என்றார். அதில் பெரியாரும், அண்ணாவும், திருவிக

ஆற்றிய உரைகள் மறக்க முடியாதவை.

திருவிக "நானும் பெரியாரும் வளர்த்த காங்கிரஸ் இன்று சிலரின் சுயநலக்கோட்டை. சுதந்திரத்துக்குப் போராடிய காந்தியின் காங்கிரஸை மதிக்கிறேன். பாசிசப் பாதையில் போகும் காங்கிரஸையே அழிக்க விரும்புகிறேன்." என்று பேசினார். (முன்பு திருவிக தலைமையில் நடந்த காஞ்சி மாநாட்டில்தான் பெரியார் காங்கிரஸை விலகினார்.)

அன்று அழகிரிசாமி "என் உடல்நிலையைக்கவனித்தால் இதுவே என்னுடைய கடைசி மாநாடாக இருக்குமோ என்றஞ்சுகிறேன். என் தலைவனுக்கு இறுதி வணக்கத்தைத் தெரிவிக்கவே இங்கு வந்தேன்" என்றார். அதுவே அவருக்குக் கடைசி மாநாடாயிற்று.

★

24. பெரியார்-மணியம்மை திருமணம்

ஈரோடு மாநாட்டில் எம்ஆர் ராதா மற்றும் எனது (தூக்குமேடை) நாடகங்கள் நடந்தன. திருவாரூரிலிருந்து 20 பேர் போனோம். பெரியார் செலவுக்கு ரூ.80 அனுப்பினார். அது போதாமல் நாங்களும் பணம் போட்டுப்போனோம். திரும்பிப்போகப் பணம் வேண்டும். அவனவன் பணத்துக்கு வருவானென பெரியார் யார் கண்ணிலும் படவில்லை. ஒரு மாதிரி அவரைச்சந்தித்து விளக்கிய போது "ஒரு நாடகத்துக்கு இவ்வளவா!" என ரூ.50 தந்தார். மீண்டும் கைப்பணம் போட்டுத் திரும்பினோம். பெரியார் அத்தனை சிக்கனம்!

அழகிரி தாம்பரம் எலும்புருக்கிநோய் மருத்துவனையில்சேர்க்கப்பட்டார். கூட்டத்துக்கு யார் அழைத்தாலும் அழகிரியின் சிகிச்சைக்கு ரூ.100-க்குக் குறையாமல் நிதியனுப்பிய ரசீதைக் காட்டினால்தான் அண்ணா வர ஒப்பினார். ஆனாலும் மருத்துவமனையில் ஊருக்கு அழைத்துப் போகச்சொல்லி விட்டார்கள். அண்ணா வழியனுப்ப புகைவண்டி நிலையம் வந்தார். அவரைக்கண்டு அழகிரியின் கண்கள் குளமாயின. மதியழகனிடம் "நண்பர்

யார், விரோதி யார் என அழகிரி புரிந்து கொண்டான் என அண்ணாவிடம் சொல்" எனக் கதறினார். காரணம் முன்பு அண்ணாவைத் தாக்கிப் பேசுவது அழகிரிக்கு வழக்கம். ஆனால் அண்ணா ஆத்திரப்பட்டதே இல்லை. சுயமரியாதை மாநாட்டு நிதி ரூ.1000-ஐ அழகிரியிடம் கொடுத்தார். தஞ்சையில் 1949 மார்ச்சில் அழகிரி மறைந்தார்.

அப்போது எனக்குக் கடும்காய்ச்சல். செய்தி கேட்டு தஞ்சைக்கு ஓடினேன். பல்லாயிரம் பேர்சூழ இறுதிப்பயணம் நடந்தது. புதைத்த இடத்தில் நினைவுச்சின்னம் கட்டப்பட்டது.

அடுத்து தஞ்சை கரந்தைத் தமிழ்ச்சங்க மாணவர் மாநாட்டில் நானும் அன்பழகனும் ஜனார்த்தனமும் கலந்து கொண்டோம். அழகிரியின் படத்தைத் திறந்து வைத்தேன். கடைசிக்காலத்தில் அவர் கைவிடப்பட்டதை ஆதங்கத்துடன் பேசினேன். அன்பழகனும் கடுமையாகப் பேசினார். மாவூர் சர்மா தோட்டத்தில் மாணவர் பயிற்சி முகாமிலிருந்த பெரியார், நாங்கள் அண்ணாவின் தூண்டுதலில்தான் அப்படிப்பேசினோம் என்று கூறி இனி யாரும் எங்களைக்கூட்டத்திற்கு அழைக்கக்கூடாதென விடுதலையில் அறிக்கை ஒன்று விடுத்தார். என்வி நடராசன் எவ்வளவோ வாதாடியும் பெரியார் ஏற்கவில்லை.

அண்ணாவின் முயற்சியில் யதார்த்தம் பொண்ணுசாமிப் பிள்ளையின் துணையோடு நாங்கள் அழகிரியின் குடும்ப நிதிக்காக கலைவாணரின் கலைநிகழ்ச்சி ஒன்றினைத் தஞ்சையில் ஏற்பாடு செய்தோம். என்எஸ் கிருஷ்ணன் கொடுத்த ரூ.2,000 மற்றும் கிடைத்த தொகையையும் சேர்த்து ரூ.6,000 தரப்பட்டது. அன்று அது பெருந்தொகை.

1949 மே திருவண்ணாமலை போய் இந்தியகவர்னர் ஜெனரல் ராஜாஜியை பெரியார் சந்தித்து நீண்ட நேரம் பேசினார். பார்ப்பனர் - அஃதல்லாதோர் போராட்டம் உச்சத்தில் இருக்கையில் நடந்த இருமுனைகளின் சந்திப்பு பரபரப்பாய்ப் பேசப்பட்டது. விவரமறிய கட்சித்தோழர்கள் ஆர்வமாயிருந்தனர். ஆனால் பெரியார் அதைப் பற்றி ஏதும் வாய் திறக்கவில்லை. அப்போது கோவையில் முத்தமிழ் மாநாடு அடந்தது. ஜிடி நாயுடு

பெரும்பங்காற்றிய அம்மாநாட்டில் பெரியாரும் அண்ணாவும் கலந்து கொண்டனர். இருவருக்கும் மனக்கசப்பு முற்றியிருந்த நேரமது. ராஜாஜியுடனான பெரியாரின் பேச்சுவார்த்தை பற்றியறிய நாடு ஆவலாய் இருக்கிறது என அண்ணா தன் பேச்சில் குறிப்பிட்டார். அது முற்றிலும் தன் சொந்த விஷயம் எனக் கனல் கக்கினார் பெரியார்.

தொடர்ந்து பெரியார் வெளியிட்ட அறிக்கையில் தனக்கு வாரிசு ஏற்படுத்துவது பற்றி ராஜாஜியுடன் பேசியதாகக் குறிப்பிட்டார். மற்றொரு அறிக்கையில் 5-6 ஆண்டுகளாகப் பழகி வரும் மணியம்மையைத் சட்டப்படி செல்லுபடியாகும்படி தனக்கு வாரிசு ஆக்கி, இயக்க நடப்பிற்கு ஒரு டிரஸ்ட் பத்திரம் பண்ண ஏற்பாடு செய்வதாகக் குறிப்பிட்டார். அதிலிருந்து மணியம்மையைப் பெரியார் மணக்கப்போகிறார் எனப்புரிந்து போயிற்று.

கேகே நீலமேகம், என்விஎன், எஸ் குருசாமி ஏற்காட்டில் பெரியாரைக் கண்டு இதைத் தடுக்கப்பார்த்தனர். சென்னை மாவட்டப்பிரதிநிதிகள் கூட்டத்தில் அண்ணா கூறியபடி காஞ்சி மணிமொழியார், டிஎம் பார்த்தசாரதி, கண்ணபிரான், சிவி இராசன் ஆகியோர் ஏற்காடு சென்றார்கள். எல்லாவற்றையும் பெரியார் மறுத்து நடந்தே தீரும் என்றார்.

கழகத் தோழர்களை இது மிக அதிர்ச்சிக்குள்ளாக்கியது. நிர்வாகக்குழு உறுப்பினர்கள் பெரியாரைக் கண்டித்துக் கடிதமெழுதினர். முன்னணி வீரர்கள் அண்ணாவைச் சூழ்ந்து கண்ணீர் வடித்தனர். அவர் திகைத்தார். 1949 ஜூலையில் திருமணம் நடந்தது. அதை அறியாமல் மறுநாள் திருச்சியில் நிர்வாகக்குழு கூடியது - 46ல் 32 பேர் வந்தனர்.

★

25. அண்ணா அசைந்து கொடுக்கவில்லை

திருச்சி திராவிடர்கழக நிர்வாகக்குழுக் கூட்டத்தில் பெரியார் - மணியம்மை திருமண ஏற்பாட்டைக் கைவிடக்கோரி

தீர்மானம் நிறைவேறிய பின் திருமணம் நடந்த தந்தி வந்தது. அனைவரும் கொதிப்படைய, அண்ணா நிதானமாய் ஓர் அறிக்கை விடுத்தார்: "அவசர ஆத்திரமின்றி, தூண்டி விடுவோர், தூபமிடுவோருக்கு இரையாகாமல் அடுத்த என்ன செய்வதென யோசித்துத் தீர்மானிக்க வேண்டும். பல்லாண்டு பந்தபாசமிருந்தும் நம் வேண்டுகோளை அவர் மதிக்கவில்லை என்பதால் நெஞ்சு நோகிறவர்கள் இனி கொள்கைக்கு முரணின்றி எப்படிப்பணிபுரிவதென அமைதியாகச் சிந்திக்க வேண்டும்."

பெரியாரையே திராவிடர் கழகத்திலிருந்து நீக்க வேண்டும் என்ற கோரிக்கைகளை அண்ணா நிராகரித்தார். புண்பட்ட தோழர்கள் கழகப் பணியிலிருந்து விலகுவதாக அறிவித்தனர். அவர்களின் பட்டியலை அண்ணா திராவிட நாடு இதழில் 'கண்ணீர்த் துளிகள்' எனத் தலைப்பிட்டு வெளியிட்டார். பெரியார் தன்னை எதிர்த்தவர்களை எல்லாம் 'கண்ணீர்த்துளிகள்' எனக் குறிப்பிடத் தொடங்கி அதைக் கேலியாக்கினார்.

டிஎம் பார்த்தசாரதி மேற்பார்வையில் அண்ணா ஆசிரியராக இருக்க மாலை மணி நாளேடு தொடங்கப்பட்டது. 1949 செப்டம்பரில் சென்னையில் குடந்தை நீலமேகம் தலைமையில் நடந்த கூட்டத்தில் பாரதிதாசன் பெரியாரை விலக்கிக் கழகத்தைக் கைப்பற்ற வேண்டும் என்றார். அண்ணா அக்கூட்டத்தில் வெளியிட்ட அறிக்கை: "கழகத்தைக் கைப்பற்றுவது நமக்குச் சாத்தியமே. அதற்குரிய வலிவும், நியாயமும் நம்மிடமுண்டு. எனினும் அதைச் செய்தால் நாட்டில் நாசமே நிகழும். பாசிசமும் பழைமையும் அதைச் சாதகமாக்கும். கழக லேபிள் அல்ல முக்கியம்; கொள்கை - வேலைத் திட்டமே முக்கியம். திராவிட முன்னேற்றக் கழகம் என்ற பெயருடன் செயல்படுவோம். இது குறைத்து மதிப்பிடுவதல்ல; நம்பிக்கையிலெடுக்கும் முடிவு."

பொதுக்குழு உள்ளிட்ட பல குழுக்கள் அமைக்கப்பட்டு, அன்று மாலை சென்னை ராயபுரம் ராபின்சன் பூங்காவில் பெத்தாம்பாளையம் பழனிச்சாமி தலைமையில் திமுக தொடக்க விழா நடந்தது. பெருமழைக்கிடையே அண்ணா உரையாற்றினார்: "பேச்சு, எழுத்துரிமை அடக்குமுறைகளை

திமுக எதிர்க்க வேண்டும். பெரியார் தந்த பயிற்சியும் பக்குவமும் நாம் சர்க்காரை எதிர்த்துச் சிறையேகத் துணையாகட்டும்."

அடுத்த 2 மாதங்களில் 700+ கிளைகள், 50,000+ உறுப்பினர்கள். 1950 மே ஆரம்பப் பள்ளிகளில் இந்தி கட்டாயப்பாடமென காங்கிரஸ் அமைச்சர் மாதவ மேனன் அறிவித்தார். திமுக அதை எதிர்த்து அறப்போரில் ஈடுபட்டது. சிறைச்சாலைகள், தடியடிகள். அண்ணா பேரணி திரட்டினார். எதிர்ப்பு தாளாமல் இரண்டே மாதத்தில் கட்டாயமில்லை, விருப்பப் பாடமே என அறிவித்தனர். திமுகவின் முதல் வெற்றி.

திராவிட நாடு பத்திரிக்கை ரூ.3,000 ஜாமீன் கட்ட வேண்டும் என அரசு அறிவித்ததை எதிர்த்து வழக்கு தொடர்ந்தனர். கழகத் தோழர்கள் வசூலித்து அனுப்பிய தொகையை அண்ணா கட்டி விட்டார். வழக்கை விசாரித்த நீதிபதிகள் ராஜமன்னார், சந்திரா ரெட்டி சர்க்காரின் ஆணையை ரத்து செய்து தொகையைத் திருப்பியளிக்க உத்தரவிட்டனர். பணம் கிடைத்ததும் நன்கொடை அளித்தவர்களுக்கே அனுப்பி வைத்தார் அண்ணா.

அதைத் தொடர்ந்து அண்ணாவும் பெரியாரும் ஒரே இடத்தில் தங்கியிருக்க நேர்ந்தது.

★

26. எழுத்துரிமை, பேச்சுரிமை

அண்ணா 7 ஆண்டுகள் முன்பு எழுதிய ஆரிய மாயை நூலுக்கு 1950ல் அரசு தடை விதித்தது. வெளியிட்ட திருச்சி திராவிடப் பண்ணை உரிமையாளரைக் கூண்டில் ஏற்றியது. அண்ணாவுக்கு 6 மாதச் சிறை. அதே நாளில் பொன்மொழிகள் நூலை எழுதியதற்காக பெரியாருக்கும் அதே திருச்சியில் சிறை தண்டனை தீர்ப்பானது.

அவ்வனுபவம் பற்றி அண்ணா எழுதியது: "பிரிந்து வெகுதூரம் வந்து விட்ட என்னை அன்று பெரியாருக்குப் பக்கத்தில் நிற்கச்

செய்து வேடிக்கை பார்த்தது வழக்குமன்றம். ஒரே வேனில் ஏற்றிச் சென்றனர். சிறையதிகாரி பெரியாரின் சாமான்களைக் கணக்குப் பார்க்கும் பொறுப்பை எனக்களித்தார். பக்கத்து அறை. பகலெல்லாம் திறந்திருக்கும். பலர் வருவர். இங்கு சிறிது நேரம், அங்கு கொஞ்சம் நேரம். இன்னும் சிலர் நாங்கள் பேசிக் கொள்கிறோமா எனக் கவனிப்பார்கள். அவர் அறைக்குள் இருக்கையில் நான் வெளியே மரத்தடியில். அவர் வெளியே வருவது தெரிந்தால் நான் அறைக்குள் போய் விடுவேன். இப்படிப் பத்து நாட்கள். விடுதலைக்கு முந்தைய நாள். பெரியார்க்குப் பணி செய்த கைதி என் அறைக்கு வந்து ஐயா தரச்சொன்னதாய் ஆறு பிஸ்கெட்டுகளைக் கொடுத்தார். வாங்கியதும் நினைவு அவருடனிருந்த பழைய தினங்களுக்குப் போனது.

விடுதலையன்று திமுகவினர் வரவேற்பு ஏற்பாட்டில் மும்மரமாய் இருந்து நேரத்தை மறந்தனர். வெளியே வந்ததும் வாசலருகே பெரியாரை அழைத்துச் செல்ல வந்த மோட்டாரில் என்னையும் ஏற்றிக் கொண்டனர். போட்டோ எடுப்பவர் இருவரையும் நெருங்கி நிற்கச் சொல்லி எடுத்தார். (ஆனால் அது வெளியாகவில்லை.) வேதாசலம் வீட்டில் பெரியார் இறங்கினார். நான் சாம்பு இல்லம் சென்றேன். திமுகவுக்கு பெரிய ஆபத்து அந்த 10 நாட்கள் என்றார் நண்பர். உண்மை. பெரியாருடன் பேசி நட்பைப் புதுப்பிக்க அத்தனை வாய்ப்புகளும் அத்தினங்களில் இருந்தன. நான் செய்யவில்லை. காரணம் நான் கொடியவன் என்பதல்ல. நான் ஓர் அமைப்புக்குப் பொறுப்பு என்பதால் என் செயல் அமைப்பைக் குலைக்கக்கூடியதாக இருக்கலாகாது என்ற எண்ணத்தால்."

1950 அக்டோபரில் சென்னையில் திமுக தலைமைச் செயற்குழு கூடி எழுத்துரிமை, பேச்சுரிமையில் அரசின் அடக்குமுறையை எதிர்க்கத் தீர்மானமாயிற்று. மறுநாள் டெல்லியிலிருந்து சென்னை வந்த ராஜாஜிக்கு கருப்புக்கொடி காட்டியது திமுக. அதில் அப்பாதுரையார் போன்றோர் தடியடிக்குள்ளாகினர். குன்றத்தூரில் கழகக் கூட்டத்துக்கு விதிக்கப்பட்ட 144-ஐ மீறி

என்வி நடராசன் பேசிக் கைதானார். அப்போது நடந்த துப்பாக்கிச்சூட்டில் மாங்காடு குட்டி இறந்தார். மாநிலம் கண்டித்தது. திருச்சி நாரணமங்கலத்திலும் சென்னையிலும் தடையுத்தரவை மீறிப் பேசிக் கைதானார்கள். இப்படித் தொடங்கிய ஓராண்டுக்குள் மக்கள் மனதில் வலுவாய் அமர்ந்தது திமுக.

சேலத்தில் திரைப்படத் தொழிலில் ஈடுபட்டிருந்த நான் கழகத் தொடக்கத்திற்காக சென்னை வந்து திரும்பியது சுவாரஸ்யம். சரி, நான் எப்படி சேலம் போனேன்?

★

27. நண்பர் கண்ணதாசன்

திருவாரூரில் முரசொலியைத் தொடர்ந்து நடத்த முடியவில்லை. பொழுது போவதே சிரமமானது. எழுத்தும் கூட்டங்களுமே ஆறுதல். காமு ஷெரீஃப் அப்போது சேலம் மாடர்ன் தியேட்டர்ஸில் பாட்டெழுதிக் கொண்டிருந்தார். அதன் உரிமையாளர் டிஆர் சுந்தரம் என்னைக் கொண்டு படங்களுக்கு வசனமெழுத விரும்புவதாகவும் அதற்கு நான் ஒப்ப வேண்டுமென்றும் உரிமையுடன் வற்புறுத்தினார். சேலம் சென்றேன். கட்சிப் பணிக்கு இடையூறு வரலாகாதென்ற நிபந்தனையுடன் ஒப்புக் கொண்டேன். மாதம் ரூ.500 சம்பளம். மருதகாசியும் அப்போது அங்கு பாட்டெழுதிக்கொண்டிருந்தார்.

அங்கே ஒத்திகைக்கூடத்தில் நடிகர்கள், பாடலாசிரியர்கள், இசைத்துறையினர் தங்கி இருந்தனர். கதை விவாதம், பாட்டெழுதுதல், இசையமைப்பு அங்கு நிகழும். நான் ஓட்டலொன்றில் தங்கி இருந்தேன். எம்சி சக்ரபாணி அங்கே நிரந்தர நடிகர். அவரும் ஷெரீஃபும் அங்கு ஒரு நண்பரை பாட்டெழுதுகிறவர் என அறிமுகப்படுத்தினர். நெற்றி முழுக்கத் திருநீறு. எதைப் பற்றியும் கவலைப்படாதவர் எனத் தோன்றியது. அவரைக் கேலி செய்யாதவரில்லை. சில மோசமாகவும் இருக்கும். சிலரிடம் எரிந்து விழுவார். சற்று நேரத்தில் அவர்கள்

தோளில் கைபோட்டுலவுவார். அது கவிஞர் கண்ணதாசன்!

சில வாரங்களில் கண்ணதாசன் கழகக்கொள்கைகளில் ஈர்ப்பாகி விட்டார். நெற்றியில் திருநீறு பூசுவதில்லை. அந்தத் திடீர், தலைகீழ் மாற்றம் அனைவருக்கும் ஆச்சரியம். ஆனால் கட்சியை விட நானே அவரைக் கவர்ந்தவனாக இருந்தேன் என்றே சொல்ல வேண்டும். அதனால் தானோ என்னவோ அவரிடம் கொள்கைப்பிடிப்பு குறைவு.

ஒருமுறை பொள்ளாச்சிக் கூட்டத்துக்கு சேலத்திலிருந்து கோவை வழியாகப்போகத் திட்டம். கண்ணதாசன் கோவையில் என்னுடன் இணைந்து கொண்டார். அப்போதவர் நெற்றியில் குங்குமப்பொட்டும் விபூதியும் இருந்தன. கேட்டதற்கு ஓர் அசட்டுச்சிரிப்பு. பேருந்து பயணம் முழுக்க என் பகுத்தறிவுப் பிரச்சாரம். அவரும் வாதம் செய்தார். இறங்கி நடந்து கொண்டிருக்கையில் சற்று பின்தங்கினார். திரும்பிப் பார்த்தேன். வெறும் நெற்றி தானிருந்தது! (இப்போது சில சமயங்களில் மீண்டும் அணிகிறார்.)

பொள்ளாச்சிக் கூட்டத்தில் தானும் பேச வேண்டும் எனத் துடித்தார். “வட்டிக்கு வட்டி வாங்கும் செட்டிமார் நாட்டில் பிறந்தவன் நான்” என்று தொடங்கி அழுத்தமான கழக முத்திரைப் பேச்சு. மகிழ்ந்தேன். பின் சேலத்திலிருந்து கூட்டங்களுக்குச் செல்லத் தொடங்கினோம். அக்காலத்தில்தான் திமுக தோன்றும் சூழல் உண்டானது. நானும் அவரும் சென்னைக்குத் தொடக்க விழாவுக்குப் போனோம். மறுநாள் அம்மாவையும் மனைவியையும் ஊரிலிருந்து சேலம் வரச்செய்து வாடகை வீட்டில் குடியேறத் திட்டம் என்பதால் நிகழ்ச்சிகளை முடித்த உடனே சேலம் திரும்புவதாக முடிவு.

★

28. கனிவு வென்றது!

சென்னை பவளக்காரத் தெருவில் வேதனையோடு கூடிய கழக வீரர்களோடு நானும் கலந்து கொண்டேன். எரிமலையும்,

பூகம்பமும், சூறாவளியும் நிகழ்ந்து கொண்டிருந்த அக்கூட்டத்தில் தென்றலாய் வீசியது அண்ணாவின் பேச்சு. கொதித்த உள்ளங்களுக்கு பனித்துளிச் சொற்களால் ஆறுதலளித்தார். “கருணாநிதி, நீ பிரச்சாரக்குழு உறுப்பினர்” என்றவர் சொன்னது இன்னும் செவிகளில் ரீங்காரமிடுகிறது. ராபின்சன் பூங்காவில் கூட்டம் முடிந்ததும் சில விஷயங்கள் பேசுவதற்கனெ அழைத்துப்போனார் அண்ணா.

தூக்கம் வருகிறதென நாங்கள் தங்கியிருந்த விருது நகர் நாடார் லாட்ஜிற்குக் கிளம்பி விட்டார் கண்ணதாசன். தேவராச முதலியாரின் வீட்டுக்கூடம்தான் அண்ணாவும் கழக முக்கியஸ்தர்களும் உரையாடுமிடம். கிழிந்த சோபா, உடைந்த நாற்காலிகள், ஓட்டை ப்பாய்கள், அழுக்கேறிய தலையணைகள் சூழ அண்ணாவின் ராஜரீகம் நிகழும். காரா பூந்தி, பகோடா, சிங்கிள் டீ என மணிக்கொரு விருந்து. சிலசமயம் விடியற்காலை 5 மணி வரை கூட விஷயாலோசனைகள் நடக்கும். அன்று அண்ணவும், நானும், பிற கழகத்தினரும் இரவு இரண்டு மணி வரை உரையாடல் நிகழ்த்திக் கிளம்பினோம்.

காலை ஏழு மணிக்கு சென்ட்ரல் ஸ்டேஷனில் ரயிலேறி இரவு சேலம் போய்ச் சேர வேண்டும். லாட்ஜுக்குத்திரும்பினேன். அறைக்கதவு தட்டினேன். திறக்கப்படவில்லை. தூக்கத்தைக் கெடுக்காதே எனப் பக்கத்து அறைக்காரர்கள் எச்சரித்தனர். ஒரு வழியாக கண்ணதாசன் வந்து கதவைத் திறந்து விட்டு, மறுபடியும் போய்ப் படுத்துக் குறட்டை விடத் தொடங்கினார். நான் பக்கத்துக் கட்டிலில் படுக்கும் நோக்கில் அங்கிருந்த இரு தட்டுக்களை அப்புறப்படுத்த எண்ணிக் கைவைத்தால் வழவழவென நெளிந்தது. சிறிய கருநாகம். அலறித்தட்டைக்கீழே போட்டேன். படுக்கையில் விழுந்து நெளிந்தது பாம்பு.

கண்ணதாசனும் நானும் வெளியே வந்து கத்தினோம். காவலாளிகள் கம்புடன் வந்து பாம்பை அடித்தனர். பயங்கரமான பாம்பு என்றும் அங்கே இன்னும் சில குட்டிகள் இருக்கலாம் என்றும் சொல்லிப் போனார்கள். அதற்குப் பின் அங்கிருக்கவே பயமாய் இருந்தது. கண்ணதாசன் தன்

படுக்கையில் போய்ப் படுத்துக் கொண்டார். படுக்கையை மாற்றிக் கொள்ளலாம் என்று சொன்னேன். பயந்தாங்கொள்ளி என்று கேலி செய்தார். “நீர்தான் வீரராயிற்றே, படுத்துக் கொள்ளுமே” என்றேன். குறட்டைதான் பதிலாக வந்தது. விளக்கைப் போட்டு, நாற்காலியில் அமர்ந்தபடி உறங்கத் தொடங்கினேன்.

★

29. மறக்க முடியாத பயணம்

விடிந்து ஆட்டோவில் சென்ரல் ஸ்டேஷன் போனோம். கண்ணதாசனிடம் மணிபர்ஸ் கொடுத்து சேலத்துக்கு 2 டிக்கெட் எடுத்து வரச் சொன்னேன். அவர் 3ம் வகுப்புக்குப் பதில் 2ம் வகுப்பு டிக்கெட் எடுத்து விட்டார். பர்ஸ் காலி. கண்ணதாசனிடம் 2 அணா இருந்தது. காலையுணவு அருந்தவில்லை. பகலெல்லாம் பயணம் செய்ய வேண்டும்.

ரயில் கிளம்பியது. எங்கள் பெட்டியில் 60 வயதுப் பெரியவர் இருந்தார். அவர் பழைய ஜமீன் குடும்பம். நாங்கள் யாரெனத் தெரிந்ததும் ஆர்வமாய் அரசியல் பேசினார். நீதிக் கட்சி பற்றி உணர்ச்சிகரமாய்ப் பேசியபடி ஆப்பிள்களை நறுக்கியுண்ண ஆரம்பித்தார். எங்களிடம் சாப்பிடுகிறீர்களா எனக்கேட்கவில்லை. கண்ணதாசன் “காஷ்மீர் ஆப்பிளா?” என்றார். “வேறெந்த ஆப்பிளும் நான் உண்பதில்லை” எனக்கூறிக் காரியந்தொடர்ந்தார்.

ஜோலார்பேட்டை வந்தது. அங்குதான் பிரயாணிகளின் மதிய உணவு. ஜமீன்தாருக்கு வண்டிக்குள் சாப்பாடு வந்தது. நாங்கள் சாப்பிட்டு வருவதாய்ச் சொல்லிச் சமாளித்துக் கிளம்பினோம். அங்குமிங்கும் சிறிது நேரம் உலவினோம். சாப்பிட்ட தோற்றத்துடன் திரும்ப வேண்டும். எப்படி? எனக்கு முன்பே ஒருமுறை இம்மாதிரி நடந்திருக்கிறது.

தஞ்சை திருவாஞ்சியத்தில் மாலை 5 மணிக்கு ஒரு திராவிடர் கழக நிகழ்ச்சி. அதை முடித்து 7 மைல் சென்று குடவாசலில்

பஸ்ஸேறிக் குடந்தை சென்று ரயில் பிடித்து சீர்காழிக்கு நாடகத்திற்குச் தலைமை வகிக்கச் செல்ல வேண்டும். திருவாஞ்சியத்தில் இருந்து குடவாசலுக்கு டாக்சியில் விடுவதாகச் சொல்லியவர்கள் நழுவி விட்டார்கள். நடந்தே குடவாசல் போன போது இரவு 9 மணி. பஸ் போய் விட்டது. அடுத்த பஸ் ஏறி குடந்தை சென்றேன். அந்த ரயிலும் போய் விட்டது. என்னை வரவேற்க சீர்காழி ரயிலடியில் மாணவர்கள் திரண்டிருந்தார்களாம். நான் குடந்தைத் தெருவில் நடந்து கொண்டிருந்தேன். காலையில் திருவாரூர் திரும்ப பஸ்ஸிற்குத்தான் பணமிருந்தது.

குடந்தை நாகேசுவரன் கோயில் சந்நிதியிலிருக்கும் உறவினர் வீட்டுக்குச் சென்றேன். அங்கு பத்தியச் சாப்பாடுதான் என்று நிலைமையைச் சொன்னார்கள். நான் அசட்டுப் புன்னகையோடு ஓட்டலில் போய்ச் சாப்பிட்டு வருகிறேன் எனக் கூறிக் கிளம்பினேன். காந்தி பூங்கா பக்கம் ஒரு கடையில் வெற்றிலை வாங்கிப் போட்டுக் கொண்டு வாய் சிவக்கத் திரும்பினேன். உறவினருடன் சிறிது நேரம் ஊர்க்கதை பேசிக் கொண்டிருந்து விட்டுத் திண்ணையில் படுத்திருந்து விடிந்ததும் முதல் பஸ் பிடித்தேன். சீட்டுக்குப் பணம் போதுமா எனச் சந்தேகம். அப்போது தெரிந்தவர் டிக்கெட்டுக்கான பணத்தைச் சில்லறையாக எடுக்க, என்னிடமிருந்த சில்லறைகளை அவரிடம் கொடுத்து எனக்கும் ஒரு டிக்கெட் எடுக்கச் சொன்னேன். அவர் எண்ணிப்பாராமல் இரண்டையும் சேர்த்துக் கண்டக்டரிடம் கொடுத்து எனக்கும் டிக்கெட் வாங்கி விட்டார். அது நினைவு வந்தது.

வெற்றிலை வாங்கிப் போட்டபடி ரயிலுக்குத் திரும்பினோம். விசாரித்த ஜமீன்தாரிடம் "பிரமாதமான சாப்பாடு" என்றோம். ஒரு நிறுத்தத்தில் ஜமீன்தார் எங்களைத் தன் பெட்டியைப் பார்த்துக் கொள்ளச் சொல்லி இறங்கினார். கண்ணதாசன் "அவரிடம் ரூ.5 கேட்டால் என்ன?" என்றார். "அவமானப்பட வேண்டாம்" என்று சொல்லி விட்டேன். அவர் மீண்டுமேறி வண்டி கிளம்பியதும் கண்ணதாசன் தொடர்ச்சியாய் ஒரு

பாடலை முணுமுணுத்தார்: "ஐயா சிறுவன்; ஏழை என் மேல் மனம் இரங்காதா?". பசி எனக்கு எப்போதும் பிரச்சனையில்லை. அது பழகாத நண்பர்தான் மிகவும் வாடி விட்டார்.

மாலையில் ஜமீன்தாருக்குக் காபி வருகிறது. எங்களை விசாரிக்கிறார். "எங்களுக்குக் காபியே பிடிக்காது" என்கிறோம். இக்கால இளைஞர்களின் ஒழுக்கத்தை வியக்கிறார்.

8 மணிக்கு மேல்தான் சேலத்தை வந்தடைந்தது வண்டி. அன்னை, மனைவி, மாறன் காத்திருந்தார்கள். அவர்களிடம் எங்கள் முதல் கேள்வி: "சாப்பிட என்ன இருக்கிறது?". கட்டுச்சோற்று மூட்டையை அவிழ்த்து ரயிலடியிலேயே உட்கார்ந்து சாப்பிட்டோம், கண்ணதாசன் 2ம் வகுப்புச்சீட்டு எடுத்த கதையை அம்மாவிடம் சொல்லிச் சிரித்தபடி.

★

30. சேலத்தில் குடும்பம்

சேலம் கோட்டையில் வாடகை வீட்டில் குடியேறினோம். 'மந்திரிகுமாரி' நாடகத்தைத் திரைப்படமெடுக்க மாடர்ன் தியேட்டர்ஸ் டிஆர் சுந்தரம் விரும்பினார். ஒப்புக்கொண்டு திரைக்கதை, உரையாடல் எழுதியளித்தேன். அதற்கு முன் அவர் எடுத்த 'மாயாவதி' படம் பெருந்தோல்வியைத் தழுவியிருந்ததால் மந்திரிகுமாரியச் சிறந்த முறையில் எடுக்கத் திட்டமிட்டார் சுந்தரம். பட ஆரம்ப விழாவுக்கு நல்ல நாள் பார்க்க அழைத்து வரப்பட்ட ஆரூடக்காரரை எனக்கு அறிமுகப்படுத்தினார்கள். "மாயாவதிக்கும் நீங்கள் தானே நாள் பார்த்தீர்கள்?" என்று நான் அவரிடம் கேட்க, அசடு வழிய ஆமோதித்தார்.

எல்லிஸ் ஆர் டங்கன் இயக்கத்தில் டிஆர் சுந்தரம் மேற்பார்வையில் உருவான படம் தமிழகத்தில் பெரும்புரட்சி உண்டாக்கியது; சனாதனிகள், எதிர்கட்சியினர் எதிர்ப்பைச் சம்பாதித்தது. அதில் கொள்ளைக்காரப் பார்த்திபன் கூறும் "கொள்ளையடிப்பது சிறந்த கலை" என்ற வசனத்தை என் கொள்கையாகச் சித்தரித்து கட்சியை விமர்சித்தார்கள்,

அப்பாத்திரம் படத்தின் இறுதியில் அழிவைச் சந்திக்கிறது என்பதைக் கூடப் புரிந்து கொள்ளாமல். எதிர்ப்பெல்லாம் வெற்றியாகப் பரிணமித்தது. நீண்ட நாட்கள் ஓடியது.

சேலம் வந்த கலைவாணர் மந்திரிகுமாரி பார்த்து விட்டு மறுநாள் என்னைச் சந்தித்து வாழ்த்தினார். தான் அடுத்துத்தயாரிக்கும் 'மணமகள்' படத்துக்குத்திரைக்கதை வசனம் எழுதக் கேட்டார். ஒப்புக்கொண்டேன். அவர் தங்கியிருந்த விடுதிக்கு என்னைக் காரில் அழைத்துப் போனார். உடுமலை நாராயண கவியும் அவர் மாணவர் செல்லமுத்துவும் உடன் வந்தனர். "வசனமெழுத எத்தனை பணம் வேண்டும்?" எனக்கேட்டார். "எனக்குத் தெரியாது என்றேன். சொல்ல வற்புறுத்தினார். நான் இறுதிவரை சொல்லவில்லை. அப்புறம் அவர் ஒரு துண்டுச்சீட்டில் ஏதோ எழுதிச் சுருட்டி என்னிடமளித்தார். நான் பிரித்துப் பார்க்காமலே வைத்திருந்தேன். பார்க்கச் சொன்னார். 4 பூஜ்யங்கள் அதில் எழுதப்பட்டிருந்தது. திகைத்தேன். அவரோ புன்னகைத்துக் கொண்டிருந்தார். அதில் ஏதோ நகைச்சுவை இருக்கிறது என்பதை உணர்ந்து கொண்டு "சம்மதம்" என்றேன்.

★

31. கலைவாணரின் பெருந்தன்மை

கலைவாணர் 4 பூஜ்யங்கள் எழுதப்பட்ட சீட்டை வாங்கி "1 எங்கே போடுவது, முன்பா பின்பா?" எனக்கேட்டார். "எதுவென்றாலும் சம்மதம்" என்றேன். அவர் பூஜ்யங்களுக்குப் பின் 1 சேர்த்து 00001 என்றாக்கி "சரிதானா?" எனக் கேட்டார். நான் ஆமோதித்து அந்தச் சீட்டைத் தலைகீழாக்கிக் காட்டினேன். அதாவது 10,000 என்று. கலைவாணர் குலுங்கிச் சிரித்தார். இப்படித்தான் எங்கள் கலைத்தொடர்பு தொடங்கியது. இறுதி வரை அவர் என்னைத் தன் உற்ற நட்பாகக்கருதினார். என் குடும்பத்து உறுப்பினராகவே இருந்தார்.

அவர் வற்புறுத்தலின் பேரில்தான் சேலத்திலிருந்து சென்னைக்குக் குடிபெயர்ந்தேன். தினம் என்னைக் காலையோ மாலையோ

வந்து சந்தித்து விடுவார். அவரும் நானும் நண்பர்களும் பல நாள் சென்னைக் கடற்கரையில் கதை பேசி மகிழ்ந்திருக்கிறோம்.

கலைஞன், உழைப்பாளி, வள்ளல், எளியவர். அண்ணாவின்பால் பேரன்பு கொண்டவர். சிரிப்போடு சிந்தனையும் தந்தவர். எப்படமெனினும் அவரும் மதுரமும் சில காட்சிகள் தோன்றினால்தான் படம் வெல்லும். அவற்றில் பகுத்தறிவுக் கருத்துக்கள் இருக்கும்.

அவர் புகழ் பொறுக்காத சிலர் அவரையும் பாகவதரையும் பற்றித் தவறாக எழுதினர். சில மஞ்சள் பத்திரிக்கைகள் அதற்கு இடமளித்தன. எதிர்ப்புகளைச் சமாளித்தார். ஒரு கொலை வழக்கில் இருவரும் கைதாகினர். பாகவதர் கண் கலங்கினார்; கலைவாணர் சிரித்தபடி சிறை சென்றார். அவர்கள் விடுதலைக்குப் பெரியாரும் அண்ணாவும் பாடு பட்டனர். வழக்கறிஞர் எத்திராஜின் வாதத் திறமையில் ஈராண்டுக்குப் பின் இருவரும் விடுதலையாகினர். உதவிய கழகத்தினரைக் கடைசி வரை அவர் மறக்கவேயில்லை.

தி.நகரில் குடியிருக்கையில் ஒருநாள் எனக்குக்காய்ச்சலென்று நண்பர்களுடன் பார்க்க வந்தார். சோர்ந்திருந்த என்னைச்சீட்டாட அழைத்தார். எல்லோரும் ரூ.1000 வைத்தாட, நான் ரூ.100 வைத்தாடினேன். முடிவில் எல்லோரும் தோற்க, எனக்கு ரூ.5000 லாபம். அப்பணத்தை வாங்கி மேலும் தானே காசு போட்டு ஒரு புதிய கார் எனக்கு வாங்கித் தந்தார். என்னை அதில் உட்கார வைத்து அவரே ஸ்டூடியோ அழைத்துப் போனார்.

ஒரு நாள் கலைவாணர் வீடு சென்றிருந்தேன். என் காரில் பெட்ரோல் இல்லை என செல்லமுத்துவிடம் ட்ரைவர் சொல்லி இருக்கிறார். அவர் மேனேஜரிடம் சொல்லி ஒரு காலன் பெட்ரோல் கூப்பன் வாங்கித் தந்திருக்கிறார். மானேஜர், “கலைவாணர் பணத்தை அழிக்காதே” என அவரிடம் சொன்னதோடு அதைக் கலைவாணரிடமும் பெருமிதத்துடன் சொல்லி இருக்கிறார். அப்போதவர் ‘மணமகள்’ படத்தில் ஆசிரியர் வேடத்தில் நடித்துக்கொண்டிருந்தார்.

அவ்வேடத்துடனே என் வீடு போய் அம்மாவிடம் 1000 பெட்ரோல் கூப்பன்களைக் கொடுத்துச் சென்றிருக்கிறார். மறுநாளே மானேஜரை வேலைநீக்கம் செய்து விட்டார். நான் அவர் வீடு சென்று கூப்பன்களைத் திருப்பிக் கொடுத்து விட்டு தேவையெனில் வாங்கிக் கொள்வதாய்ச்சொல்லி விட்டு அவரையும் மானேஜரையும் சமாதானம் செய்ய முயன்றேன். அவர் என்னைத் தழுவிக் கொண்டு நடந்ததற்கு வருந்த வேண்டாம் என்றார். அவ்வுள்ளம் கலையுலகில் எவருக்குண்டு!

★

32. பண்டார உருவில்...

கார் விபத்தில் கண்ணிலடிபட்டு எஸ்எஸ்ஆர் குழுவுக்காக 'மணி மகுடம்' நாடகத்தை எழுதியதால் கண்வலி வந்து மருத்துவமனையில் சேர்த்தனர். அப்போது பெங்களூரில் இருந்த கலைவாணர் இதைப்பத்திரிக்கையில் பார்த்து விட்டு சில நிகழ்ச்சிகளை ரத்து செய்து விட்டு சென்னைக்கு ஓடோடி வந்தார். தினம் காலையும் மாலையும் அவரும் மதுரமும் வந்திருந்து ஆறுதல் கூறிப் போவார்கள். மணி மகுடம் 100வது நிகழ்விற்கு மு.வ. தலைமை வகித்தார். உடல் நலமற்ற கலைவாணர் பேச்சை எழுதியனுப்பினார்.

அதில் ஒரு சம்பவம் குறிப்பிட்டிருந்தார். அவர் வீட்டுமாடியில் மணமகள் திரைக்கதை எழுதிக்கொண்டிருந்தேன். எழுதிய தாள்கள் காற்றில் மாடி முழுக்கச் சிதறிக்கிடந்தன. நான் கவனிக்காமல் எழுதிக் கொண்டிருந்தேன். அப்போது என் முன்னால் தாள்கள் அடுக்கி வைக்கப்பட்டன. திரும்பிப்பார்த்தால் புன்னகையுடன் கலைவாணர்! "கம்பன் எழுதியபோது சோழ மன்னன் இப்படித்தான் பின்னால் வந்து தாம்பூலம் கொடுத்தான்" என்றார். "நீங்கள் சோழ மன்னனாக இருக்கலாம். நான் கம்பன் அல்ல." என்றேன். அதை மேடையில் நடிகமணி நாராயணசாமி படித்த போது உணர்ச்சிமயமானேன்.

கலைவாணர் ஒரு கட்சிக்கு மட்டும் உரியவராகத் தன்னை

ஆக்கிக் கொள்ளவில்லை. கம்யூனிஸ்ட் கட்சித் தலைவர் ஜீவானந்தம் அவருக்குச் சகோதரர் போல் இருந்தார்.

ஒருமுறை கலைவாணர் வீட்டிற்குப்போயிருந்த போது மாடிக்கு அழைத்துப் போனார். பகலில் ஜன்னல்கள் மூடி விளக்கு எரிந்ததைக் கவனித்துக் கேட்டேன். “காமெடியன் வீடல்லவா!” என்றார். பின் “பண்டாரம் போன்ற மாயாவியை உங்களுக்கு அறிமுகம் செய்கிறேன்” என்றார். திரை விலக்கி ஓர் உருவம் வந்தது. கட்டுடல், மொட்டைத் தலை, காவித்துண்டு, ருத்ராட்ச மாலை. "சாமிக்கு எந்த ஊர்?" என்றேன். கலைவாணர் “ரஷ்யா!” என்றார். நாஸ்திக பூமியிலேது பண்டாரம் என யோசித்தேன். கலைவாணர், “அரசால் தேடப்படும் கிளர்ச்சிக்கார கம்யூனிஸ்ட்கள் அண்டர் கிரவுண்ட் வாழ்க்கை நடத்துவர். அப்படித்தான் இவர். யார் எனக்கண்டுபிடியுங்கள்.” என்றார். உற்றுப்பார்த்து உணர்ந்து கொண்டேன். மீசையற்ற ஜீவானந்தம்! சுமார் 3 மாதம் அங்கே வாழ்ந்தார்.

ஜீவாவின் மீதான பற்றை கம்யூனிஸ்ட் கட்சி மீது வைத்ததாய்ச் சொல்ல முடியாது.

★

33. வானத்து மத்தாப்பு

1957. திமுக முதன்முதலில் தேர்தலில் நின்றபோது கலைவாணர் பல தொகுதிகளில் பிரசாரம் மேற்கொண்டார். நான் குளித்தலையில் போட்டியிட்டேன். ஒருமுறைதான் அழைத்தேன். மூன்று முறை வந்தார் பிரச்சாரத்துக்கு. வாரி வழங்கிய வள்ளல் தன் இறுதிக் காலத்தில் வறுமை கண்டாலும் வாட்டமுறவில்லை. சிரித்தே சமாளித்தார்.

சேலம் விடுதியில் தங்கியிருக்கையில் ஓர் ஏழை நடிகன் தன் திருமணத்துக்கு உதவி கோரி அவரை நாட, கை கழுவத்தண்ணீர் எடுத்து வருவது போல் வெள்ளிக்கூஜாவை வெளியே எடுத்து வந்து கண்கலங்க அவனிடம் கொடுத்தனுப்பி வைத்தாராம். மதுரம் அவர்களுக்குத் தெரியக்கூடாதென. மதுரமும் புரிந்தும்

புரியாதது போல் நடந்தாராம்.

அப்போது சேலம் ஊராட்சி மன்றத்தில் அண்ணாவின் படத்தைத் திறந்து வைத்துப் பேசினார். அதுவே அவர் கலந்து கொண்ட கடைசி நிகழ்ச்சி. சென்னை திரும்பியதும் மருத்துவமனையில் சேர்க்கப்பட்டு இறந்தார். அண்ணாவின் கடைசிப் பொதுநிகழ்ச்சி சென்னையில் கலைவாணர் சிலையைத்திறந்து வைத்ததுதான். எப்படியான தொடர்பு!

கலைவாணர் சிலைக்கு நான் பலமுறை முயற்சித்துத்தோற்ற பின் ஜெமினி எஸ்எஸ் வாசன், நண்பர் ஏஎல் சீனிவாசன் உதவியில் வாணி மகால் எதிரே சாத்தியமானது. அண்ணா போலவே கலைவாணரும் என் வாழ்வில் ஒரு சுடர். அவரது கடைசி அத்தியாயம் சோகமானது. சிரிப்பு உடலுக்கு நல்லதென்றவர் உடலுக்குத் தீங்கான ஒன்றுக்கு அடிமையானார். கலையுலகில் புகழேணி ஏறுபவர்கள் கட்டுப்பாட்டுடன் இருக்க வேண்டும். கலைவாணரின் வாழ்வைப் பாடமாகக் கொள்ள வேண்டும்.

“வானத்து மத்தாப்பு கீழே விழுந்தால் கரிக்கட்டை. இதுவே கலைஞர்கள் வாழ்வும்.” என்பது அண்ணா வாக்கு. ஒரு திருமண விழாவில் அண்ணாவுக்கு முன் பேசிய ஒரு நடிகர் ஒழுக்கத்தோடு வாழ்வது பற்றி அறிவுரை கூறினார். அண்ணா பேசுகையில் “நடிக நண்பர் சொன்னது போல் வாழுங்கள், செய்வது போல் வாழாதீர்கள்” என்றார்.

கலைவாணருக்கு அஞ்சலி செலுத்த லட்சக்கணக்கில் கூடினர். அவர் வீட்டுச்சுவர் இடிந்து விழுமளவு கூட்டம். அக்காட்சியைக் கவிதையாக்கினேன். “பனிப்பார்வை- கனிப்பேச்சு - தனித்திறமை / இனிப்போடு எழிற்காட்சி வருகின்ற இசைப் புலவன்!” என்று தொடங்கி “யாருண்டு இனிமேலே உன்போல் நல்லோன்! / நீயுண்டு! நின் புகழுண்டு - என்றென்றும் தமிழர் நெஞ்சில்!” என முடியும் அதன் சில வரிகள்:

இதழ்க்கடையில் புன்னகையைத் தேக்கிக் கொண்டு

மலர்க் கண்ணால் வரவேற்புக் கூறுகின்ற காட்சி எங்கே?

கிளிச்சிறகின் நிறம்போல இலையெடுத்துப் புதுக்
கிளிஞ்சல் சுண்ணாம்பும் பாக்கும் சேர்த்துக்
குதப்புகின்ற கோலச் செவ்வாய் காட்டுகின்ற
குறுஞ்சிரிப்பு முகந்தான் எங்கே?
புனலிலே மிதக்கட்டும் தமிழர் என்றே
தணலாகிப் போனாயோ - கலைத் தலைவா?
நீரோடை நிலங்கிழிக்கும் நெடியபெருந் தமிழ்நாட்டில்
சீரோடு வாழ்ந்திருந்த கலையரசே! நீ,
வேரோடு சாய்ந்துவிழப் புயல்வீசும் என உணர்ந்தால்
கோடானு கோடிகரம் அப்புயலைத் தடுத்திருக்கும்!

இப்படித்தான் இருக்க வேண்டும் என்றில்லாமல் எப்படியும் வாழலாம் என வாதிடும் நண்பர்களுக்கு சீனத்துக் கலைஞர் சிலரை அறிமுகம் செய்வதென் கடமையாகிறது.

★

34. சீனத்துக் கவிஞர் மூவர்

சீனக்கவிஞன் லிபோ 10 வயதில் கவி எழுதியவன், மலைவாசத்தினால் பொலிவும் வலிவும் கொண்டவன். அவன் கவிதையிலும் கட்டுடலிலும் கன்னியர் மயங்கினர்; அவன் மதுவிடம் மயங்கினான். ஒரு கோப்பை மதுவுக்காக பல மைல் நடந்தவன். ஜாடி மது கொடுத்தால் நூறு கவிதை எழுதுவான். அவனுக்கு மணமானது. பணத்தை மதுவுக்கே கரைத்ததால் ஒரு கட்டத்தில் மனைவி, மக்கள் அவனைப் பிரிந்தனர். வறுமையிலும் கவிதையூறுகிறது. மனைவியை நினைத்து அழுகிறான்: "அழகியே, நீ இருக்கையில் இல்லம் நிறைய மலர் பரப்பி வைத்தேன். இன்று வெறும் கட்டிலில் மெத்தையைச்சுருட்டி வைத்துள்ளேன்." சிறை சென்றான், நாடோடியாகத் திரிந்தான், நோய்வாய்ப்பட்டுக் கிடந்தான்.

ஒருநாள் லிபோ போதை தலைக்கேறிய நிலையில் ஆற்றோரம் நடந்து கொண்டிருந்தான். நீரில் நிலாப்பிம்பம் தெரிகிறது. "எத்தனையோ முறை எவ்வளவோ தொலைவிலிருந்து உன்னைப் பாடியிருக்கிறேன். அருகிலேயே வந்து விட்டாயா! உன்னை அணைக்கிறேன்." என்று ஆற்றில் குதித்து மாண்டான்.

தாபூ என்ற சீனக் கவிஞனும் மது, மங்கையின் மடியில் கவிமாலைகள் தொடுத்தான். அவனை ஆதரித்த இராணுவப் பிரபு திடீரெனக் காலமாகி விட, மனைவி, மக்களுடன் ஊர் ஊராகத் திரிந்தான். கடைசியாக நண்பன் ஒருவன் அவனுக்குச் சோறு போட்டுக் கவிதை பாடச்சொன்னான். பசியாறிப் பாட நிமிர்ந்தவன் மயங்கி விழுந்து மாண்டான்.

ஆனால் சீனக்கவி போசூயி வேறு மாதிரி. இராணுவத் தளபதி. ஒழுக்கமான வாழ்வு. அரசு அலுவல்கள் மத்தியில், நண்பர்கள் சூழ இருந்தாலும் தனிமைக்கு நேரமொதுக்கி 4,000 கவிதைகளுக்கு மேல் எழுதியவன். உயர்பதவிக்காரன் என்றாலும் மக்களிடம் நெருங்கிப் பழகி கவிதை வாசித்துக் காட்டுவான். அவர்களின் அன்பும் மரியாதையும் அவனுக்குக் கிட்டின. அவர்கள் வீட்டுச் சுவர்கள் அவன் கவிதை தாங்கி நின்றன. மதுப்பழக்கமே மனவெழுச்சி; வறுமைத்தொல்லையே உணர்ச்சி வெள்ளம்; கவலை, கஷ்டங்களே கற்பனையூற்றுக்கள் என்ற தவறான இலக்கணங்களை உடைத்தான்.

கலைவாணரின் கலையுணர்வு அவர் வளமாய் வாழ்ந்த போதும் சரி, வறுமையுடன் போராடிய போதும் சரி, உயரத்தான் இருந்தது. இவ்வரலாறு தெரியும் என்பதற்காகச் சொல்லவில்லை. மற்றவர்கள் தெரிந்து திருந்த வேண்டுமென்றுதான் சொல்கிறேன்.

சிதம்பரம் கோயிலுக்குச் செல்ல வேண்டுமென்று போராடிய தாழ்த்தப்பட்ட தோழன் நந்தனைக் கிந்தனாக்கி கதை நடத்தினார் கலைவாணர். இங்கே அவன் போவதற்கு விரும்புவது ஆண்டவன் கோயிலுக்கல்ல; அறிவுக் கோயிலுக்கு. சாதியைச் சாடும் அக்கதாகாலட்சேபத்தை விரும்பிக் கேட்பார் அண்ணா. அடிக்கடி சொல்லி ரசிப்பார்.

கலைவாணர் சிலை திறந்து வைத்த பின் 20 நாட்கள் கூட அண்ணா இருக்கவில்லை. காலை 9 மணிக்கு விழா. நான் அண்ணாவின் அருகில். படுக்கையில் புரண்டிருந்தவர் எழுகிறார். நோயின் வேதனை மீறிய சிரிப்புடன் "நேரமாகி விட்டது" என்கிறார். "நான் பார்த்துக்கொள்கிறேன், நீங்கள் ஓய்வெடுங்கள்" என்கிறேன். பிடிவாதமாய் இருக்கிறார். அண்ணியாரும் தடுக்கிறார்கள். "என்எஸ் கிருஷ்ணன் சிலை திறப்புக்குப் போகாமல் இருக்க முடியுமா?" என்று சற்று கடுமையாகக்கேட்கிறார். அதற்கு மேல் பேச்சில்லை.

விழாவில் வரவேற்புரை ஆற்றிய ஜெமினி எஸ்எஸ் வாசன், "பெரியவர்கள் சிலை திறக்க இப்போதுதான் நல்லவேளை ஏற்பட்டிருக்கிறது நாட்டில்" என்று சொல்கிறார். அண்ணா உரையாற்றுகையில் "வாசன் நல்லவேளை என்று குறிப்பிட்டது நாங்கள் ஆள வந்திருப்பதைத்தான்" என்கிறார். நோயிலும் பேச்சின் அற்புதம் போகவில்லை!

★

35. மாவீரன் கே. வி. கே. சாமி

1949 செப்டம்பர் 17ல் சென்னையில் திமுக தொடங்கப்பட்டாலும் அக்டோபர் 17ல்தான் தமிழ் நாடெங்கும் தொடக்க விழாப் பொதுக்கூட்டங்கள் நடந்தன. நான் கோவில்பட்டி, தூத்துக்குடி கூட்டங்களில் கலந்து கொண்டேன். தூத்துக்குடி என்றதும் வஉசி நினைவு வருவதுபோல் கழக மாவீரன் கேவிகே சாமியின் நினைவும் மனதில் பொங்கியெழும்.

கட்சியினால் தனக்கென்ன லாபம் என்று கணக்குப் பாராமல் தன்னால் கட்சிக்கென்ன லாபம் எனப்பாடுபட்டவர். எந்த இயக்கத்தின் வளர்ச்சிக்கும் தொண்டர்களே காரணம். அவர்களை அடிமைகளாகக் கருதிக் கறிவேப்பிலையாக்கும் தலைவர்களும் உண்டு.

1937ல் இந்தி எதிர்ப்பு தீவிரமாகிக் கொண்டிருந்த போது அதில் அக்கறை மிகுந்த ஒரு பிரமுகர் திருவாரூருக்குப் பேச

வருகிறார் என ஊரெல்லாம் விளம்பரம். அண்ணா கட்சிக்கு வரும் முன்பே மக்களை வசீகரித்தவர். மாலைக் கூட்டத்துக்கு மதியமே வந்து விட்டார். அவரைக்காண நானும் இன்னும் சிலரும் போனோம். பார்த்தவுடனே வெறுப்புதான் ஏற்பட்டது. நகை, பாவனை என அத்தனை ஆடம்பரம். தொண்டுள்ளம் கொண்டவரல்ல எனப் புரிந்தது. அவரும் விரைவிலேயே கட்சியை நீங்கி விட்டார்.

எளிமையும் இனிமையும் கொண்ட தலைமைதான் ஓர் இயக்கத்துக்குத் தேவை என உணர்ந்தேன். அதற்குப் பொருந்திப் போன அண்ணாதான் எனக்குத் தலைவரானார். பேச்சாளர்கள் தொண்டர்களை ஏவலாளாக நடத்துவதை பெரியாரோ அண்ணாவோ ஆதரித்ததில்லை. ஆனாலும் அப்படியானவர்கள் கழகத்தில் இருக்கத்தான் செய்தனர்.

அதைப் பொருட்படுத்தாமல் பணியாற்றியவர் கேவிகே சாமி. பொதுக்கூட்டம், மாநாடு, போராட்டம், சிறை எதற்கும் தயங்கியதில்லை. அவரைத் தீர்த்துக் கட்ட சிலர் திட்டம் போட்டனர். அண்ணா அவரை “இரவில் தனியாகப் போகாதே!” என எச்சரித்தார். ஓர் இரவு கழக அலுவலத்தில் நண்பர்களுடன் உரையாடிவிட்டு சைக்கிளில் வீடுதிரும்பிக் கொண்டிருந்த சாமியை எதிரிகள் சூழ்ந்து கொண்டு கத்திகளிலும் கட்டாரிகளிலும் குத்திக் கொன்றனர். அன்று அவர் சிந்திய ரத்தம் பல வெற்றிகளைத் தூத்துக்குடியில் ஈட்டியது. ஆனால் விளைச்சலைப் பார்க்க விதை போட்ட விவசாயிதான் இல்லை.

விரைவில் திருமணமென்று அவர் என்னிடம் சொல்லி ஒரு மாதம்கூட ஆகவில்லை. அவ்வீரன் கொலையுண்டபோது என் நெஞ்சு வடித்த கண்ணீரைக் காவியமாக்கினேன். “சோலையிலே தென்றலே இன்பம்...” என்று தொடங்கும் அதிலுருந்து சில பகுதிகள்:

“விடுதலைக்குத் தாவுகின்ற என்னை உன்றன் காதலுக்குக்காவு கொடுக்க எண்ணாதே!”

“இருவருமே போர்க்களத்தில் இணைந்து நிற்போம். அணைந்து விட்டாலும் ஆகட்டும்.”

“களம் புகுந்து வருகின்ற பகையைச்சாடுகின்ற நேரம் உளம் புகுந்த நேரிழையாளுக்கு எது நேர்ந்ததோ என ஒரு கணம் தயங்கும். அதற்குள் என் படை மயங்கும்.”

“மணத்திற்குத்தான் இசைய மறுக்கின்றீர். மங்கையென்னை உண்பதற்குப் போட்டு வைத்த இலை போலப் பூப்படுக்கை உண்டே, அங்கு வாரீர்!”

“பால்சோறு பானையிலே இருக்கட்டும்; பசியுண்டு என்றாலும் பாழாக்க மாட்டேன்!”

“கத்துக்கடல் விளைகின்ற முத்தெடுத்து மாலை தொடுத்துவைக்கிறேன்! நீர் திரும்பும் வரை இங்கே நிற்கின்றேன். இல்லையேல் இக்கடற்கரையே எனக்குக் கல்லறையாம்!”

விடைபெற்றுப் போன சிங்கம், தலைவனைக் கண்டு பேசி, நிலை அறிந்து தேர்ந்து யுத்த தளபதியாக நின்றிருந்தான். போருக்கு நாள் பார்க்க வேண்டியதுதான் பாக்கி. பாசறைக்குப் பக்கத்தே படை நடத்தும் விதம் பற்றித் தனிமையிலே யோசனைக்கு அடிமையானான். அப்போது ஆறேழு நரிக்குணத்தார் அவன் மீது பாய ஓடி வந்தார்.

“கழுகுக்கும் பருந்துக்கும் இவ்வுடலைக் கொடுப்பதற்கே களம் செல்ல இருக்கிறேன். அதற்குள்ளே உமக்கு ‘முடை’ என்றால் எடுத்துச் செல்வீர். ஆயின் ஒன்று; என்னொருவன் உயிர் பறித்தல் மட்டுந்தான் உம்மாலே ஆவதன்றி நான் வளர்த்த உணர்ச்சிகளை, உண்மை வீரர்களை அழித்துப் போடல் ஆகாதென அறிவீர்.”

அங்கங்களை ஆலமர விழுது போல் அறுத்தெறிந்தனர். தலை நொறுங்கித் தரையில் சாய்ந்தான். அத்தைமகள் முத்தமிடத்துடித்த இதழில் அரிவாள் வீச்சு. மலர் முகம் புதைத்திருக்க தேர்ந்தெடுத்த மணி மார்பில் உதிர வெள்ளம். சித்திரம் சிதைந்தது எனக் கேள்வியுற்றாள்: கடலலை ஓரம்

நின்ற கட்டழகி. முத்து மாலையைக் கடலில் வீசி எறிந்தாள். தானும் அத்தானை நினைத்தவாறு ஆழ்கடலின் அடியிற் சென்றாள்.

சாமி போன்ற சாமானியர் வடித்த கண்ணீரும் செந்நீருமே கழகம் எனப் புரிந்தவர்கள்

தாம் இதன் எதிர்காலத்தை வலுவாக்குவர். மேனாமினுக்கிகள் அவ்வழியில் நெருஞ்சி.

★

36. இந்தி எதிர்ப்பில் தந்தையும் நானும்

திமுக பட்டிதொட்டியெல்லாம் பரவியது பார்த்து பெரியார் திராவிடர் கழகத்தையும் பரப்ப முனைந்தார். இருப்போரும் கட்சி மாறி விடலாகாதென எண்ணினார். திராவிடர் கழகத்திலேயே இருந்து விட்டவர்களுக்குக் கொள்கைப்பிடிப்பை விட பெரியார் பற்றே காரணமாக இருந்தது. அண்ணாவும் அவர் பின் சென்றவர்களுக்கும் அப்பற்று உண்டு என்றாலும் அதை விட மாநிலத்தின் எதிர்காலம் முக்கியம் எனக் கருதினர். திராவிட நாட்டின் கவர்னர் ஜெனரல் கேவிகே சாமி என்று பெரியார் சொன்னதையும் மறந்து, பிரிந்து வந்து, திமுகவுக்காக உயிர் விட்டாரெனில் அண்ணாவின் வசீகரம் விளங்கும்.

திராவிடர் கழகம் காக்க வடநாட்டுக் கடை மறியல், சாதிப்பெயர் கொண்ட உணவு விடுதி மறியல் எனப் பெரியார் போராடினார். ரயில் நிலைய உணவு விடுதிகளில் சாதிப்பெயர்ப் பலகைகள் நீக்கப்பட்டன. அடுத்து திமுகவும் திகவும் ரயில் நிலையப் பலகைகளில் ஊர்ப்பெயர் இந்தியில் முதலில் எழுதப்பட்டிருப்பதை எதிர்த்து அதைத் தார் பூசியழிக்கும் போராட்டத்தை ஒரே நாளில் ஆனால் தனித்தனியாகத்தொடங்கின.

அண்ணா, கேஆர் ராமசாமி, ஈவேகி சம்பத் கோவை ரயிலடியில் இந்தி எழுத்துக்களை அழித்தனர். திருச்சி ரயிலடியில் பெரியாரும்

நானும் அழித்தோம். வேலை முடித்து திருச்சி வீதிகளில் ஆயிரக்கணக்கான திமுகவினர் கொடியேந்தி ஊர்வலம் போனோம். தெப்பக்குளத்தில் காரில் சென்று கொண்டிருந்த பெரியார் இறங்கி எங்களை வாழ்த்தி அனுப்பினார். கட்சி பிளந்த பிறகும் அவரது பாசமும் பற்றும் விட்டுப்போகவில்லை.

தெப்பக்குளத்துக்கருகே அஞ்சல் நிலையத்தில் முதல்வரிசையில் இந்தி எழுத்துக்கள் மின்னின. ஆனால் அப்பலகை எட்டும் உயரத்தில் இல்லை. ஏறவும் வசதியில்லை. சறுக்கலான கூரை. இரு தோழர்கள் தோளேறி, கட்டிடத்தின் மீது தாவி, கூரையில் தவழ்ந்து பலகை அடைந்து இந்தி எழுத்துக்களை அழித்தேன். மனம் கொண்டாடியது. டென்சிங்கும், ஆம்ஸ்ட்ராங்கும் கூட அத்தனை அதிகம் மகிழ்ந்திருக்க மாட்டார்கள்.

ஆனால் திருச்சியில் திமுகவால் வளர முடியவில்லை. காங்கிரஸும் கம்யூனிஸ்டும் திகவும் அங்கே கோலோச்சின. உட்கட்சிப் பிரச்சனைகளே காரணம். அண்ணா திருச்சி வந்தால் சம்பத்தின் நண்பர் சாம்பு வீட்டில் தங்குவார். சாம்பு வீட்டுப்பையன் ஒருவன், அண்ணா வீட்டில் உண்டு சென்னையில் படித்துக்கொண்டிருந்தவன் காங்கிரஸுக்குப் போய் அவரைத் தாக்கினான். சாம்புவின் நண்பர்கட்கும் திருச்சி திமுகவினருக்கும் பிரச்சனைகள் வளர்ந்தன. நட்பு வேறு, கட்சி வேறு என அண்ணா அணுகியும் அதிகப் பலனில்லை. திருச்சியில் திமுக சரிந்தது. முடிவில் இனி திருச்சிக்கு வருவதில்லை என அறிவித்தார் அண்ணா. பல நிகழ்ச்சிகளுக்கு அழைத்தும் வர மறுத்து விட்டார்.

அன்பில் தர்மலிங்கம், பொன்மலை பராங்குசம், புண்ணை முத்துகிருஷ்ணன், எம்எஸ் மணி ஆகியோர் எப்படியும் அண்ணாவை அழைத்து திருச்சியில் கூட்டம் நடத்த முயன்றனர். பராங்குசம் தூதுவராக அனுப்பப்பட்டார். அவருடன் நான், செழியன், வாணன் காஞ்சி போனோம். பேசிப் பயனில்லை. கண்டிப்பாக மறுத்து விட்டார். "உட்சண்டைகள் திருச்சியில் கழகத்தைக் குலைத்து விட்டன. அதைச் சரி செய்து காட்டும் வரை வர மாட்டேன்." என்றார். "நீங்கள் வந்து பேசினால்

தானே எல்லாம் சரியாகும்?" எனக் கேட்டார் பராங்குசம். "கருணாநிதியை வைத்துக் கூட்டம் நடத்து. கழகத்துக்கு உயிர் இருக்கிறது தெரிந்தால் வருகிறேன்." என முடித்தார் அண்ணா.

மனம் நொந்த தோழர்கள் கழகத்திலிருந்து ஒதுங்க முடிவு செய்திருப்பதாக அறிந்து திருச்சி ஓடினேன். திமுகவினரைக் கூட்டி அண்ணாவின் உள்ளத்தை விளக்கினேன்: "ஒற்றுமையும் வளர்ச்சியும் காட்டினால் அண்ணாவைத்தானாக இங்கு வரவைக்கும்".

சோர்ந்து போன தோழர்களிடம் சுறுசுறுப்பு தோன்றியது. அடுத்த வாரம் திருச்சியில் 50 இடங்களில் நான் கொடியேற்றுவது, ஐந்தாறு கூட்டங்களில் பேசவதென ஏற்பாடு. என்னை ஆட்டோ ஒன்றில் வைத்து 50 இடங்களுக்கு ஊர்வலம் விட்டனர். மற்ற ஊர்களுக்குமது பரவியது. சேலத்தில் 60 கொடி, கோவையில் 70 கொடி என எனக்கு நிகழ்ச்சிகள் ஏற்பாடாகின. கொடியேற்று விழாக்கள் புதிய பிரச்சார உத்தி ஆயிற்று.

ஓராண்டில் திருச்சி திமுக ஒப்பற்ற வளர்ச்சி கண்டது. அண்ணா மகிழ்ந்தார். தேங்கிய கைத்தறித்துணிகளை விற்க திமுக நாள் குறித்தது. திருச்சியில் யார் விற்பதெனக் கேள்வி எழுந்த போது, "நான் போகிறேன்" என அண்ணாவின் குரல் ஒலித்தது. அதே திருச்சியில் 1956ல் கழகத்தின் முதல் மாநில மாநாட்டை நடத்தவும் ஒப்புதல் தந்தார்.

அண்ணா திருச்சியில் விற்றதுபோல் உடுமலை நாராயணகவி பாடலை முழங்கியபடி கழகத்தினர் தமிழகமெங்கும் துணிகள் சுமந்துபோய் ஒரே நாளில் லட்சம் ரூபாய்க்கு விற்றனர். சென்னை விற்பனையை நான் கவனித்தேன் (ரூ.20,000 வசூல்). நெசவாளர் கண்ணீர் துடைக்கப்பட்டது. கழகத்தினர் கைத்தறிதான் அணிய வேண்டும் என்றானது.

தஞ்சைப் புயலில் பாதிக்கப்பட்ட நாகை, வேதாரண்யம் மீனவர்களுக்கு உடை வழங்க நிதி வசூலிக்க திமுக முடிவெடுத்து குழுவின் தலைமைப் பொறுப்பை எனக்களித்தது. ரூ.25,000 வசூலிக்க நோக்கம். ஆனால் உண்டியல் ஏந்தியும், நாடகங்கள்

ஆடியும் ரூ.35,000 வசூலித்துக் கைத்தறித் துணிகள் வாங்கி அரசாங்கத்திடம் வழங்கினோம்.

★

37. கறுப்புக் கொடி

மத்திய மந்திரி எவர் தமிழகம் வந்தாலும் கறுப்புக்கொடி காட்ட திமுக தீர்மானித்தது. 1950ல் திவாகருக்கு சென்னை, காஞ்சியில் 1951ல் அரிகிருஷ்ண மகதாபிற்கு கோவை, சென்னை, திருச்சி, மதுரையிலும் கறுப்புக்கொடி காட்டப்பட்டது. பலரும் கைதாகினர்.

திருவையாற்றுக்கு வரவிருந்த கவர்னர் ஜெனரல் ராஜாஜிக்குக் கறுப்புக்கொடி காட்ட அண்ணாவிடம் விவாதித்தோம். தஞ்சை மாவட்டச்செயலாளர் கேகே நீலமேகத்தைக் கலந்து தீர்மானிக்குமாறு சொன்னார். நானும் மன்னை நாராயணசாமியும் அவரில்லம் போனோம். நிதானமானரான அவர் தஞ்சையில் திமுக வலு இல்லை என்று சொல்லி வேண்டாமென்றார். சிதறிக்கிடக்கும் கழகத்தாரைத்திரட்ட வேண்டுமென வாதிட்டேன்.

தஞ்சை பெரியார் பூமி. மாயவரம் நடராசன், நாகை மணி, திருவாரூர் ரெங்கராசன், பட்டுக்கோட்டை அழகிரிசாமி, நாகை காளியப்பன் போன்ற தூண்களைத் தந்த மண். திமுக உருவான பின்னும் அது திக கோட்டையாகத் தொடர்ந்தது. மிட்டாமிராசுகள் நிறைந்த காங்கிரஸும் கோலோச்சியது. அங்கே திமுக ஊடுருவப் பாடுபட்டோம்.

இறுதியில் நீலமேகம் சம்மதித்தார். கறுப்புக்கொடிக்கு ஒரு மாதம் முன் தொடர்ந்து கூட்டங்கள் நடத்தித் தோழர்களைத் திரட்ட வேண்டுமெனக் கூறினார். 26 தினங்கள் அல்லும் பகலும் தஞ்சை முழுக்க நூற்றுக்கணக்கான கூட்டங்கள் நடத்தினோம். அலைச்சலில் என்னுடல் நலிவுற்ற போதும் என் தலைமையில் கறுப்புக்கொடிக்கு ஏற்பாடானது. அதற்கு முன் போலீஸ் எங்களைக் கைது செய்யத் திட்டமிட்டது.

திருவாரூரிலிருந்து தஞ்சைக்கு முந்தைய இரவு ரயிலில் போனேன். இறங்கியவுடன் கைது செய்யப்படுவேன் எனப் புரிந்ததால் வேறு வழியில் வெளியேறி, சட்டையைக் கழற்றி, தலையில் முண்டாசு கட்டிக் கொண்டு தண்டவாளத்தின் மீது நடந்து ஒரு மைல் அப்பால் போய் மாட்டுவண்டி பிடித்து கரந்தை நண்பர் வீட்டுக்குப் போனேன். போலீஸ் என்னைக் காணாது திகைத்து, உடன் வந்த மன்னை நாராயணசாமியைக் கைது செய்தது. கரந்தைப் புலவர் ஏகே வேலனை ஜீப்பில் ஏற்றி நான் இருக்கும் இடத்தைக் காட்டச் சொல்ல, அவர் பல இடங்கள் சுற்றிக் கை விரித்து விட்டார்.

மறுநாள் காலை பள்ளி அக்ரகாரம் என்ற ஊரின் வழியே திருவையாறு செல்கிறார் என்று தெரிந்ததும் தொண்டர்கள் அங்கே அணிவகுக்க ஏற்பாடு செய்யப்பட்டது. நான் வாகனத்தில் சென்றால் பிடித்து விடுவார்கள் என்பதால் குறுக்கு வழியில் நடந்தே அவ்விடத்தை அடைந்தேன். அணிவகுப்பில் என்னைக் கண்டு போலீஸ் திடுக்கிட்டது. ஆனால் அங்கே கைது செய்தால் பரபரப்பாகும் என்பதால் தவிர்த்தார்கள். நீலமேகம் திருப்தியுறும் வண்ணம் கறுப்புக்கொடி நிகழ்ச்சி அமைதியாக, அருமையாக நடந்தது.

பின் அங்கிருந்து தஞ்சை ரயிலடி வரை என் தலைமையில் ஊர்வலம் போனோம். ரயிலடியில் நன்றி கூறி உரையாற்றினேன். டிகே சீனிவாசன் உள்ளொட்டோரிடம் விடைபெற்று ரயிலேறும் போதே கடும் காய்ச்சல். இரு விலாவிலும் பெரும்வலி. திருவாரூர் சென்று படுத்தவன் 6 மாதங்கள் எழவில்லை. புளூரசி வியாதி தாக்கி பிழைப்பதே கடினம் என்ற நிலை. நலம் விசாரிக்க வந்த அண்ணாவும், நடிப்பிசைப் புலவர் கேஆர்ஆரும், அன்பில் தர்மலிங்கமும் நெஞ்சுருகினர். “ஏன் மாதம் முழுக்க தொடர்ந்து கூட்டங்களில் பேசுகிறாய்?” என அண்ணா கண்டித்தது மறக்கவியலாது.

★

38. முதலாவது மாநில மாநாடு

1952 முதல் பொதுத்தேர்தலுக்கான ஏற்பாடு நடந்துகொண்டிருந்தது. அதில் பங்கேற்பது பற்றி விவாதிக்க 1951 நவம்பர் மதுரையில் திமுக பொதுக்குழு கூடியது. காலையில் தொடங்கி மறுநாள் காலை முடிந்தது. சென்னை மாநில மாநாட்டிற்குத் திறப்பாளர்கள் முன்மொழியப்பட்டனர். கேகே நீலமேகம் ஈவிகே சம்பத்தை முன்மொழிந்தார்; நான் நாவலரை; அண்ணா நீலமேகமே இருக்கட்டும் என முடிவு சொன்னார். மாநாட்டுத் தலைவர் அண்ணா, கண்காட்சித் திறப்பாளர் சிபி சிற்றரசு என்றும் தீர்மானமானது.

தேர்தல் குறித்து இவ்வாறு முடிவானது: திராவிடர்களின் கருத்தறியாமல் ஒரு கட்சி ஏதேச்சதிகாரத்தில் தயாரிக்கப்பட்ட அரசியல் சட்டத்தை எதிர்க்கும் வகையில் திமுக 1952 தேர்தலில் பங்குபெறாது. கம்யூனிஸ்ட்களை, பிற தகுதியான முற்போக்கினரை அங்கீகரிக்கும். சம்மந்தப்பட்டோர் திமுகவின் ஒப்பந்தத்தில் கையெழுத்திட வேண்டும்.

கம்யூனிஸ்ட்கள் கையெழுத்திடவில்லை. திமுக தேர்தலில் கையெழுத்திட்டவர்களை ஆதரித்தது. அப்படியானவர்கள் இல்லாத இடங்களில் கம்யூனிஸ்ட்களை ஆதரித்தது.

1951 டிசம்பரில் சென்னை எஸ்ஐஏஏ மைதானத்தில் முதல் மாநில மாநாடு நடந்தது (4 நாள்). தமிழக வளங்களைக்காட்டிய கண்காட்சியதன் தனிச்சிறப்பு. அறிவகத்திலிருந்து ஊர்வலம் புறப்பட்டு மாநாட்டுப் பந்தலை அடைந்ததுடன் தொடங்கியது. வாத்தியங்கள் முழங்க அண்ணா இருவண்ணக் கொடியேற்றினார். நீலமேலம் மாநாட்டைத் திறந்து வைத்து உரையாற்றினார். தலைமையேற்று நடத்துமாறு அண்ணாவை என்விஎன் முன்மொழிந்தார். அதை நாவலர், சம்பத், சிற்றரசு, தர்மாம்பாள், மதியழகன், தில்லை வில்லாளன், பராங்குசம், சத்தியவாணிமுத்து, அன்பில் தர்மலிங்கம், ராசமாணிக்கம், சிவசாமி, பழனிச்சாமி, கேஆர் ராமசாமி முல்லை வடிவேலு, நாஞ்சில் மனோகரன், சிவிஎம் அண்ணாமலை ஆகியோருடன்

நானும் வழிமொழிந்தேன். அங்கு பேசியது:

“வாழ்வு மூன்று எழுத்து; வாழ்விற்குத் தேவையான பண்பு மூன்று எழுத்து; பண்பிலே பிறக்கும் அன்பு மூன்று எழுத்து; அன்பிலே சுரக்கும் காதல் மூன்று எழுத்து; காதல் விளைவிக்கும் வீரம் மூன்றெழுத்து; வீரர் செல்லும் களம் மூன்று எழுத்து; களத்திலே பெறும் வெற்றி மூன்றெழுத்து; அந்த வெற்றிப்பாதைக்கு நம்மை அழைத்துச்செல்லும் அண்ணா மூன்று எழுத்து. அந்த அண்ணனைத் தலைமையேற்க வழிமொழிகிறேன்.”

1952 தேர்தலில் காங்கிரஸ் ஆட்சியமைக்க இயலாத இழுபறி. (ஆந்திரா தமிழகத்துடன் இருந்தகாலம்). அரசியலில் ஒதுங்கியிருந்த ராஜாஜியிடம் போய் காங்கிரஸார் மந்திரி சபையமைக்க முறையிட்டனர். அக்குழுவில் ராஜாஜியிடம் முரண்கள் கொண்டிருந்த காமராஜருமுண்டு. ராஜாஜி முதல்வராகச்சம்மதித்தார். உழைப்பாளிக்கட்சி, காமல்வீல் கட்சியின் ஆதரவுடன் காங்கிரஸ் ஆட்சியமைத்தது. அக்கட்சிகளின் தலைவர்கள் எஸ் ராமசாமி படையாச்சி, எம்ஏ மாணிக்கவேலரை மந்திரிசபையில் சேர்த்துக்கொண்டனர்.

★

39. மும்முனைப் போராட்டம்

ராஜாஜி ஆட்சியில் திமுக பெரும் போராட்டங்களில் ஈடுபட்டது. “திமுகவை மூட்டை பூச்சி போல் நசுக்கி விடுவேன்” என்றார் ராஜாஜி. அவரது குலக்கல்வித் திட்டத்தை எதிர்த்தும், தமிழர்களை ‘நான்சென்ஸ்’ என்ற நேருவைக் கண்டித்தும், டால்மியாபுரம் ரயில் நிலையப்பெயரை கல்லக்குடி எனத்தமிழில் மாற்றவும் திமுக மும்முனையில் போர்க்களம் அமைத்தது. நான் கல்லக்குடிக் களத்தலைவன். 1953 ஜூலை 14 குலக் கல்வியை எதிர்க்கும் போராட்டம். மறுநாள் கல்லக்குடிப்போராட்டம் என முடிவானது.

ஜூன் 15 சென்னையிலிருந்து திருச்சிக்கு நானும் முல்லை சத்தியும் விமானத்தில் பறந்தோம். மனதில் புத்துணர்ச்சி, தோளில் தினவு, உவகைக்கூத்து. காரணமென்ன?

★★★

(ஜூன் - ஆகஸ்ட் 2018)

பகுதி 3
இன்ன பிற

14. சில அஞ்சலிகள்

ஒருவர் மறைந்ததாலேயே மதிப்பீடுகளை இளக்கிச் சலுகை அளிக்க வேண்டியதில்லை. அதிகபட்சம் அச்சமயம் அக்கருத்துக்களை வெளிப்படுத்தாமல் மரியாதை மௌனம் காக்கலாம். அதனால் சுருக்கமாகக் கொஞ்சம்.

கால் நூற்றாண்டாகத் தமிழக அரசியலைக் கவனித்து வருகிறேன். எந்தக் கட்டத்திலும் ஜெயலலிதா ஒரு முதல்வராகவோ, கட்சித் தலைவியாகவோ, அரசியல் ராஜதந்திரியாகவோ, தனி மனுஷியாகவோ ஈர்த்ததில்லை.

1980ல் அவர் கல்கி இதழில் தொடர்கதையாக எழுதிய உறவின் கைதிகள் என்ற நாவலை வாசிக்க நேர்ந்தது. நிதானமான எழுத்து. அது பிடித்தது. யோசித்துப் பார்க்கையில் அவர் மீது எனக்கு மதிப்பு வந்த ஒரே சந்தர்ப்பம் அதுதான். அடுத்து 2014 நாடாளுமன்றத் தேர்தல் மற்றும் 2016 சட்டமன்றத் தேர்தலில் அவர் கூட்டணி இன்றி தனியாய் நிற்கத் தீர்மானித்ததும் அவற்றில் பிரம்மாண்ட வெற்றிகள் ஈட்டியதும். அவற்றை என் தர்க்கத்துக்கப்பாற்பட்ட அதிசயமாகவே பார்க்கிறேன்.

அதன் பின்னணி பற்றிய மாற்றுச் செய்திகள் உண்டு எனினும் 2004ல் காஞ்சி மடாதிபதி ஜெயேந்திரை சங்கர ராமன் கொலை வழக்கில் கைது செய்த நடவடிக்கையும் புனிதத்தை நொறுக்கிய வகையில் முக்கியமான ஒன்றே.

பெரும்பாலானோர் (எதிர்தரப்பினர் கூட) சொல்வது போல் அவரைத் துணிச்சலானவர், தன்னம்பிக்கை மிக்கவர் என்பதை ஒப்புக் கொள்வதில் தயக்கங்கள் இருக்கின்றன. கட்சியில் தன் அதிகார பீடத்தைத் தக்க வைக்கும் தற்காப்புக்காகவே அவர் ஆண்களின் உலகமான அரசியலில் தன் பற்றி அப்படி ஒரு பிம்பத்தைக் கட்டமைத்தார். கட்சி உயர்மட்டத்தில் அவருக்குக் கிட்டிய காலில் விழும் சடங்கு நிறைமரியாதை என்பது பயத்திலும், *peer pressure*-லும் விளைந்த போலித்தனமே.

குறைகளை மீறி ஜெயலலிதா ஏராளமான அதிமுக அடிமட்டத் தொண்டர்களுக்கும், எளிய தமிழக மக்களுக்கும் இவ்வளவு பிடித்தமானவராக இருக்கிறார் எனில் இந்த ஒட்டுமொத்த இயங்கியலிலும் நான் கவனிக்கத் தவறும் அல்லது முக்கியத்துவம் தர மறுக்கும் அம்சம் ஒன்று இருப்பதாகவே எடுத்துக் கொள்கிறேன்.

எல்லாம் தாண்டி ராஜாஜி அரங்கத்தில் ஜெயலலிதாவைச் சடலமாகப் பார்க்கையில் மனம் கலங்கத்தான் செய்கிறது. உறவினர்கள், நண்பர்கள், கட்சியினருக்கு ஆறுதல்.

ஜெயலலிதாவுக்கு அஞ்சலி.

(டிசம்பர் 6, 2016)

★

தங்க நாற்கரம் உள்ளிட்ட நாடு முழுவதுமான தேசிய நெடுஞ்சாலைகள், பொக்ரான் அணு ஆயுதச் சோதனை, கார்கில் யுத்த வெற்றி, லாகூருக்குப் பேருந்து போக்குவரத்து, இந்தியாவின் பொருளாதார வளர்ச்சி ("இந்தியா ஒளிர்கிறது"), ஊழல் கறையற்ற பிரதமர் போன்ற ஆக்கப்பூர்வமான விஷயங்களுக்காக நல்ல விதமாகவும், பாஜக என்ற மதவாதக் கட்சியைத் தோற்றுவித்தவர், அதன் பிரதான நோக்கங்களில் ஒன்றாக அயோத்தி ராமர் கோயில் கட்டுவதை வைத்திருந்தவர், 2002 குஜராத் கலவரங்களின் போது மோடி ஆட்சியைக் கலைக்க அத்தனை முகாந்திரங்கள் இருந்தும் செய்யாதவர், அது போக

முஸ்லிம்கள் அதிகம் இருக்கும் இடங்களில் பிரச்சனை அதிகம் வருகிறது என அது குறித்துக் கருத்துதிர்த்தவர் என்பதற்காக மோசமாகவும் நினைவு கூரப்படுவார் வாஜ்பாய்.

அவரை நினைத்ததும் இரண்டு வாசகங்கள் உடனடியாய் நினைவுக்கு வருகின்றன. ஒன்று அவர் ஜெயலலிதா பற்றிச் சொன்னது (அதிமுக ஆதரவுடன் - அதாவது அதன் அக்கப்போருடன் - 13 மாத ஆட்சி நடத்திய பின் 1999ல் ஜெயலலிதா ஆதரவை வாபஸ் பெற்று அவரது ஆட்சியைக் கவிழ்த்த பின் அவர் சொன்னது: "13 மாதங்களுக்குப் பின் இன்றைய இரவு நிம்மதியாக உறங்கச் செல்வேன்". அவ்வளவு டார்ச்சர் செய்தவர் இரும்பு மனுஷி.) மற்றது கலைஞர் வாஜ்பாய் பற்றிச் சொன்னது: "தவறான இடத்தில் இருக்கும் சரியான மனிதர்." ஆம். கலைஞரே ஏற்றுக் கொண்ட ஒரே சங்கி வாஜ்பாய்!

அவருக்கு அஞ்சலி.

(ஆகஸ்ட் 17, 2018)

★

'ரெண்டு' என்று சர்கார் படத்தில் கேலி செய்யப்பட்டிருக்கும். அதாவது எவ்வளவு முயன்றாலும் முதலிடத்துக்கு வர முடியாத, அதே சமயம் இரண்டாம் இடத்தில் அசைக்க முடியாதபடி அமர்ந்திருக்கும் அனுபவம்மிக்க அரசியல்வாதி. கட்சியிலும் ஆட்சியிலும் செல்வாக்கு, பதவி, பணம் எல்லாம் உண்டு; ஆனால் ஊடக வெளிச்சமும் வரலாற்றில் இடமும் ஒப்பீட்டளவில் குறைவு.

பேராசிரியர் அன்பழகன் அப்படித்தான். ஆனால் அவர் அதை மகிழ்ச்சிகரமாக ஏற்றுக் கொண்டு வாழ்ந்தார். கலைஞரின் நண்பராகவும், துணைவராகவும் (aide) மனப்பூர்வமாக இருந்தார். அதனால் ஒரு விசுவாசம் சாத்தியப்பட்டது. அதைக் கலைஞரும் உணர்ந்திருந்தார். இளவயது நட்புக்களில் மட்டுமே இது சாத்தியம். பொதுவாக பெண்கள்தாம் இப்படி ஈகோ

இல்லாமல் கூட இருக்கும் ஓர் ஆணின் வெற்றிக்கு உதவுவர். அதை தினம் தினம் நம் குடும்பங்களில் பார்க்கிறோம்.

அதனால்தான் அவரால் 43 ஆண்டுகளாக தமிழகத்தின் மிகப்பெரிய கட்சியின் பொதுச் செயலாளராக நீடிக்க முடிந்தது. இங்கே முக்கியமாய் கவனிக்க வேண்டியது குடும்ப அரசியல் திமுகவில் தீவிரமாய்ப் புகுந்து விட்ட கடந்த கால் நூற்றாண்டு காலத்திலும் கூட அவரது இடத்தை கொஞ்சமும் அசைக்க முடியவில்லை. அது கலைஞரின் மனதில் அவருக்கிருந்த இடத்தை அக்குடும்பம் தெளிவாக உணர்ந்ததால்தான்.

இதை இன்னும் நன்கு புரிந்து கொள்ள தமிழக அரசியலில் இன்னொரு ரெண்டு எனச் சொல்லப்படும் நாவலர் நெடுஞ்செழியனோடு ஒப்பிடலாம். அவர் தொடர்ந்து இரண்டாமிடத்தில் இருந்தது வேறு வழியின்றி, மனதுக்குப் பிடிக்காமல் (அண்ணாவிடம் இரண்டாவதாய் இருந்தது தவிர). அண்ணாவின் மறைவுக்குப் பிறகு திமுக தலைவராக விரும்பினார். முடியாத போது கலைஞரிடம் வேண்டாவெறுப்பாய் அமைச்சராய் இருந்தார். அதே எரிச்சலில் எம்ஜிஆர் கட்சியை உடைத்த போது அவருடன் சென்றார். அங்கும் இரண்டாமிடம். எம்ஜிஆர் மறைந்த பிறகும் அவர் முன் இருந்த கேள்வி யாருக்கு ரெண்டாய் இருப்பது, ஜானகிக்கா ஜெயலலிதாவுக்கா என்பதாகவே இருந்தது. அதிர்ஷ்டவசமாக அன்று அவர் ஜெயலலிதாவைத் தேர்ந்தெடுத்து தன் அரசியல் ஆயுளை நீட்டித்துக் கொண்டார். இறுதி வரை அவருக்கு இரண்டாமிடத்தில் இருந்து விட்டு மறைந்தார். கலைஞரிடம் இரண்டாமிடத்தில் இருக்கவே கசந்த அவருக்கு ஜெயலலிதாவிடம் அப்படி இருந்தது இனித்திருக்காது என்றே நம்புகிறேன்.

ரெண்டாய் இருந்து கொண்டு பேராசிரியருக்குக் கிடைத்த எல்லாமும் நாவலருக்கும் கிட்டியது, மனநிம்மதி தவிர. அவர் முதலாவதாக ஆக விரும்பி முடியாமல் போய் இரண்டாவதாய் இருந்தவர் என்பதே வித்தியாசம். அதனால்தான் நான்கு பேரிடம் அப்படி இருக்க வேண்டி இருந்தது. ஒருவேளை இன்று

இருந்திருந்தால் ஈபிஎஸ்ஸுக்கு ரெண்டாய் இருந்திருப்பார் என்பதுதான் துயரமான யதார்த்தம்.

வரலாறு கொஞ்சமாய் நினைவில் கொண்டிருந்தாலும் கலைஞரின் சகா என்றே அன்பழகனை எழுதும். அவர் விரும்பியதும் அதுவே எனத் தோன்றுகிறது.

பேராசிரியருக்கு அஞ்சலி!

(மார்ச் 7, 2020)

★

என் அம்மா விஜயகாந்த் ரசிகர். அவரது புண்ணியத்தில் 90களில் விஜயகாந்த் நடித்த பெரும்பாலான படங்களை இரண்டாம் சுற்றுத் திரையரங்குகளில் கண்டிருக்கிறேன். ரமணா படம் அவரது திரை வாழ்வின் உச்சம் - தீபாவளியன்று நண்பர்களை வற்புறுத்தி இழுத்துப் போய் முதல் நாள் முதல் காட்சி பார்த்த படம். கேப்டன் பிரபாகரன், சின்னக் கவுண்டர், சத்ரியன், வல்லரசு, தமிழ்ச்செல்வன் படங்களும் எனக்குப் பிடித்தமானவை. ஃபிலிம் இன்ஸ்டிட்யூட் மாணவர்களை அவரைப் போல் ஆதரித்தோர் இல்லை. பட்டத்துக்கு ஏற்ப அவர் அசலாகவே புரட்சிக் கலைஞர்தான்.

அவர் மிக நல்ல மனிதர் என்ற பிம்பமே ஆரம்பம் முதல் இன்று வரை எனக்கு இருக்கிறது - சினிமாவிலும் அரசியலிலும் ஒருவர் இக்குணத்தைத் தக்க வைப்பது எளிதல்ல. எம்ஜிஆரை அடியொற்றி எப்போது போனாலும் அவர் அலுவலத்தில் சோறு கிட்டும் என்ற பேச்சு இருந்தது - இது அவர் அரசியலுக்கு வருவதற்கு வெகு முன்பிருந்தே என்பதைக் கவனிக்க வேண்டும். அவர் பொருளாதார ரீதியாக நிலைபெற்று விட்ட ஆரம்ப காலத்திலேயே, பெரிய உள்நோக்கின்றி, இயல்பாகவே அவர் எளிய மக்களின் பசியறிந்தவராக இருந்திருக்கிறார் என்பதையே இது உணர்த்துகிறது. நடிகர் சங்கத் தலைவராக இருந்து கெட்ட பெயர் எடுக்காத ஒரே நடிகர் அவர்தான். மனிதர்களை அரவணைத்துச் செல்கிற, நிர்வாகத் திறனும்

கொண்ட ஒரு நல்ல தலைவர் என்பதையே அக்காலகட்டம் நமக்குக் காட்டியது. அவர் 'கேப்டன்' என நிலைபெற்றது அப்போதுதான்.

விஜயகாந்த் தோற்றத்தில் தன்னைப் போல் இருப்பதால் அவர் சினிமாவுக்கு வருவதை ரஜினி விரும்பவில்லை என்று தகவல் உண்டு. அதை எல்லாம் மீறி, தமிழ் சினிமாவில் சுமார் இருபதாண்டுகள் மூன்றாமிடத்தைத் தக்க வைத்த நாயகன் அவர். பின் மிகச் சரியான நேரத்தில் அரசியலுக்கு வந்தவர். தனித்து திராவிடக் கட்சிகளை எதிர்த்து 10.5% வாக்கு வாங்கியவர் - அப்படி அதற்கு முன்பும் பின்பும் நடந்ததே இல்லை. அவ்வகையில் ரஜினி செய்யத் தவறியதை, கமல் செய்தும் தவறியதைச் சாதித்துக் காட்டியவர்.

உண்மையில் நிகழ மறுத்த அற்புதம் என்றால் அது விஜயகாந்த்தான். முதல் முறை தனித்து நின்று தேர்தல் கண்டு கணிசமான ஓட்டு என்பதோடு ஓர் எம்எல்ஏ வெற்றி, இரண்டாம் முறை அதிமுக கூட்டணியில் நின்று 29 எம்எல்ஏக்கள் வெற்றி, சட்டசபை எதிர்க்கட்சித் தலைவர் எனத் தமிழகத்தில் அது வரையில் எவருக்கும் கிட்டாத நல்வாய்ப்பு அவருக்குக் கிடைத்தது. ஆனால் எவருக்கும் பயனின்றி அதை அழித்துக் கொண்டார். பிறகு அடுத்த தேர்தலில் கலைஞர் பழம் நழுவிப் பாலில் விழக் காத்திருந்தும் அதை உதாசீனம் செய்து மக்கள் நலக் கூட்டணி கண்டவர். அதுதான் தேமுதிக மற்றும் விஜயகாந்த்தின் வீழ்ச்சியின் ஆரம்பம். பிறகு எழவே இல்லை.

2011ல் அவர் பெற்ற 29 எம்எல்ஏக்களை வைத்து ஐந்தாண்டுகள் அவரால் ஒன்றுமே செய்ய முடியவில்லை - ஜெயலலிதாவை நோக்கி சட்டசபையில் நாக்கை மடித்து மிரட்டியதையும் விஜயகாந்த் குடித்து விட்டு சட்டசபை வருகிறார் என ஜெயலலிதா சொன்ன போது "இந்தம்மாவா ஊற்றிக் கொடுத்தார்?" என்று திருப்பிக் கொடுத்ததையும் தவிர. அந்த உடல் மொழியும் பதிலடியும் எனக்குப் பிடித்தது என்பது வேறு விஷயம், ஆனால் அதோடு ஆக்கப்பூர்வ வேலைகளும்

நடந்திருக்க வேண்டும். இதைப் பற்றி நண்பர்களிடம் நிறைய முறை புலம்பி இருக்கிறேன். திமிர் காட்டிய சில ஊடகத்தினரை அவர் இடக்கையால் கையாண்ட விதத்தில் எனக்கு ரகசிய ஒப்புதல் இருக்கவே செய்தது.

அவர் 2006ல் அரசியலுக்கு வந்த போது நான் முதல் முறை வாக்காளன். மிகத் தீவிரக் குழப்பத்தில் இருந்தேன். கலைஞர் மீதான அபிமானத்தில் திமுகவுக்கு ஓட்டுப் போடுவதா அல்லது ஒரு புதிய நம்பிக்கையாக எழுந்திருக்கும் விஜயகாந்த்துக்கா என. இறுதியில் சன்ன இடைவெளியில் திமுகவைத் தேர்ந்தேன். அவர் 29 எம்எல்ஏக்களைக் கொண்டு மேஜிக் காட்டியிருந்தால், தமிழக அரசியலில் மூன்றாம் சக்தியாக மேலே எழுந்திருந்தால் 2006ல் அவரை ஆதரிக்காமல் விட்ட குறைப் பார்வைக்குக் குற்றவுணர்வு கொண்டிருப்பேன். அவர் அந்த வாய்ப்பை எனக்கு அளிக்காமலே மறைந்து விட்டார்.

குடி குடியைக் கெடுக்கும் என்பார்கள். விஜயகாந்த் விஷயத்தில் குடியும் குடியும் சேர்ந்து அவரைக் கெடுத்தன என்றே புரிந்து கொள்கிறேன். விஜயகாந்த் ராதிகாவை மணம் செய்திருந்தால் அவர் வாழ்க்கை மேலானதாக இருந்திருக்கும் என்று யாரோ முன்பு சொன்னார்கள். அதில் உண்மை இல்லாமல் இல்லை. விஜயகாந்த் கடைசி 10 ஆண்டுகள் இன்னும் மேலாக வாழ்ந்திருக்கலாம். மது மற்றும் குடும்பம் இரண்டின் பிடியில் இருந்தும் தள்ளி நின்று தப்பித்திருக்கலாம். அப்படிச் செய்திருந்தால் தமிழக அரசியல் வரலாற்றில் அவருக்கு ஒரு மரியாதையான இடம் இருந்திருக்கும். இந்தக் குறிப்பையும் நான் அடுத்த பத்து ஆண்டுகளுக்கு எழுத வேண்டி வந்திருக்காது. அது துயரம்தான்.

நல்ல மனிதர் விஜயகாந்த்துக்கு அஞ்சலி!

(டிசம்பர் 28, 2023)

★★★

15. தேசப்பற்று அவசியமா?

எனக்கு நிச்சயம் மனதிலூறிய தேசப்பற்று உண்டு. ஆனால் அது குழுப்பான்மை எனும் ஈகோவில் அல்லது சங்கம உணர்வில் வருவதல்ல. சித்தாந்தரீதியாக என்னை நான் எக்குழுவுடனும் அடையாளப்படுத்திக் கொள்ள முடிந்ததில்லை என்பதே காரணம்.

மாறாக, என் தேசப்பற்று என்பது எனது நன்றியுணர்ச்சி. பல விதங்களில் இந்த நாட்டிற்கு நான் கடமைப்பட்டவன். என்னை உருவாக்கியது இத்தேசத்தின் கலாசாரமும், சட்டங்களுமே. அதனால் அவற்றில் உள்ள குறைகளைக் களையவும் கடமைப்பட்டவன் ஆகிறேன். போலவே அதன் நிறைகளுக்கு பெருமையும் கொள்கிறேன்.

என் வீடு எனும் உரிமை போல் என் நாடு என்ற உரிமை. என் அப்பாவைக் கவனிக்க வேண்டும் என்ற கடமை போல் காந்தியத்தை, நேருவியத்தை, அம்பேத்கரியத்தை, பெரியாரியத்தைக் கவனித்துக் கொள்ள வேண்டும். அவற்றைக் கடத்த வேண்டும்.

என் நாட்டுப்பற்று என்பது இந்த நாட்டை மேலும் சிறப்பாய், எல்லோரும் வாழும் வகையில் உன்னதமாக்கும் பிரியம் மட்டுமே. நான் தலைவராக மதிப்பவர்கள் நினைத்ததும் செய்ததும் அதையே! அதை நானும் எடுக்கப் பிரியப்படுகிறேன்.

நம் வீட்டை நாம் சுத்தமாக வைக்க, அலங்கரிக்கப் பிரியப்படுவதில்லையா! நம் வீடு சம்மந்தமான ஓர் அந்தரங்க நெருக்கமும் மதிப்பும் நமக்கு இருக்குமல்லவா! அதே போல்

பூமியின் குடிமகன் என்பதே உண்மை, தேசப்பற்று என்பது செயற்கையாய்க் கோடு போட்ட உணர்வு என வக்கணையாய் வியாக்கியானம் பேசுபவர்கள் ஏன் அமெரிக்கா சுரண்டுகிறது என்பதையும் ஆப்ரிக்கா சுரண்டப்படுகிறது என்பதையும் ஏன் இந்தியா ரெண்டுங்கெட்டானாய் வேடிக்கை பார்க்கிறது என்பதையும் சேர்த்து விளக்கலாம்.

(ஃபிப்ரவரி 1, 2016)

★

சூப்பர் டீலக்ஸில் ஃபஹத் தேசப்பற்று / மொழிப்பற்றை சாதி வெறியுடன் ஒரே தட்டில் வைத்துப் பேசும் காட்சி அபத்தமானது; ஆபத்தானது. அது பாத்திரம் பேசும் வசனம் எனச் சொல்லி எழுதியவர் தப்பிக்க முடியாது. ஏனெனில் படம் நெடுக அப்பாத்திரம் சில நாட்டுநடப்புக்களை - சரியான திசையில் - பகடி செய்கிறது (உதா: நடிகர்கள் அரசியலுக்கு வருவது, ஏடிஎம்மில் பணம் இல்லாமை). ஆக, அது தன் படத்தின் இடையிடையே கருத்துச் சொல்ல முனையும் படைப்பாளியின் குரல்தான். அவற்றில் இந்த ஒரு விஷயம் மட்டும் க்ரூப்புல டூப்பு போல் வேறு மாதிரி அமைந்திருக்கிறது.

தேசப்பற்று என்பது அவசியமா? அப்படி *binary*-ஆகப் பதில் சொல்ல முடிகிற கேள்வி இல்லை இது. இதையே நீட்டித்து கல்யாணம் தேவையா, குடும்பம் தேவையா என்பது வரை கொண்டு போகலாம். நாடு, வீடு என்பவை *existing* அமைப்புகள். ஓரளவு *proven systems*. அவை மீதான பிடிப்பு வேண்டுமா, வேண்டாமா என்பதை நாம் மட்டும் தனியே தீர்மானிக்க முடியாது என்பதுதான் பிரச்சனை. மற்ற நாடுகளில் தேசப்பற்று இருக்கும் வரை நாமும் வைத்துக் கொண்டுதானிருக்க வேண்டும் என்பது சுருக்கமான பதில்!

தேசம் என்பது நாம் தவிர்க்கவே முடியாத பிரிவினை.

சட்டங்கள், பொருளாதாரம் என நம் நேரடி வாழ்வியலுடன் தொடர்புடையது. நாம் என்ன முயன்றாலும் தேசங்கள் என்ற பிரிவினை ஒழியாது. ஒழியவும் அவசியமில்லை. தேசங்கள் பிரிந்திருப்பதால்தான் எல்லைப் பிரச்சனைகள், யுத்தங்கள், தீவிரவாதம் எனச் சொல்ல முடியாது. சில இடங்களில் புதிய பிரிவினைக்காகவும் சண்டைகள் நடக்கின்றன. தேசங்கள் ஒன்றிணைந்தால் எல்லாச் சண்டையும் நின்று விடும் என்றில்லை. உள்நாட்டுச் சண்டைகள் நடக்கும். அப்படி ஒன்று சேர்ந்தால் நாமெல்லாம் அமெரிக்கர்களுக்கு அடிமையாவோம். எல்லாவற்றுக்கும் மேல் தாழ்ந்த தேசம் என்று யாரும் யாரையும் கேவலப்படுத்துவதில்லை. (பொருளாதாரம், ராணுவ பலம் தொடர்புடைய ஏற்றத்தாழ்வுகள் factual; அவற்றை யாரும் மறுக்க மாட்டர்.) ஆக, தேசப்பிரிவினை என்பது மானுடச் சமூகம் பிழைக்க நல்ல ஏற்பாடுதான் என்பதே என் நிலைப்பாடு.

வேறு மொழிப் பெண்ணை, வேறு நாட்டு ஆணை மணம் செய்ததற்காகக் கொலை நடக்குமா? சாதியும் மதமும் அதைச் செய்யும். அதனால்தான் அவை பற்று; இவை வெறி.

இந்த sensibility இல்லாமல் இரண்டையும் ஒப்பிட்டு சாதி வெறியை நியாயப்படுத்துவது அறிவுஜீவித்தனம் என நினைத்துச் செய்த அசட்டுத்தனம்; அயோக்கியத்தனம். (BTW, எழுதியவர் நோக்கம் தேசப்பற்றைக் கேலி செய்வதுதான், சாதி வெறியை நியாயப் படுத்துவது அல்ல என்றாலும் கைத்தட்டு விழுவது சாதிக்காகத்தான்.)

(கருத்துச் சுதந்திரத்துக்கு எல்லையில்லைதான். உளறவும் ஒருவருக்கு உரிமையுண்டு. ஆனால் சில விஷயங்கள் - சாதியை ஆதரிக்கும் நகைச்சுவைகள் போன்றவை - கலையின் சமூகப் பொறுப்பின் அடிப்படையில் தவிர்க்கப்பட வேண்டியவையே.)

(மார்ச் 31, 2019)

★

தேசிய கீதத்துக்கு எழுந்து நில்லாமை பற்றி...

முடியாதவர்களும், நிஜமாகவே விரும்பாதவர்களும் தேசிய கீதத்துக்கு எழ வேண்டியது இல்லை என வலுவாக ஒப்புக் கொள்கிறேன். நான் வறட்டு தேசியவாதி அல்லன்; நக்சல் எதிர்ப்பாளனும் அல்லன்; ஆனால் போலிகளைக் கடுமையாய் வெறுப்பவன்.

தேசிய கீதத்துக்கு எழுந்து நிற்பது என்பது தேசத்துக்கான அடையாள மரியாதை. அதைச் செய்வதால் மட்டுமே தேசப்பற்று என்றோ அதைச் செய்யாவிடில் தேசப்பற்றே இல்லை என்றோ பொருளில்லைதான். ஆனால் அந்தக் குறைந்தபட்ச மரியாதையை சிரமேற்கொள்வதில் என்ன சிக்கல்? அதைக் கேள்வி கேட்டு ஏன் விதண்டாவாதம் செய்ய வேண்டும்? கிட்டத்தட்ட எல்லாவற்றையும் எதிர்க்கும் நோய்க்கூறு மனநிலையே இது. சமூக வலைதளங்களில் கொஞ்ச காலம் இருந்தால் இந்நோய் பீடிக்கும் போலிருக்கிறது.

எழ முடியாத நிலையில் இருப்பவர்களுக்கு விதிவிலக்கு அளிக்கலாம்தான். ஆனால் இதில் எல்லாம் புரட்சி செய்ய வேண்டிய அவசியமில்லை. சொந்தத் தாயின் முன் கோவணத்தை அவிழ்ப்பதால் நம் தாய்ப் பாசம் கெடாதுதான். ஆனால் அதைச் செய்ய மாட்டோம். விதண்டாவாதம் பேசி ஆதரிக்க மாட்டோம். போலவே பொதுவிடத்தில் தேசிய கீதத்துக்கு எழுந்து நிற்பதே முறை. ஒன்றும் குறைந்து போக மாட்டோம்.

(இயலாமை தவிர்த்து) தேசிய கீதத்துக்கு எழுந்து நிற்க மறுப்பவர்கள் தம் பாஸ்போர்ட், ரேஷன் கார்ட், சாதிச் சான்றிதழ், பிறப்புச் சான்றிதழ், பள்ளி, கல்லூரிச் சான்றிதழ்கள், ஆதார் கார்ட் உள்ளிட்ட அரசு தந்த அனைத்து சலுகைகளையும் துறந்து விட்டார்களா என்றறிய விழைகிறேன். இந்திய தேசியத்தின் மீது நம்பிக்கை இழந்த அப்பழுக்கற்ற, உண்மையான நக்ஸல்கள் இதை எல்லாம் வீசி எறிவார்கள். அப்படி அல்லாமல் மற்றவர் செய்வதெல்லாம் சில்க் ஸ்மிதா பாரில் டேன்ஸ் ஆடுவது போன்ற ஜிகினா வேலை.

(ஜனவரி 13, 2017)

★

தேசிய கீதம் இசைக்கப்படுகையில், அது திரையரங்கு போன்ற கேளிக்கை ஸ்தலமாக இருப்பினும், இந்தியர்களாகத் தம்மை உணர்வோர் எழுந்து நிற்க வேண்டும் என்றே இது வரை சொல்லி வந்திருக்கிறேன். (அப்படி உணராதோர் எழத் தேவையில்லைதான்.)

நான் திரையரங்குகளில் தேசிய கீதம் ஒலிக்கும் போதெல்லாம் எழுந்து நிற்பது மட்டுமல்லாது மெல்லிய குரலில் இணைந்து பாடவும் செய்கிறேன். அது எனக்குப் பிடிக்கும். என் மனைவி, மக்களையும் அதற்குப் பழக்கப்படுத்தி இருக்கிறேன்.

ஆனால் சமீபத்தில் பெங்களூரில் ஒரு திரையங்கில் அப்படி எழுந்து நில்லாத சிலரை சில தாய்ப் புணர்ச்சியாளர்கள் எழுந்து நிற்கச் சொல்லி மிரட்டும் வீடியோவை இப்போதுதான் கண்டேன். அது பச்சை அயோக்கியத்தனம். தனிமனித அத்துமீறல்.

என் புரிதலில் இன்றைய எழுதப்பட்ட சட்டங்கள் மற்றும் சுப்ரீம் கோர்ட் தீர்ப்புகளின்படி திரையரங்கில் தேசிய கீதம் ஒலிக்கப்படுகையில் எழுந்து நிற்க வேண்டுமா என்ற கேள்விக்கு உறுதியான பதில் இருப்பதாகத் தெரியவில்லை. அப்படி ஏதேனும் சந்தேகம் இருந்தாலும் அவர்கள் திரையரங்க உரிமையாளரிடம் அல்லது காவல்துறையில் புகார் செய்வதே நியாயமான எதிர்வினை. இப்படி ஆள் சேர்த்து மிரட்டுவதும் கோஷமிடுவதும் *harassament*-ல் சேர்த்தி. அதிலும் பாகிஸ்தானி என முத்திரை குத்துவதெல்லாம் தறுதலைத்தனம். சட்டத்தைக் கையிலெடுக்கும் காவாலித்தனம்.

ஓர் இந்தியனாகவே இதை மிக வலுவாகக் கண்டிக்கிறேன். ஆனால் சங்கிகளிடம் அப்படியான அறவுணர்வை, நீதியுணர்வை எதிர்பார்க்க முடியாது. அதிலொருவன் வழக்கமான பஜனையான "எல்லையில் ராணுவ வீரர்கள்.." என்று வேறு பொங்குகிறான்.

மாட்டு மூளைக்கார மூட மூதேவிகள்!

(நவம்பர் 1, 2019)

★★★

16. தமிழகம் ஏன் பாஜகவை நிராகரிக்கிறது?

2014 - 282

2019 - 303

2024 - ~240

இது பாஜகவுக்குப் பெரும் வீழ்ச்சி அல்ல என்றாலும் ஒரு சறுக்கல். அதனால் தனித்த பெரும்பான்மை (272) இல்லாத மைனரிட்டி அரசாகவே செயல்பட முடியும். அதன் எல்லா சட்ட திருத்தங்களுக்கும் தெலுங்கு தேசமும் ஐக்கிய ஜனதா தளமும் இன்னும் சில சில்லறைக் கட்சிகளும் முழு ஒத்துழைப்பு நல்க வேண்டும். அது மோடிக்குத் தலைவலி!

1998ல் வாஜ்பாய் ஒரு மைனாரிட்டி அரசை அமைத்தார் - 182 சீட்களை வைத்துக் கொண்டு. 18 எம்பிகள் கொண்ட ஜெயலலிதா அதில் அங்கமாக இருந்தார். அவர் பல நாள் பேரத்துக்குப் பின் அந்த அரசுக்கான ஆதரவை வாபஸ் வாங்கினார் - கலைஞர் அரசை வாஜ்பாய் டிஸ்மிஸ் செய்ய மறுத்தார் என்பதால். 13 மாதங்களில் அரசு கவிழ்ந்தது - வெறும் ஒரு வாக்கு வித்தியாசத்தில் நம்பிக்கை இல்லாத் தீர்மானத்தில் தோற்றது. பதவி இழந்த அன்று வாஜ்பாய் சொன்னார்: "பதின்மூன்று மாதங்களுக்குப் பிறகு இன்று

இரவு நிம்மதியாக உறங்குவேன்". அவ்வளவு தூரம் கூட்டணிக் கட்சிகளின் தொந்தரவு இருந்தது - குறிப்பாக நமது அம்மையார்.

இம்முறை ஆட்சியில் அமர்ந்தாலும் நிதிஷ், சந்திரபாபு என்ற இரண்டு குடைச்சல்களைச் சமாளிக்க வேண்டியிருக்கும் மோடிக்கு. எனவே ஆட்சியைத் தக்க வைக்கவே போராட்டமாக இருக்கும் என்பதால் பொது மக்களைத் தொந்தரவு செய்ய அவருக்கு நேரமிருக்காது என நினைக்கிறேன். இப்படி checks and balances கொண்ட சூழலை உண்டாக்கிய வகையில் இண்டியா கூட்டணிக்கு வெற்றிதான்!

(ஜுன் 4, 2024)

★

இந்தியா முழுக்க எல்லா மாநிலங்களிலும் பாஜவுக்கு 40 முதல் 60 சதவிகித தொகுதிகள் கிட்டியுள்ளன. அதிலும் குஜராத், மத்தியப் பிரதேசம், ஒரிஸா, சட்டீஸ்கர், உத்தராகண்ட், தில்லி, அருணாச்சலப் பிரதேசம், திரிபுரா ஆகியவற்றில் ஏறத்தாழ 100% தொகுதிகளை அடித்திருக்கிறது பாஜக. அது கோட்டை விட்ட மாநிலங்கள் இரண்டே இரண்டு: தமிழ் நாடு மற்றும் கேரளா. இவ்விரண்டு மாநிலங்களும் ஏன் பாஜகவை ஒதுக்குகின்றன?

என் மேலோட்ட கவனிப்பில் கேரள விஷயம் இதுதான்: மலையாள மனநிலையில் இன்னும் கம்யூனிசம் நிறைய மிச்சமிருக்கிறது. இடையிடையே அவர்கள் மீது அதிருப்தி என்றாலும் காங்கிரஸ் அங்கே வலுவாக நிற்கிறது. எனவே மூன்றாவதாக ஒரு கட்சிக்கான அவசியம் இருப்பதாக அவர்கள் நம்பவில்லை. தவிர, சிறுபான்மையினர் அங்கே கிட்டத்தட்ட பாதிக்குப் பாதி இருக்கின்றனர் (2011 சென்சஸ் படி 45%க்கும் மேல்). எனவே இந்துத்துவ நிலைப்பாடு கொண்ட, மத வெறுப்பைத் தன் அரசியல் அடிநாதமாகக் கொண்ட பாஜக அங்கே நுழைய வாய்ப்பு அடைபடுகிறது (அவ்வகையில் இப்போது சுரேஷ் கோபி திருச்சூரில் வென்றிருப்பதே வியப்புதான்).

ஆனால் சிறுபான்மையினர் அதிகம் வாழும் இடங்களில்

இந்துக்களிடம் மதக் காழ்ப்பைத் தூண்டுவது எளிது என்பதையும் நாம் கணக்கில் கொள்ள வேண்டும். எனவே இந்துக்கள் கட்சிச் சாய்வு தாண்டி இந்துக்கள் என்ற மதக் குடையின் கீழ் திரளும் சாத்தியம் அதிகம். குஜராத்தில் அப்படிச் செய்துதான் தொடர்ந்து இந்துக்கள் வாக்குகளை பாஜக அறுவடை செய்கிறது. தமிழகத்தில் கன்னியாகுமரியிலும், கோவையிலும் அவ்வப்போது பாஜக வெல்வது அந்த அடிப்படையில்தான். அதையே கேரளாவிலும் செய்ய ஆரம்பித்திருக்கிறார்கள் என்றே புரிந்து கொள்கிறேன். இம்முறை அவர்கள் அங்கே வாங்கிய வாக்கு சதவிகிதம் 16.68% என்பது ஆபத்துக்கான சமிக்ஞை. அங்கே அவர்கள் யாரோடும் கூட்டணி வைக்க முடியாது என்பதுதான் இதிலுள்ள ஒரே ஆறுதல். எனவே இந்த வாக்கு சதவிகிதம் பொதுவாகத் தொகுதிகளை வெல்லப் போதாது என்பதால் கொஞ்ச காலம் கேரளம் பாஜகவுக்கு எதிராகத் தாக்குப் பிடிக்கும்.

தமிழகத்துக்கு வருவோம். முதலில் தமிழகம் பாஜகவுக்கு வாக்களிக்க மறுக்கிறதா? இவை 2024 தேர்தல் முடிவுகளின் சாரம்: திமுக தமிழகத்தின் 22 தொகுதிகளில் போட்டியிட்டு 26.93% வாக்குகளைப் பெற்றிருக்கிறது; அதிமுக 34 தொகுதிகளில் போட்டியிட்டு 20.46% வாக்குகளைப் பெற்றிருக்கிறது; பாஜக 23 தொகுதிகளில் போட்டியிட்டு 11.24% வாக்குகளைப் பெற்றிருக்கிறது. இதை 39 தொகுதிகளுக்கும் நீட்டித்துப் பார்த்தால் திமுக 47.74%, அதிமுக 23.47%, பாஜக 19.06% எனக் கணக்காகிறது.

பாஜகவுக்கு இது பெரிய வளர்ச்சி. அதிமுகவுடன் (அல்லது திமுகவுடனே கூட) நாளை அது கூட்டணி அமைத்தால் நிச்சயம் கணிசமான எண்ணிக்கையிலான தொகுதிகளை வெல்லும். அதைத்தான் 2021 சட்டமன்றத் தேர்தலில் பார்த்தோம். பாமக, தேமுதிக, தமாக உள்ளிட்ட சிறிய கட்சிகளும் பாஜகவுடன் கூட்டணி வைப்பதில் எப்போதும் ஆர்வமாகவே உள்ளன. எனவே 40 தொகுதிகளைச் சுத்தமாக திமுக கூட்டணி வென்றதை வைத்து தமிழகம் பாஜகவை

ஒதுக்கி விட்டது என மகிழ முடியாது. இங்கேயும் மதக் காழ்ப்பு சத்தமில்லாமல் வளர்ந்து கொண்டுதான் இருக்கிறது. எனவே தக்க கூட்டணி அமைந்தால் தமிழகத்தின் பாஜக எதிர்ப்பு / மதச் சகிப்புத்தன்மை முகமூடி கிழியும்.

சரி, தனியாக நிற்கும் பாஜகவை ஏன் தமிழக மக்கள் இன்னும் ஏற்கவில்லை? கேரளா போலவே இன்னும் திமுக அல்லது அதிமுகவே போதும் என அவர்கள் நினைக்கிறார்கள். அதுதான் முதன்மைக் காரணம். கலைஞர், எம்ஜிஆர், ஜெயலலிதா தாண்டி ஸ்டாலினும் அந்த நம்பிக்கையைத் தக்க வைத்துக் கொண்டிருக்கிறார். அதிமுக மட்டும்தான் இன்னும் தள்ளாடிக் கொண்டிருக்கிறது. பாஜக இங்கே வென்றால் மத வெறி தவிர அடுத்த காரணமாக அதிமுகவின் ஸ்திரமின்மையே இருக்கும், அந்த இடத்தை பாஜக நிரப்ப ஆரம்பிக்கும். எனவே பாஜக தொடர்ந்து தோற்க இங்கே அதிமுக நல்ல நிலையில் இருக்க வேண்டும். ஆனால் பிரச்சனை என்னவென்றால் அதிமுகவுக்கு விழும் வாக்குகள் மறைமுகமாக பாஜகவைவே சென்று சேரும் (இரு கட்சிகளும் கூட்டணி வைத்தாலும் வைக்காவிட்டாலும்). எனவே இது ஒரு மாதிரி தெளிவற்ற (ambiguous) சூழல்.

பாஜகவை தமிழர்கள் புறக்கணிக்க இன்னொரு காரணம் இருக்கிறது. 2014 தேர்தல் வரையில் பாஜகவை ஓர் உதிரி அமைப்பாகவே தமிழக மக்கள் கருதி வந்தார்கள். மோடி அசுர பலத்துடன் ஆட்சிக்கு வந்தது நம்மவர்களுக்கு வியப்பாகவே இருந்திருக்கும். 2014ல் ஆட்சிக்கு வந்ததும் தமிழக மக்களிடம் நற்பெயர் சம்பாதிக்க ஒரு வாய்ப்பு பிஜேபிக்கு இருந்தது. ஆனால் 2014 மற்றும் 2019 ஆட்சிக் காலங்கள் பாஜகவும் மோடியும் நிர்வாகத் திறனற்றவர்கள் என்ற எண்ணத்தை தமிழக மக்கள் மத்தியில் உண்டாக்கி விட்டன. குறிப்பாக, பண மதிப்பிழப்பு, சரக்கு மற்றும் சேவை வரி, நீட் திணிப்பு உள்ளிட்ட பல விஷயங்கள் ஒவ்வாமையை அளித்தன. அதானி, அம்பானிக்கு மோடி அரசு அடிமைச் சாமரம் வீசியது ஊழல் பழகிப் போன தமிழக மக்களுக்கு ஒரு பொருட்டாக இருந்திருக்காது என்றாலும் அவர்களின் தொடர்ச்சியான மத

வெறிச் செயல்பாடுகள், இந்தித் திணிப்பு, மாநில உரிமைகளை மதிக்காமை, குடியுரிமைச் சட்ட திருத்தம், ஆர்ட்டிகள் 370 ரத்து, போலிப் போர்ப் பதற்றங்கள், படேல் சிலை, ராமர் கோயில் உள்ளிட்டவை அரசு பற்றி எதிர்மறை அபிப்பிராயத்தையே தமிழக மக்கள் மத்தியில் உண்டாக்கின. தவிர, ஆளுநர் ரவியின் புறம்போக்குத்தனமான செயல்கள், நிர்மலா சீதாராமனின் திமிர்த்தனமான பேச்சு, வெள்ள நிவாரண நிதிக்கும் ஜிஎஸ்டி பங்குக்கும் நம்மைக் கெஞ்ச விட்டது ஆகியன பாஜக அரசு தமிழகத்தை மதிக்கவில்லை என்ற எண்ணத்தை மக்களிடம் உண்டாக்கியது. அது ஒருவிதமான சுயமரியாதைச் சீண்டல்.

எனவே, 2019 தேர்தலும் சரி, 2024 தேர்தலும் சரி, பெரும்பான்மை தமிழக மக்கள் மோடி அரசு வீழ வேண்டும் என்றே வாக்களித்தார்கள். அதற்கு ஒரே வழி திமுக கூட்டணியை ஆதரிப்பதுதான். இன்று 2009 காலத்தில் ஈழம் தொடர்பாகவும் ஊழல் தொடர்பாகவும் இருந்த காங்கிரஸ் - திமுக வெறுப்பு எல்லாம் காணாமலாகி விட்டது. தவிர, ராகுல், ப்ரியங்கா மீது ஒரு குற்றவுணர்வு கலந்து வாஞ்சை நமக்கு வந்து விட்டது. எனவே சுலபமாக இண்டியா கூட்டணி தமிழ் நாடு முழுக்கவும் வென்றுள்ளது.

பாஜகவின் மத வெறியும் நிர்வாகக் கையாலாகாமையும் நம்மை மதியாமையுமே அதை இங்கே துடைத்தெறிந்தது. ஆனாலும் பாஜக மெல்ல மெல்ல வளர்கிறது என்ற ஆபத்தை திமுக கூட்டணிக் கட்சிகள் கவனம் கொள்ள வேண்டும். *They are not far away!*

(ஜூன் 5, 2024)

★

தினம் குருதி வடியக் குதப் புணர்ச்சி செய்தால் ஒரு கட்டத்தில் வலி மரத்துப் போய் அது சுகமாகத் தோன்ற ஆரம்பித்து விடும் என்பார்கள் அனுபவஸ்தர்கள். அப்புறம் ஒரு போதை மாதிரி அது வேண்டுமென்று ஆசையாகத் திரும்பத் திரும்பக் கேட்டு ரசித்து அனுபவிக்கத் தொடங்குவார்கள். வடக்கே அதுதான்

நடக்கிறது. பண மதிப்பு நீக்கம், ஜிஎஸ்டி, நீட், பெட்ரோல் விலை உயர்வு, புதிய விவசாயக் கொள்கை, மொழித் திணிப்பு, சீன ஆக்ரமிப்பு, பெருமுதலாளிகளுக்குச் சாதகமான அரசு கொள்கைகள், தொடர்ந்து பொது நிறுவனங்களை விற்பது, மத மற்றும் சாதி வெறிச் செயல்களை ஆதரிப்பது அல்லது கண்டும் காணாமல் இருப்பது, எதிர்ப்பவர் குரல்கள் நசுக்கப்படுதல், மாநில உரிமைகள் பறிக்கப்படல், காஷ்மீர் அடக்குமுறை, தேர்தலுக்குப் பிந்தைய பகிரங்க பேரங்கள், கொரோனாவை மோசமாகக் கையாண்டது, மோசமான நிதி நிர்வாகம், சமூக நீதிக்கு எதிரான வேலைகள் என எதுவும் வட மக்களை அசைக்கவே இல்லை.

நாளை ஒருவேளை எமெர்ஜென்ஸி கொண்டு வந்து மக்களைப் பிடித்து வரிசையாக நிறுத்திக் காயடித்தாலும் அதற்கு அடுத்து வருகிற தேர்தலில் தையல் பிரிந்து ரணமான கவட்டியைத் தடவியபடி தாமரைக்குத்தான் வாக்களிப்பர். அவர்கள் ஒன்று அவ்வளவு அறியாமையில் இருக்கிறார்கள் அல்லது அவ்வளவு மத வெறியோடு இருக்கிறார்கள்.

1960களில் திராவிட நாடு கோரிக்கையைக் கைவிடுகையில் பிரிவினைக்கான காரணம் அப்படியேதான் இருக்கிறது என்றார் அண்ணா. இல்லை, மெல்லப் பெரிதாகி வருகிறது.

(மார்ச் 10, 2022)

★★★

17. ஜாலி புரட்சி

ஜீரணித்து எதிர்வினையாற்ற நேரமெடுத்துக் கொண்டு நிதானமாகவே எழுதுகிறேன். தில்லி செங்கோட்டையில் விவசாயிகள் தம் கொடியை ஏற்றியதை நான் ரசிக்கவில்லை, அது சீக்கியக் கொடியாக இல்லாமல் விவசாயிகள் சங்கக் கொடியாக இருந்தாலும் என் கருத்து இதேதான். கொடி ஏற்றியதன் மூலம் அவர்கள் சொல்லும் செய்திதான் என்ன?

இதைப் பார்க்கும் போது இந்த ஃபாசிஸ அரசை எதிர்க்கும் நமக்கு ஜிவ்வென்றுதான் இருக்கும். ஆனால் உண்மையில் நாம் அந்த உணர்ச்சிகரம் தாண்டி சிந்திக்க வேண்டும். ஒரு பேச்சுக்கு இந்துத்துவர்கள் ஒரு போராட்டத்தில் காவிக் கொடியை அல்லது பாஜக கொடியை இப்படி ஏற்றி இருந்தாலும் நாம் அதற்குப் புளகாங்கிதம் அடைவோமா?

செங்கோட்டை இந்தியாவின் பெருமித அடையாளம். அதனால்தான் பிரதமர்கள் சுதந்திர தினத்துக்கு அங்கே தேசியக் கொடி ஏற்றுகிறார்கள். நடப்பு அரசை, அவர்களின் அராஜக நிலைப்பாட்டை எதிர்த்துப் போராடுவது என்பது வேறு, தேச அடையாளம் ஒன்றை உரசிப் பார்ப்பது என்பது வேறு. வித்தியாசம் புரிந்தால்தான் போராட்டத்தின் நியாயமானது பொதுமக்கள் மத்தியில் உள்ள பிம்பத்தில் காயமுறாமல் இருக்கும்.

இப்போது இந்த மீறல்களை மத்திய அரசு தனக்குச் சாதகமாகப் பயன்படுத்த முனையும். அது போராட்டத்தைப் பாதிக்க வல்லது. குடியரசு தினம் எனப் பாராமல் அடிப்படை உரிமையைக் காரணம் காட்டி பேரணிக்கு அனுமதி அளித்த உச்ச நீதிமன்றம் அடுத்த முறை அனுமதி கேட்டுப் போனால் என்ன நினைக்கும்?

சௌரி சௌராவை நினைத்துக் கொள்கிறேன். நல்ல போராட்டத்தின் முதல் அடையாளம் ஒழுக்கத்தைப் பேணுவது. வருத்தங்கள்.

(ஜனவரி 26, 2021)

★

(இதை நான் எழுதினால் கடும் எதிர்ப்புக்கு உள்ளாவேன் என்றறிவேன். ஆனால் அதைத் தாண்டி நான் நம்பும் கருத்தை சமரசமற்று முன்வைப்பது எழுத்தாளனாக என் கடமை.)

தில்லியில் பஞ்சாபி விவசாயிகள் நடத்திக் கொண்டிருப்பது ஓர் அசலான போராட்டம். அதன் மீது பெருமரியாதை உண்டு. அதனால்தான் சன்னப் பிசிறுகள் தென்படும் போது கவலை வருகிறது. அதை ஒட்டித்தான் கொடியேற்றம் பற்றி எழுதினேன். ஒரு காந்திய அடியாளாக அப்படித்தான் யோசிக்க முடியும். என் பலம், பலவீனம் இரண்டும் அதுவே.

தமிழகத்தில் இரண்டு, மூன்று தலைமுறைகள் போராட்டம் என்றால் என்னவெனத் தெரியாமல் உருவாகி வந்து விட்டார்கள் என்பதால் அவர்களில் பலர் கண்மூடித் தனமாய் போராட்டத்தின் எந்த வடிவையும் ஆதரிப்பதில் ஆச்சரியமில்லை.

அவர்களுக்கு போராட்டம் என்றால் ஒரு த்ரில். அவ்வளவுதான். அதைப் பற்றிய எந்தத் தொலைநோக்கும் கிடையாது. அதன் வலிகள் சுத்தமாய்த் தெரியாது. போராட்டங்கள் பற்றிய வரலாற்று அறிவும் கிடையாது. கூடங்குளம், ஸ்டெர்லைட் போன்ற வெளியே பரவாத போராட்டங்களைத்

தவிர்த்துப் பார்த்தால் தமிழகத்தில் கடைசியாக நடந்த பெரும்போராட்டம் அறுபதுகளின் மத்தியில் நடந்த இந்தி எதிர்ப்புப் போராட்டம்தான்.

எனில் 2017 மெரீனா போராட்டம் எனக் கேட்கிறீர்களா? நான்காண்டுகள் முன் அது நடந்திருந்த போதே நான் சொன்னதுதான். அது ஒரு பிக்னிக் போராட்டம். தில்லியில் பாப்கார்னும் பானிபூரியும் கொறித்தபடி நடுத்தர வர்க்கத்தினர் மைதானத்தில் கூடி நடத்திய அன்னா ஹசாரே தலைமையிலான ஊழல் எதிர்ப்புப் போராட்டம் போன்றது.

தன்னெழுச்சி என்ற அளவில் நிச்சயம் மெரீனாவின் ஏராள மக்கள் கூடுகைக்கு ஒரு மதிப்புண்டு. ஆனால் அது எதற்காக எனப் பார்க்கும் போது ஊசி குத்திய பலூனாக அப்போராட்டத்தின் பிம்பம் உடைகிறது. அது உண்மையில் விழலுக்கிறைத்த நீர்.

முதலில் மெரீனா போராட்டத்தின் நோக்கமே பலவீனமானது. ஜல்லிக்கட்டு என்பது தமிழர் கலாசாரம் என்ற தவறான பரப்புரையினால் உண்டானது. போராட்டத்தில் பத்து லட்சம் பேர் பங்கேற்றனர் என்கிறார்கள். அதில் ஒன்பதே முக்கால் லட்சம் பேருக்கு விருமாண்டி திரைப்படம் தாண்டி ஜல்லிக்கட்டுடன் எந்தத் தொடர்பும் இல்லை. ஜல்லிக்கட்டில் சாதியம் இருக்கிறதே, பிறகெப்படி அது தமிழர் அனைவருக்குமானது என்று கேட்டால் கள்ளமௌனம் சாதிக்கிறார்கள் அல்லது மழுப்புகிறார்கள்.

சிலர் ஏறுதழுவுதல் சங்க இலக்கியத்தில் உண்டு, அதனால் இது தமிழர் கலாசாரம் என்கிறார்கள். களவியல், உடன்போக்கு எல்லாம் கூடத்தான் சங்க இலக்கியத்தில் உண்டு. எனில் காதல் கலப்பு மணம் நமது தமிழர்களின் பெருமைமிகு கலாசாரம் என்று ஏன் சாதி ஆணவக் கொலைகள் நடந்த போது மெரீனாவில் இறங்கிப் போராடவில்லை?

நீட் திணிக்கப்பட்ட போது இந்த பத்து லட்சம் பேர் எங்கே போனார்கள்? புதிய கல்விக் கொள்கை? பண மதிப்பிழப்பு?

ஜிஎஸ்டி? குடியுரிமைச் சட்டம்? விவசாய மசோதா? மக்களின் வாழ்வுரிமையை, இருப்பை நேரடியாகப் பாதிக்கும் எந்தப் பிரச்சனைக்கும் போராடாதோர் திரண்டு செய்த போராட்டத்தை எப்படி மதிப்புடன் பார்க்க முடியும்?

சரி, அதெல்லாம் கிடக்கட்டும். மெரீனா போராட்டத்திற்கே வருகிறேன். போராட்டக் காரர்களுக்கு உணவு, தண்ணீர் உள்ளிட்ட அத்தியாவசியங்களை எல்லாம் சப்ளை செய்தது மெரீனாவை ஓட்டி உள்ள ஒடுக்கப்பட்டோர் குடியிருப்புக்காரர்கள். அவர்களின் ஆதரவு இல்லையெனில் பதினைந்து நாட்கள் இந்தப் போராட்டம் நீடித்திருக்காது. இது புரிந்துதான் போராட்டத்தின் இறுதியில் அவர்கள் மீது காவல்துறை வன்முறையை ஏவிவிட்டது. அந்த மக்கள் அதனால் பல இழப்புகளைச் சந்தித்தனர். இன்னும் அதில் சிலர் அந்த வழக்குகளுக்காக அலைந்து கொண்டிருப்பர். ஐந்தறிவு மாடுகளுக்காக ஆவேசமாகப் போராடிய இந்த பத்து லட்சம் பேரில் எத்தனை பேர் தங்களுக்கு சோறு போட்ட அந்த ஒடுக்கப்பட்ட மக்களுக்காக அந்த வன்முறையைக் கண்டித்துக் களம் கண்டார்கள்? அவர்கள் அனைவரும் அப்படியே கலைந்து காணாமல் போனதுதானே நிஜம்? குறைந்தபட்சம் அது குறித்த குற்றவுணர்வாவது அவர்களுக்கு இருந்ததா? அவர்களுக்குப் போய் ஏதாவது உதவிகள் செய்தார்களா? அதிலிருந்து ஏதேனும் கற்றார்களா? இதனால்தான் மெரீனா நிகழ்வைப் பிக்னிக் போராட்டம் என்கிறேன்.

போலீஸ் சுற்றி நின்று கைகட்டி வேடிக்கை பார்க்கும் வரை மட்டும் தொடர்வதுதான் போராட்டமா? அது அரசு அனுமதித்தும் நடந்தது. அரசு ஆசி அளிக்காமல் போராடினால் வாயில்தான் சுடுவார்கள். பாதுகாப்பான சூழலில் இருந்து கொண்டு செல்ஃபி எடுத்துப் போடுவேன் என்பது பிக்னிக் அல்லாமல் வேறென்ன? ஒரு ஃபேஷன் என்ற அளவில்தான் அப்போராட்டம் பெரும்பான்மை மக்களால் கையாளப்பட்டது. ஜல்லிக்கட்டுப் போராட்டத்தால் லாபமடைந்தது ஜூலியும் ஓபிஎஸ்ஸும் தவிர வேறு யார்?

என் பாட்டன் என் அப்பனுக்கு தான் பங்கேற்ற சுதந்திரப் போராட்டத்தைப் பற்றிச் சொன்னான். என் அப்பன் எனக்கு தான் கண்ணுற்ற மொழிப் போர் பற்றிச் சொன்னான். நான் என் மகனுக்கு ஜல்லிக்கட்டுப் போராட்டத்தையா சொல்வது!

மாபெரும் வீழ்ச்சியல்லவா!

(ஜனவரி 27, 2021)

★

ஜல்லிக்கட்டுக்கான மெரினா திரளலைப் அது நடந்த போதுதான் புரட்சி என்றும் போராட்டம் என்றும் சொல்லிக் கொண்டிருந்தார்கள். சரி, சமகால விஷயம் என்பதால் தள்ளி நின்று பார்க்கத் தெரியாததால் வரும் உணர்ச்சிவசம் என அதை எடுத்தோம். (அப்போதே இதைச் சுட்டியவர்களை இனத் துரோகி என்றார்கள்.) ஆனால் இத்தனை ஆண்டுகள் கழித்து இன்னமும் எந்தக் கற்றலையும் பெறாமல் அதைப் புரட்சி, போராட்டம் என்றே சொல்லிக் கொண்டிருந்தால் எப்படி, நண்பர்களே?

தம் வாழ்வாதாரமோ சுயமரியாதையோ உணர்வுகளோ நேரடியாகப் பாதிக்கப் படுகையில் மக்கள் கிளர்ந்தெழுவதுதான் உண்மையில் போராட்டமாகும். தான் வாழ்நாளில் பங்கேற்றே இராத, பார்த்தே இராத, உணர்ந்தே இராத ஜல்லிக்கட்டு போன்ற ஒரு விஷயத்துக்குப் போகிற போக்கில் ஆதரவு தெரிவிப்பது அப்படி அல்ல. கேட்கிறார்களே என்பதற்காக மனுவில் கும்பலாகக் கையெழுத்திடுவது போன்றதுதான்.

சுற்றுலா செல்வது போல் வந்து போவது போராட்டமா? இன்னும் சொன்னால் அது ஒரு ஃபேஷன், ட்ரெண்ட் ஆக இருந்தது. மாநில அரசின் மறைமுக ஆசியுடன்தான் நடந்தது. அதே மாநில அரசு லத்தியை எடுத்த போது அடி வாங்கியவன் அத்தனை பேரும் விளிம்பு நிலையில் வாழ்பவன். பிக்னிக் வந்த நடுத்தர வர்க்கக் கூட்டம் பாதுகாப்பாகத் தப்பித்து ஓடியது. அதோடு புரட்சிப் போராட்டம் நின்றது.

அதே பத்து லட்சம் மக்கள் கூட்டம் அதன் பிறகு ஏன் நீட் தேர்வுக்கு எதிராகவோ, சாதி ஆணவப் படுகொலைகளுக்கு எதிராகவோ, மனிதர்களே மனித மலத்தை அள்ளுவதை எதிர்த்தோ, வேங்கை வயல் சாதிய அராஜகத்தை எதிர்த்தோ அப்படி இறங்கிப் போராட வில்லை? ஏனெனில் அதெல்லாம் நம் சமூகத்தின் இழிந்த மனதுக்கு ஒவ்வாதது. அரசும் காவல் துறையும் அனுமதிக்காது. ஜாலியாகக் குடும்பத்துடன் மெரினா போய் நிம்மதியாகப் போராட முடியாது. ஜூலி போன்ற புரட்சிக்காரியை உருவாக்க முடியாது.

மந்தையின் ஆடுகள் திரண்டு வரிசை கட்டிப் போவது போராட்டம் ஆகி விடாது. நாம் வாழுங்காலத்தில் இந்தியாவில் நாம் கண்ட அசலான போராட்டம் பஞ்சாப் விவசாயிகள் போராட்டம்தான். ஒருபோதும் உருப்படியான விஷயத்துக்குத் தமிழன் போராட மாட்டான். அதெல்லாம் அறுபதுகளின் மொழிப் போரோடு காலாவதியாகி விட்டது.

என் ஆயுளில் இந்த அபிப்பிராயம் மாறுகிறதா பார்ப்போம்.

(ஜனவரி 18, 2023)

★

உண்மையாகவே மாடு பிடிப்பதில் என்ன வீரம் இருக்கிறது எனச் சுத்தமாகப் புரியவில்லை.

ஜல்லிக்கட்டு என்ற வீர தீர விளையாட்டில் முதலில் ஒரு சின்ன சந்திலிருந்து மாட்டை அவிழ்த்து விடுகிறார்கள். அதற்கு வாடிவாசல் என வக்கணையாக ஒரு பெயர். வெளியே கும்பலாக நாற்பது, ஐம்பது இளைஞர்கள் நிற்கிறார்கள். அவர்கள் ஓடி வரும் மாட்டின் மீது ஒன்றாகப் பாய்ந்து திமிலைப் பிடிக்க முயற்சி செய்கிறார்கள். அது தன் உடலை உலுக்கி அவர்களைக் கீழே தள்ளி விட்டு ஓடுகிறது. அதில் ஓரிருவர் அதிகபட்சம் நாற்பது அடி வரை திமிலை விடாமல் பற்றி இருக்கிறார்கள், பிறகு முடியாமல் விட்டு விடுகிறார்கள். அப்புறம் மாடு கொஞ்சம் தூரம் போய் என்ன செய்வதென்று புரியாமல் திரும்பிப் பார்க்கிறது. அடுத்து இன்னொரு மாடு.

இதே போல் தொடர்ந்து ஒவ்வொன்றாகப் பல மாடுகள் அவிழ்த்து விடப் படுகின்றன. அவ்வளவுதான் விஷயம்.

இதில் மாட்டை அடக்குவது என்ற விஷயமே நடக்கவில்லை. இதில் என்ன சாதனை இருக்கிறது? இதில் மனிதர்களுக்கு ஆபத்து இருக்கிறது என்பது நிஜம்தான். ஆனால் ஆபத்துள்ள விஷயங்களில் குருட்டுத்தனமாக இறங்குவது வீரமாகி விடுமா? அது முரட்டுத்தனமும் முட்டாள்தனமும் மட்டுமே.

முதலில் இது பார்க்கவும் கூட சுவாரஸ்யமாக இல்லை. இதை விட ஜென்டில்மேனில் வரும் டிக்கிலோனா, ஜலபுல ஜங்ஸ் உள்ளிட்ட விளையாட்டுகள் மேலானவை என்றுதான் தோன்றுகிறது. முன்பு ஒரு முறை இதில் மாட்டு வதையை விட மனித வதை அதிகம் என்று சொல்லி இருந்தேன். அது அதில் பங்கேற்ற இளைஞர்கள் பற்றிய கருத்து. இப்போது பார்ப்போருக்குமே கூட மகா மொக்கையாக, வதையாக இருப்பதை உணர்கிறேன்.

ஒரு காலத்தில் மற்ற படங்கள் போல் இல்லாமல் விருமாண்டி ஜல்லிக்கட்டை யதார்த்தமாகக் காட்சிப்படுத்தி இருக்கிறது என நம்பினேன். இப்போதுதான் புரிகிறது, அதுவே மிகைதான். இதற்குத்தானா லட்சம் மக்கள் மெரீனாவில் கூடினார்கள் என யோசித்தால் அபத்தமாக இருக்கிறது. தொலைக்காட்சி நேரலை எல்லாம் இல்லாத காலத்தில் ஜல்லிக்கட்டு, மஞ்சு விரட்டு எனப் பெருமை பேசிக் கொண்டிருந்தார்கள். இப்போது அது சாத்தியமில்லை.

ஒரு முனையில் இந்துத்துவர்கள் மாட்டை வைத்து கோமியம், கோஷாலா என சர்க்கஸ் காட்டுகிறார்கள். இன்னொரு பக்கம் இவர்கள் ஜல்லிக்கட்டு என ஒன்றுமில்லாததை ஊதுகிறார்கள். காலத்திற்கேற்ப நம்மை மாற்றிக் கொண்டு நாகரிகம் அடைய வேண்டும், மனிதனாக மாற வேண்டும். அது இல்லாமல் பாரம்பரியம் என்ற பெயரில் பொருளற்ற, பயனற்ற பழையதைப் பிடித்துத் தொங்கிக் கொண்டிருக்கிறோம் என்பது உள்ளபடியே ஆயாசம் அளிக்கிறது.

(ஜனவரி 15, 2024)

★★★

18. நீள்தண்டனையின் முடிவு

பேரறிவாளன் விடுதலையை நான் ஆதரிக்கிறேன். அவர் குற்றமற்றவர் என நம்புவதால் அல்ல; அவர் செய்ததாகச் சொல்லப்படும் குற்றத்தின் கணக்குக்கு மேலாக (அல்லது போதுமானதாக) முப்பது ஆண்டுகள் சிறைத் தண்டனையை அனுபவித்து விட்டார் என்பதால். அதுவும் ஆயுளின் முக்கியமான தன் இளமைக்காலம் முழுமையையும்.

என் வாசிப்பின் அடிப்படையிலும், புரிதலின்படியும் பேரறிவாளன் முற்று முழுதான அப்பாவி என நான் எண்ணவில்லை. (ராஜீவ் கொலையின் புலன் விசாரணையிலும் நீதி விசாரணையிலும் இடைவெளிகளும் பிறழ்வுகளும் இருந்திருக்கலாம். ஆனால் அவை ஒருவரை நிரபராதி என நிரூபிக்கப் போதுமானதல்ல.) அவரது பங்களிப்பினைச் சிறுகுற்றம் என்றும் சொல்லிக் கடக்க முடியாது. ஒன்றுமே தெரியாமல்தான் அந்த உதவியைச் செய்தார் என்றும் சொல்ல இயலாது. காரணம் 1991ல் இந்தியச் சூழலில் ஒன்பது வோல்ட் பேட்டரியானது எலக்ட்ரானிக் பொம்மைக்கோ, ரேடியோவுக்கோ, வாக்மேனுக்கோ, டார்ச் லைட்டுக்கோ பயன்படவில்லை. அவர் அக்காலத்தில் புலிகளின் அனுதாபியாக இருந்திருக்கிறார். அவர் முன்பு யாழ்பாணத்துக்குப் பயணம் செய்ததற்குச் சாட்சிகள் இருக்கின்றன. வந்தது புலிகளின் ஆள்

என அவருக்குத் தெரியும். அவர்கள் பேட்டரி வேண்டும் எனக் கேட்டால் அது நிச்சயம் ஒரு குண்டு வெடிப்புக்கானதாகவே இருக்கும் எனப் புரியாத அப்பாவியாய் அவர் இருந்திருக்க வாய்ப்பில்லை (டிப்ளமோ படித்தவர், அரசியல் சிந்தை கொண்டவர்).

ஆக, ஒரு தீவிரவாதத் திட்டத்துக்குத் தெரிந்தே உதவி இருக்கிறார். இதிலிருக்கும் ஒரே *benefit of doubt* - குண்டு ராஜீவுக்கானது என அப்போது அவருக்குத் தெரியாமல் இருந்திருக்கலாம் (அவருக்குத் தெரியும் என்பதற்குத் தெளிந்த ஆதாரங்கள் இல்லை என்ற வகையில்). அதனால் 'பிரதமர்' கொலை என்ற *high profile* வழக்கின் அடிப்படையில் அவரது பங்களிப்பைப் பார்க்கப் போதுமான சான்றுகள் இல்லை. அவ்வகையில் மொத்தச் சதித்திட்டச் சங்கிலியில் அவர் ஒரு கண்ணி மட்டுமே. அதனால்தான் அவர் ஏற்கனவே போதுமான அளவு தண்டனை அனுபவித்து விட்டார் என்கிறேன்.

அவரை விடுவிக்க மத்திய, மாநில அரசுகளும், நீதித் துறையும் ஏன் தயங்குகின்றன என்பதையும் நாம் புரிந்து கொள்ள முயலலாம். கொல்லப்பட்டது ஒரு முன்னாள் பிரதமர், நடக்கவிருந்த தேர்தலில் உதிரி எதிர்க்கட்சிகளின் பலமின்மை, ஒற்றுமையின்மை காரணமாக நிச்சயம் பிரதமராக ஆகி விடுவார் என எதிர்பார்க்கப்பட்டவர். அவரைக் கொல்வது என்பது மொத்த அரசு இயந்திரத்துக்கும் காட்டப்பட்ட நடுவிரல். அதைச் செய்தவர்களை விடுவிப்பது எதிர்காலத்தில் எந்தப் பிரதமரையும், முதல்வரையும் கொன்று விட்டுத் தப்பித்துக் கொள்ளலாம் என்ற மறைமுகச் செய்தியைச் சொல்வதாகி விடும். தண்டனைகள் எப்போதும் செய்த குற்றத்திற்கானவை மட்டுமல்ல. எதிர்காலத்தில் நடைபெறும் குற்றங்களைத் தடுப்பதற்கான மிரட்டலும்தான்.

ஆக, காங்கிரஸ் என்றில்லை பாஜக உள்ளிட்ட அவர்களுக்கு நேர் எதிரான எந்தக் கட்சி ஆட்சிக்கு வந்தாலும் ராஜீவ் கொலைக் குற்றவாளிகளை விடுவிக்கத் தயங்குவார்கள். ஏனெனில் அந்த அதிகார வர்க்கத்தின் அக்கறை ராஜீவ்

கொலைக்கான நீதி அல்ல. அந்த விடுதலை முடிவு குற்றத்தின் அடர்த்தியை நீர்க்கச் செய்து எதிர்காலத்தில் மீண்டும் அதே ஒன்று நிகழ்வதற்குத் தூண்டுதலாய் இருந்து விடலாகாது என நினைப்பார்கள் (தானே கூட நாளை கொல்லப்படும் இடத்தில் இருக்கலாம் என்ற அடிப்படையில்). அதிகாரத்தில் தொடர்ந்து இருக்கப் போகும் தமக்கு அது ஒரு வித சுயஆப்பு என எண்ணுவார்கள். அதனால்தான் இதில் முடிவெடுக்காமல் இழுத்தடிக்கிறார்கள். இங்கே தமிழ் அடையாளம் காரணமான மறுதலிப்பு என்பதெல்லாம் இரண்டாம்பட்சம்தான்.

புலிகளின் (அல்லது பிரபாகரனின்) மொத்த வரலாற்றிலும் அவர்கள் செய்த மிகப் பெரிய பிழை ராஜீவைக் கொல்லத் தீர்மானித்தது. அதுவே அவர்களின் அழிவிற்குக் காரணமானது. இலங்கையில் நடத்திய படுகொலைகள் போல் இதையும் செய்து விட்டு எளிதில் கடந்து போய் விடலாம் எனத் தப்புக் கணக்குப் போட்டு விட்டார்கள். ஆனால் இந்திய யூனியன் அதை ஒருபோதும் மறக்கவோ மன்னிக்கவோ இல்லை. அதன் பக்க விளைவு தமிழ் நாட்டுக்குப் பாதகமாய் அமைந்து விட்டது. அதன் பிற்பாடு இந்திய அரசு மட்டுமின்றி இந்திய மக்களுமே கூட தமிழர்களை ஒரு மானசீகக் கோடு போட்டுப் பார்க்கத் தொடங்கினார்கள் என்பது நிதர்சனம்.

நினைவில் கொள்ளுங்கள். இது காந்தி தேசம். ஒருபோதும் தீவிரவாதத்தையோ அதற்குப் பங்களித்தவர்களையோ ஆதரிக்காது. ஆனால் அதே சமயம் மன்னிப்பும் காந்தியத்தின் பகுதிதான். பேரறிவாளன் அனுபவித்து விட்ட தண்டனையைக் கருத்தில் கொண்டு அவருக்கு கவர்னர் (ஜனாதிபதி) மன்னிப்பு வழங்கி விடுவிக்கலாம் என்பதே என் கருத்து.

(ஜூன் 13, 2020)

★

என் புரிதல் ராஜீவ் படுகொலையின் *execution*-ல் பேரறிவாளனுக்குப் பங்குண்டு. இங்கே சீசனலாக அல்லது ஃபேஷனுக்காக அரசியல் பேசும் நடிகர்கள், இயக்குநர்கள்

சொல்வது போல் அவர் அப்பாவியோ நிரபராதியோ அல்ல. அதாவது ராஜீவை வெடித்துக் கொல்லப் பயன்படவிருக்கின்றன எனத் தெரிந்தேதான் அவர் 9-வோல்ட் பேட்டரிகளை வாங்கிக் கொடுத்திருக்கிறார் என்பதே பல கட்டுரைக் குறிப்புகளையும் பேட்டிகளையும் உள்வாங்கிய பின் நான் உணர்ந்து கொண்ட சாரம்.

ஆனால் 1991 முதல் இன்று வரை மொத்தம் 29 ஆண்டுகள் - இரட்டை ஆயுள் தண்டனைக்கும் மேலான கால அளவு - சிறையில் தன் இளமைக் காலம் முழுக்க, ஆயுளின் மூன்றில் ஒரு பங்கைக் கழித்து விட்டார். ராஜீவ் கொலையில் பேரறிவாளன் நேரடிச் சதிகாரர் அல்ல என்பதையும் குற்றத்தின் அளவையும் வைத்துப் பார்க்கும் போது அவர் உரிய தண்டனையை அனுபவித்து விட்டார் என்றே எண்ணுகிறேன். எஞ்சியிருக்கும் வாழ்நாளையேனும் அவர் சுதந்திரமாய்க் கழிக்க வாய்ப்பளிக்க வேண்டும். இந்தத் தேசம் அவரை மன்னிக்க வேண்டும்.

காந்தியைத்தான் நினைத்துக் கொள்கிறேன். தன்னைக் கொலை செய்ய வந்தவனையே மன்னித்து விடுவிக்கச் சொன்னவர். அவர் வழியில்தான் இத்தேசம் செல்ல வேண்டும். ஆரம்பத்தில் சொல்லியிருக்கும் விஷயம் ஏன் என்றால் அஹிம்சையைப் போதித்த அவரேதான் சத்தியத்தையும் போதித்திருக்கிறார்.

ஆக உண்மையை உள்ளபடி சொல்லியே விடுதலை கேட்போம். *#ReleasePerarivaalan*

(நவம்பர் 20, 2020)

★★★

19. சங்கிச் செங்கோல்

திருவாடுதுறை ஆதீனத்தின் பிரதிநிதிகள் உம்மிடி பங்காரு ஜுவல்லர்ஸில் செய்த செங்கோலை சுதந்திரத்துக்கு முந்தைய தினம் நேருவிடம் கொடுத்தார்கள் என்பது வரை உண்மை எனத் தெரிகிறது. மௌன்பேட்டனிடம் தரப்பட்டது, ராஜாஜி சொன்னது, சோழர் பாரம்பரியம் என்பதெல்லாம் சங்கி அரசு அடித்து விடும் கட்டுக் கதை.

(1)

சரி; செங்கோல் தந்தது வரலாற்று முக்கியத்துவம் கொண்ட நிகழ்வு இல்லை எனில் ஏன் அண்ணாவின் திராவிட நாடு பத்திரிக்கை அது குறித்து தனிக் கட்டுரை எழுதியது?

திமுக 1947ல் உதயமாகவே இல்லை. அன்று திகவின் அங்கமாக அண்ணா செயல்பட்டுக் கொண்டிருந்தார். அப்போது எந்த மூட நம்பிக்கை அல்லது மதத் தலையீடு அரசியலில் இருந்தாலும் - சிறிதோ பெரிதோ - அதை எதிர்த்து எழுதுவதே திராவிட நாடு இதழின் முக்கியப் பணிகளில் ஒன்றாக இருந்திருக்கும். அதன் பகுதியாகவே அண்ணா இதைச் செய்திருக்கிறார். இப்போது அர்ஜுன் சம்பத் உளறினால் கூட திராவிட நண்பர்கள் ட்ரோல் செய்வதில்லையா, அதன் அர்த்தம் அவர் முக்கியஸ்தர் என்பதல்ல. அப்படியான எல்லா விஷயங்களையும் எதிர்த்து அவை நடக்காமல் தவிர்க்கும் அச்சச் சூழலை, விழிப்புணர்வுச்

சூழலை உண்டாக்குவதே. கவனிக்க வேண்டியது அந்தக் கட்டுரை அந்நிகழ்வு பற்றிய செய்திக் குறிப்பு அல்ல. மாறாக அரசியலில் மதத் தலையீடு பற்றிய, அதன் உள்நோக்கங்கள் பற்றிய சந்தேகங்களை முன்வைக்கும் எச்சரிக்கை மணி. திகவின் கொள்கைகளைப் பரப்பக் கிடைத்த ஒரு வாய்ப்பு. அவ்வளவுதான்.

(2)

செங்கோல் தந்தது முக்கிய விஷயம் இல்லை எனில் எவர்க்கும் பணியாத ராஜரெத்தினம் பிள்ளை ஏன் அதற்கு ஒப்புக் கொண்டார்?

நாதஸ்வர வித்துவான் ராஜரெத்தினம் பிள்ளை பற்றி தூர்தர்ஷன் சீரியல் வழியாகவே அறிவேன். அவர் திருவாடுதுறை ஆதீனத்தில் அப்போது இருந்தார். செங்கோல் கொடுப்பதன் பகுதியாக தேவாரப் பாடல்கள் ஓதும் சடங்கும் இருந்தது. அதற்கு நாதஸ்வரம் வாசிக்கும் பணிக்காகச் சென்றார். தவிர அப்போது அவர் பிரபலம் என்பதால் அவரைப் பிரதிநிதியாக அனுப்புவது ஆதீனத்துக்குக் கௌரவமாக இருந்திருக்கும். நேருவை நேரில் சந்திப்பது அவருக்கும் மகிழ்ச்சிக்குரிய விஷயமாகவே இருந்திருக்கும். இதில் அவர் சமரசம் செய்யும் அல்லது கீழிறங்கிப் போகும் பிம்பம் ஏதும் இல்லை. அதனால் சம்மதித்துப் போயிருப்பார். மற்றபடி, தான் ஒரு வரலாற்று நிகழ்வை மேற்கொள்கிறோம் என்றெல்லாம் வித்துவான் நினைத்திருக்க, நம்பியிருக்க மாட்டார்.

(3)

இருப்பதிலேயே ஆகக் கொடுமையானது திருவாடுதுறை ஆதீன வளாகத்தில் இருக்கும் கல்வெட்டு என்று சங்கிகள் காட்டுவதுதான்.

இந்தக் கல்வெட்டின் நவீனத்தன்மையை (துல்லியம், எழுத்துரு etc) பார்த்தாலே இது கடந்த 10 ஆண்டுகளில் செதுக்கப்பட்டது, பதிக்கப்பட்டது என அடிப்படை அறிவு உள்ள யாரும் சொல்லி விட முடியும். ஆக, இது 1947ல் அல்லது அதற்குப்

பின் வந்த வருடங்களில் செய்யப்பட்டது அல்ல. எனவே, இதை வரலாற்று ஆவணமாகக் கொள்ள இயலாது. இதற்கும் துக்ளக்கில் குருமூர்த்தி எழுதிய செங்கோல் கதைக்கும் ஒரே மதிப்புதான்.

இன்னொன்று இந்தக் கல்வெட்டின் கீழே குறிக்கப்பட்டிருக்கும் எஸ்எஸ் ராஜ் ஆர்ட்ஸ் என்பது கும்பகோணத்தில் இருப்பதுதான். அது என்ன 75 ஆண்டுகளாகவா இருக்கிறது என்பதை கூகுள் செய்தோ, அவர்களைத் தொடர்பு கொண்டோ தெரிந்து கொள்ளலாம். "வரலாறு மிக முக்கியம் அமைச்சரே!" என்று புலிகேசி சொல்வது நினைவு வருகிறது.

(4)

செங்கோல் கொடுத்த விவகாரத்தில் கீழ்க் கண்ட விஷயங்களை யாரும் மறுக்கவில்லை:

1) திருவாடுதுறை ஆதீனம் (ஸ்ரீ அம்பலவான தேசிகர்) செங்கோல் ஒன்றை அனுப்பினார்.

2) அதை நேரு பெற்றுக் கொண்டார்.

3) அது 1947 ஆகஸ்ட் 14 அன்று மாலை நடந்தது.

4) நேருவின் வீட்டில் வைத்து இது நடந்தது.

5) செங்கோல் பொன் முலாம் பூசப்பட்டது, 5 அடி உயரம், 2 அங்குல தடிமன் கொண்டது.

6) ஆதீன வேண்டுகோளின்படி செங்கோல் செய்தது உம்மிடி பங்காரு ஜுவல்லர்ஸ்.

7) விமானத்தில் செங்கோலை எடுத்து வந்தார்கள். (தனி விமானம் அல்ல.)

8) ஆதீனத்தின் சார்பில் நேருவிடம் நேரில் செங்கோலை அளித்தது ஆதீனத் துணைத் தலைவர், நாதஸ்வர வித்வான் ராஜரெத்தினம் பிள்ளை. அப்போது தேவாரப் பாடல் ஓதப்பட்டது, பிரசாதம் வழங்கப்பட்டது.

இதற்குப் புகைப்பட ஆதாரம் இருக்கிறது. *Time* இதழ், *Freedom at Mid-night* புத்தகம், அண்ணாவின் திராவிட நாடு இதழ் எனப் பலவற்றில் இந்நிகழ்வு பற்றிய குறிப்பு வெளியாகி உள்ளது. எனவே மேற்சொன்ன விஷயங்களில் குழப்பம் கிடையாது.

இனி யாம் பொய் என மறுக்கும் விஷயங்கள்:

1) ஆட்சி மாற்றத்தின் அடையாளமாக என்ன நிகழ்வை மேற்கொள்ளலாம் என மௌன்ட்பேட்டன் நேருவைக் கேட்டார்.

2) நேரு ராஜாஜியிடம் ஆலோசனை கேட்டார்.

3) ராஜாஜி செங்கோல் தரலாம் என்றார்.

4) சோழர்களின் வழக்கம் அது என்பதால் இந்த முடிவு எடுக்கச் சொன்னார் ராஜாஜி.

5) செங்கோல் ஆதீனப் பிரதிநிதிகளால் முதலில் மௌன்ட்பேட்டனிடம் கொடுத்து வாங்கப்பட்டது.

6) நேருவிடம் செங்கோல் கொடுத்தது ஆட்சி மாற்றத்தின் அடையாளம்.

7) இது சுதந்திர நள்ளிரவுக்குச் சற்று முன் அரசு நிகழ்ச்சியாக நடந்தது.

8) செங்கோலைப் பிரத்யேக விமானத்தில் தில்லி எடுத்து வந்தார்கள்.

என் புரிதல் நேருவுக்குச் செங்கோல் கொடுத்தது என்பது திருவாடுதுறை ஆதினம் என்ற உதிரி அமைப்பின் தனிப்பட்ட விருப்பப்படியான, மத நம்பிக்கை சார்ந்த பரிசளிப்பு நிகழ்ச்சி மட்டுமே. ஆட்சி கை மாறுகிறது என்பதற்கான அதிகாரப்பூர்வ அடையாள நிகழ்வு அல்ல. அது நடந்தது சுதந்திர நள்ளிரவுக்கு சற்று முன் அல்ல; மாலையில். அரசு நிகழ்ச்சியாக அல்ல; நேருவின் வீட்டில் தனிப்பட்ட நிகழ்வாக. (நள்ளிவுக்குச் சற்று முன் நேரு தில்லி *Constitution Hall*ல் உரையாற்றிக் கொண்டிருந்தார்.) இதற்கும் சோழர்

வழக்கம் என்பதற்கும் தொடர்பில்லை. தமிழகத்தில் எல்லா மன்னர்களும் செங்கோல் வைத்துதான் ஆண்டார்கள். எனவே இது வரலாற்று முக்கியத்துவம் வாய்ந்த ஒரு நிகழ்வே அல்ல. இது அரசு நிகழ்வும் அல்ல; தனிப்பட்ட சந்திப்பு, பரிசளிப்பு. அவ்வளவுதான் *significance.*

அந்நாளில் நேருவுக்கு இந்தச் செங்கோல் மாதிரி நூற்றுக்கணக்கான பரிசுகள் வந்திருக்கும். அதனால்தான் இது செங்கோலா வாக்கிங் ஸ்டிக்கா என்று கூடத் தெரியாமல் அலகாபாத் ம்யூஸியத்தில் பல ஆண்டுகள் தூங்கிக் கொண்டிருந்தது. இதை வெளிக் கொணர்ந்தது கூட பிற்பாடு தம் பெருமையை உத்தேசித்த அந்த தங்க நகைக்கார்கள்தாம் (எங்கோ கேள்விப்பட்டு). மற்றபடி அரசு, நேரு, ராஜாஜி, மவுண்ட்பேட்டன், ஊடகங்கள் என எவரது வரலாற்றுக் குறிப்பிலும் மேற்சொன்ன 8 பொய்களுக்கும் ஆதாரம் இல்லை. ஏன், மடம், நகைக்கடை இந்த இரண்டின் வரலாற்று ஆவணங்களில் கூட இதற்கு ஆதாரம் இல்லை.

சங்கிகள் பொய்யிலே பிறந்து, பொய்யிலே வளர்ந்து, பொய்யிலே ஆட்சியில் இருக்கும் மூடர்கள், அயோக்கியர்கள். அவர்கள் இந்தப் பொய்யின் வழியே நேருதான் சுதந்திர இந்தியாவின் முதல் பிரதமர் என்று ஒப்புக் கொண்ட வரை மகிழ்ச்சிதான். ஏனெனில் கொஞ்ச காலத்தில் அதையே இல்லை என்று பொய் வரலாறு எழுதக்கூடிய கயவர்கள்.

(மே 28, 2023)

20. உணவு அரசியல்

பிக்பாஸில் "சைவம் சாப்பிட்டு விட்டா கோபப்படறீங்க?" என கமல் கேட்டதை எப்படித் தவறாக எடுக்க முடியும்?

1) கமலே அசைவம் உண்பவர். அவர் அப்பழக்கத்தை எப்படிக் கீழ்மையாகச் சொல்வார்?

2) பகுத்தறிவுவாதியான ஒருவர் இப்படி மேலோட்டமான ஒரு கருத்தினை எப்படிச் சீரியஸாகச் சொல்வார்? ஆக, அது பொதுப் புத்திப் புரிதலை ஒட்டிய light-weight நகைச்சுவை மட்டுமே!

3) ஒரு பேச்சுக்கு அசைவ உணவு கோபத்தைத் தூண்டுவதாக இருக்கிறது என்றாலும் அதனால் அதை விட்டு விடப் போகிறோமா என்ன!

4) கோபப்படுதல் அவ்வளவு கேவலமான விஷயமா என்ன? அது சுரணையின் அடையாளம். கோபப்படாதிருத்தல் சப்பை என்ற பொருளும் இருக்கிறதல்லவா!

(ஜூலை 11, 2017)

★

என் புரிதலில் அக்ஷய பாத்ராவின் செயல்பாட்டு அடிப்படையே பிழையானது. பல மாநிலங்களிலும் அவர்கள் மணவர்களுக்கு

உணவளிப்பது இலவச சேவை என்று சொல்லப்பட்டாலும் பதிலாக அரசுகளிடமிருந்து நிலம், நிதி, அரிசி, பருப்பு உள்ளிட்ட உணவுப் பொருட்கள் எனப் பெற்றுக் கொள்கிறார்கள் எனப் புரிந்து கொள்ள முடிகிறது. இது போக, பொது மக்களிடமிருந்து நிதி வசூல் செய்கிறார்கள் (charity). தவிர, சில தன்னார்வலர்கள் அதன் செயல்பாட்டுக்கு பலன் எதிர்பாராது உடல் உழைப்பை நல்குகிறார்கள். எல்லாம் தாண்டி வருமான வரிவிலக்குச் சலுகைகள். அதாவது அக்ஷய பாத்ரா நடப்பது அவர்களின் சொந்தப் பணத்தில் அன்று; முழுக்க முழுக்கப் பொதுமக்கள் பணம். அவர்கள் செய்வது நிதி நிர்வாகமும், நிதியைத் தொண்டாக மாற்றுவதும்தான். அது ஒரு பொறுப்பு தானே ஒழிய, அதிகாரம் இல்லை.

என் கேள்வி அவர்களுக்கு நிதி ஆதாரம், சொத்துக்கள், உடல் உழைப்பு என நல்கும் பொதுமக்களும் அரசும் அவர்களின் பூண்டும் வெங்காயமும் முட்டையும் புலாலும் உணவில் மறுக்கும் நிலைப்பாட்டை ஏற்கிறார்களா? அதுவும் வளரும் குழந்தைகளுக்கு. (சிலர் இருக்கலாம். நான் கேட்பது பெரும்பான்மைப் பணத்துக்குச் சொந்தக்காரர்களும், அரசும்.) யார் காசில் யார் சைவ உணவுப் பழக்கத்தை நாட்டில் பரப்புவது?

ஒரு தன்னார்வ அமைப்பு மக்களிடம் அனாதைக் குழந்தைகள், ஆதரவற்ற குழந்தைகள், ஏழைக் குழந்தைகள் என்று காட்டி பொத்தாம் பொதுவாய் நிதி வசூலில் இறங்கி அக்காசில் இப்படித் தன் அஜெண்டாக்களை நிறைவேற்றிக் கொள்வதை ஏற்க முடியாது. இது ஏமாற்று வேலை. அவர்கள் நேர்மையாளர்களாய் இருந்தால் மக்களிடம் வசூல் செய்யும் போதே இந்த மாதிரி வரையறைகளுடன் உணவளிக்கத்தான் செய்கிறோம் என்று சொல்லிச் செய்ய வேண்டும். கோயிலுக்கு நிதி என்று சொல்லி வசூல் செய்து திராவிடர் கழகத்து வேலைகளுக்குப் பயன்படுத்தினால் சும்மா விடுவீர்களா?

நாளை இதே திசையில் அரசுப் பள்ளிகளில் நவீனக் கல்வியை மறுத்து குருகுலக் கல்வி வழங்கினால் இலவசம் என்பதற்காக

ஏற்போமா? அல்லது அரிசியும் பருப்பும் மறுக்கும் அமைப்பையும் மாணவர்களுக்கு உணவளிக்க இந்த அரசுகள் அனுமதிக்குமா?

இந்த விஷயத்தில் தானம் கொடுக்கும் மாட்டைப் பல்லைப் பிடித்துப் பார்க்கக்கூடாது என்று சொல்வது பிச்சைக்காரப் புத்தியன்றி வேறில்லை.

(ஃபிப்ரவரி 20, 2020)

★

பாலிவுட்டில் எடுக்கப்படும் ராமாயணப் படத்தில் சீதையாக நடிப்பதால் சாய்பல்லவி அசைவம் சாப்பிடுவதைத் தற்காலிகமாக நிறுத்தி இருக்கிறார் என நேற்று விகடன் செய்தி வெளியிட்டது. அது அவரது ஆகிருதிக்குப் பொருத்தமற்றது என எனக்குத் தோன்றினாலும் எல்லோருக்கும் ஒரு கிறுக்குத்தனம் இருக்கும் என்றும் பட்டது.

ஏனெனில் எட்டாண்டுகள் முன் ஆப்பிளுக்கு முன் எழுதிய போது நான் கலவியைத் தற்காலிகமாகக் கைவிட எண்ணினேன். ஆனால் ஓரிரு நாளிலேயே சுதாரித்துக் கொண்டு அதைச் செயல்படுத்தவில்லை - கட்டுப்பாடின்மையால் அல்ல; அதன் அபத்தம் மற்றும் அறமின்மையை உணர்ந்ததால். அதே போல் சாய்பல்லவிக்கும் உணர்ச்சிவசத்தில் இப்படி ஏதாவது தோன்றி இருக்கலாம் என நினைத்தேன்.

ஆனால் இன்று சாய்பல்லவி அச்செய்தியை வதந்தி என விகடன் பெயர் குறிப்பிட்டு எச்சரிக்கை செய்திருக்கிறார். வதந்தி என்றாலும் அது நல்ல இமேஜ் தரும் செய்திதானே, படம் மற்றும் அவரது பப்ளிஸிட்டிக்கு உதவுமே, ஏன் கோபப்படுகிறார் என ஒருவர் நினைக்கலாம். ஆனால் அப்படி இதைக் கறுப்பு வெள்ளையாக எடுக்க முடியாது.

1) அச்செய்தியின் மறைமுக அர்த்தம் அவர் அசைவ உணவுப் பழக்கமுள்ளவர் என்பது. அவர் சைவ உணவுக்காரர் எனும் போது அதை அவர் விரும்பாதது இயல்புதானே? *It is deviation from fact, irrespective of positive or negative PR.* சாய் பல்லவியின்

பார்வையில் அது character assasination-ஆகக் கூட இருக்கலாம். உதாரணமாக ஒரு நடிகை பக்திப் படத்தில் நடிக்கையில் பாய் ஃப்ரண்ட்ஸுடன் சுற்றுவதை நிறுத்தினார் எனச் செய்தி போட்டால் மறைமுகமாக அவர் பாய் ஃப்ரண்ட்ஸுடன் சுற்றுவதை ஏற்பதாகி விடுகிறது.

2) படத்தில் நடிக்கையில் இம்மாதிரி கோமாளித்தனம் செய்வது எவ்வகையிலும் ஒருவருக்குப் பெருமையில்லை. பாத்திரமாக வாழ்தல் என்பதெல்லாம் கேமெரா முன்னால் செய்தால் போதும். திரைக்கும் பின்னும் தொடர்ந்து நடித்து cringe செய்ய வேண்டியதில்லை. தவிர, ஒரு நடிகை பாலியல் தொழிலாளியாக நடித்தால் என்ன செய்வார் என்ற கேள்வி அறிவுள்ள எவர் மனதிலும் எழும்தானே!

3) பக்திப் படத்தில் நடித்தால் அசைவம் சாப்பிடலாகாது என்பதே அசைவம் ஒரு தூய்மையற்ற விஷயம் என்ற எண்ணத்தின் காரணமாக எழுவது. அதில் சாதியத்தின் சாயை இருப்பதையும் கவனிக்கலாம். எனவே அது எதிர்க்கப்பட வேண்டும். அதற்கு மௌனம் காப்பது அந்த அழுக்குக் கருத்தை ஏற்பதாகவே பாவிக்கப்படும்.

4) அது சரி, ராமாயணச் சீதை சைவமா அசைவமா? ராமன் எனும் சத்ரியனின் பத்தினி சீதை. சத்ரியர்களுக்கு மாமிசம் உண்ணத் தடையில்லை. தவிர, பதினான்கு ஆண்டு வனவாசத்தில் வெறும் கனிகளை உண்டு சமாளித்திருக்க முடியுமா என்ன! சீதையே சைவம் இல்லை எனில் சீதையாக நடிப்பதற்கு ஏன் சைவப் பட்டினி கிடக்க வேண்டும்?

(டிசம்பர் 12, 2024)

★★★

21. கார்ப்பரேட் கழிசடைகள்

இரண்டு தரப்பும் இரண்டு எதிரெதிர் துருவங்களில் இருந்து கதறிக் கொண்டிருக்கிறார்கள். நேற்றைய கைதட்டல் பற்றித்தான் சொல்கிறேன்.

1) கை தட்டவில்லையெனில் டாக்டர்களை மதிக்காத, தேச விரோத இழிபிறவி என்று முத்திரை குத்துவது ஒரு முனை.

2) கை தட்டினாலே சங்கி என்று ஆச்சாரம் பார்த்த, கை தட்டியவர்களைக் கேவலம் பேசிய நண்பர்கள் மற்றொரு முனை.

3) இதில் கும்பலாய் 50, 100 பேர் நின்று கைதட்டி, ஆட்டம் போட்டு, ஊர்வலம் போய் நேற்றைய ஒட்டுமொத்த சுய வீடடங்கையும் வீணடித்த முட்டாள்கள் ஒரு பக்கம்.

4) என் புரிதலில் அவரவர் பால்கனியில் அல்லது வீட்டு வாசலில் நின்று கொண்டு (அதிகபட்சம் அவரவர் குடும்பத்து ஆட்கள் நான்கைந்து பேர் மட்டும்) கை தட்டியது மட்டுமே எவருக்கும் தொந்தரவற்ற செயல்.

5) சரி, கை தட்டல் ஏன் வேண்டும்? நிஜமாகவே இந்த நாடே எழுந்து நின்று ஒரு குழுவினரின் சேவைக்குக் கை தட்டுவது இதற்கு முன் உலகக் கோப்பை க்ரிக்கெட் வெற்றி தவிர வேறெப்போதும் நடந்ததில்லை. அது நன்றியறிவித்தல் மட்டுமல்ல, அந்த சேவை தொடர்பான நம் நிபந்தனையற்ற

மரியாதை, மேலும் பணி செய்ய உற்சாகமூட்டுதல். இன்று அது தேவை. மருத்துவர்கள் இன்று ஆபத்திலும் உளைச்சலிலும் இருக்கிறார்கள். இது ஒரு சிறுபுன்னகையை அவர்களுக்கு அளிக்கும். இது ஒரு சடங்குதான். ஆனால் சடங்கு ஒருவருக்குச் சந்தோஷம் அளிக்கும் எனில் செய்வதில் என்ன பிழை! கைதட்டல் என்றில்லை, யார் எவ்வழியில் அப்படி ஒரு செய்தியை அவர்களுக்குக் கடத்தினாலும் அது ஏற்கத்தக்கதே. சொன்னது நமக்கு ஆகாத மோடி என்பதால் மட்டும் அதைச் செய்யாமல் வீம்பாய் நின்று நாம் மருத்துவர்களிடம் முகம் திருப்ப வேண்டுமா?

இன்று மோடி இருக்கும் பதவியில் இருந்து கொண்டுதான் இப்படி நாடு தழுவிய ஒரு செயலைச் செய்யக் கேட்க முடியும். மற்ற எவருக்கும் அத்தனை செல்வாக்கு இல்லை. அப்படி இருக்கையில் அம்மாதிரி அடையாள மரியாதைகளை வேறெவரும் முன்னெடுக்கவும் முடியாது. அவர் இதைச் செய்யக் கேட்டது இந்தியப் பிரதம மந்திரியாக; பாஜக தலைவராக அல்ல. இன்னொன்று அங்கே யார் இருந்து கேட்டிருந்தாலும் இதைச் செய்திருப்போம். காரணம் செய்தது அவருக்காக அல்ல; மருத்துவர்களுக்காக. ஆக, இதில் மக்கள் கலந்து கொள்வதை மோடியின் / பாஜகவின் வெற்றியாகப் பார்க்க வேண்டியதே இல்லை. (உதாரணமாய் நேற்று தமிழகத்தில் மருத்துவர்களுக்காகக் கைதட்டியவர்களில் 1% கூட தேர்தலில் பாஜகவுக்கு வாக்களிக்க மாட்டார்கள்.) அதனால் கைதட்டலை பாஜக / மோடியின் வெற்றியாகப் பார்ப்பது எப்படி நோய்க்கூறு மனநிலையோ அதற்கு இணையானதே அவர் சொன்னதற்காகவே செய்ய மாட்டேன் எனப் பிடிவாதம் பிடிப்பதும். சில தருணங்களில் அரசியல் கடந்து மனிதர்களாக மட்டும் நாம் திரண்டு நிற்க வேண்டி இருக்கும். இது அவற்றில் ஒன்று.

(மார்ச் 23, 2020)

★

"இந்தியா முன்னேற இளைஞர்கள் வாரத்துக்கு 70 மணி நேரம் வேலை செய்ய முன்வர வேண்டும்" என்று சொல்லி இருக்கிறார் இன்ஃபோசிஸ் நாராயணமூர்த்தி. வாரம் 6 வேலை நாள் என்று வைத்தாலும் சராசரியாகத் தினம் கிட்டத்தட்ட 12 மணி நேரம் ஒருவர் உழைக்க வேண்டும் என்றாகிறது. இதிலிருக்கும் சிக்கல்கள் என்ன?

1) போராடிப் பெற்ற 'தினம் 8 மணி நேர வேலை' என்ற தொழிலாளர் உரிமையை இது நேரடியாகப் பறிக்கிறது. மறுபடி சுரண்டலுக்குள் நுழைகிறோம் என்று அர்த்தம்.

2) ஏற்கெனவே ஐடி வேலை முதல் கொளுத்து வேலை வரை - சில இடங்களில் மட்டும் - தினம் 12 நேரம் வேலை செய்து கொண்டுதான் இருக்கிறார்கள் (ஆனால் ஐடி வேலை வாரம் 5 நாட்கள்). அவ்விடங்களில் இதில் புதிதாக மாற ஏதுமில்லை.

3) பிழைப்பின் நிமித்தம் ஏதோ ஒரு 8 மணி நேர வேலை செய்து கொண்டு மேலும் 4 மணி நேரம் தமக்கு ஆர்வமான துறையில் (உதா: எழுத்து, ஷேர் மார்க்கெட்) வேலை செய்து வருவோர் பலர் இருக்கிறார்கள். அவர்களும் ஏற்கெனவே 70 மணி நேரம் உழைக்கும் கணக்கில் வருகிறார்கள்.

4) வழமையாகச் செய்யும் 8 மணி நேர வேலையை விட இது ஒன்றரை மடங்கு அதிகம். எனவே நிறுவனங்கள் ஒன்றரை மடங்கு கூடுதல் சம்பளம் தர வேண்டி இருக்கும். அது சாத்தியமற்றது.

5) அப்படி ஒன்றரை மடங்கு ஊதியம் அதிகரித்தால் தொழிலாளர்களின் வரவு - செலவு எல்லாமே ஒன்றரை மடங்கு அதிகரிக்கும். நிறுவனங்களுக்கு மட்டுமல்ல நாட்டின் பொருளாதாரத்தையே அசைக்க வல்ல பெரிய முடிவு இது. ரூபாயின் மதிப்பு கூட மாறிப் போகும்.

6) உடல் சுழற்சி பாதிக்கப்படும். தினம் 8 மணி நேரம் வேலை, 8 மணி நேரம் உறக்கம், 8 மணி நேரம் பொழுதுபோக்கு, குடும்பம், ஓய்வு என்பதுதான் இயல்பான மனித வாழ்வு.

12 மணி நேர வேலையால் தூங்கும் நேரம் குறையும். உடல் நிலை மோசமாகும்.

7) ஏற்கெனவே மகிழ்ச்சிகரமாக வாழும் மனிதர்களின் பட்டியலில் அதள பாதாளத்தில் இருக்கிறது இந்தியா. இந்த மாதிரி வேலை நேரம் அதிகரித்தால் மக்கள் மேலும் மன அழுத்தத்துக்கு ஆளாவார்கள். குடும்பத்துடன் நேரம் செலவிடுவது குறையும், உறவுகள் உடையும்.

ஒரு கதை உண்டு. ஒரு நாட்டின் மன்னர் ஒரு போட்டி அறிவிப்பார். அன்று மக்கள் எவ்வளவு தூரம் ஓடுகிறார்களோ அந்த நிலமெல்லாம் அவர்களுக்குச் சொந்தம் என. ஒரு சிறந்த ஓட்டப் பந்தயக்காரன் இருப்பான். அவன் அதிகாலையில் இருந்தே எவ்வளவு வேகமாக முடியுமோ அவ்வளவு வேகமாக ஓடுவான். அந்தி சாய்கையில் நாட்டில் பாதியை ஓடிக் கடந்திருப்பான். அவனால் அதற்கு மேல் ஓடவே முடியாது. ஆனால் இன்னும் அரை மணி நேரம் ஓடினால் கூடுதல் நிலப்பரப்பு சொந்தமாகுமே என மேலும் முக்கி முக்கி ஓடுவான். இறுதியில் நெஞ்சு வலி கண்டு கீழே விழுந்து செத்துப் போவான். எங்கே ஓடுவதை நிறுத்த வேண்டும் எனத் தெரிந்திருப்பது முக்கியமான அறிவு.

அப்படித்தான் இந்த வாரம் 70 மணி நேர வேலைத் திட்டமும் முடியும். நாராயண மூர்த்தி எந்த யோசனையும் இல்லாமல் / ரத்தமும் சதையுமான மனிதர்களை ரோபோக்கள் எனக் கருதி அல்லது ஆதிகால அடிமைகள் என எண்ணி போகிற போக்கில் உளறி இருக்கிறார். அதற்கு எந்த மதிப்பும் இல்லை. நாட்டின் முன்னேற்றம் என்பது அதன் மக்கள் மகிழ்ச்சியாக, ஆரோக்கியமாக, நிம்மதியாக இருப்பதையும் சேர்த்துதான்.

அப்படித் தன் குடிகளைப் பலியிட்டு என்ன மயிருக்கு ஒரு நாடு முன்னேற வேண்டும்?

(அக்டோபர் 27, 2023)

★★★

22. கருத்துச் சுதந்திரம் - சில சிந்தனைகள்

1) படைப்புச் சுதந்திரம், கருத்துச் சுதந்திரம், அவதூறு, தனிமனிதத் தாக்குதல், ஆபாச வசை, வெறுப்புப் பேச்சு, பொய்ப் பிரச்சாரம், கலவரம் போல் களரீதி ஆபத்துகளைத் தூண்டவல்ல உள்நோக்குடைய பேச்சு, தேசப் பாதுகாப்புக்கு ஊறு விளைவிக்கும் தகவல் பகிர்வு - ஒரு பேச்சோ எழுத்தோ இப்படிப் பலவிதமான பக்கெட்களுக்குள் அடங்கும். இவை யாவும் ஒன்றல்ல. இது மிக முக்கியமான அடிப்படைப் புரிதல்.

2) எனவே வெவ்வேறு விஷயங்களை ஒரே பக்கெட்டில் அடைத்து அவற்றுக்கு ஒரே தீர்ப்பெழுத முடியாது. இவற்றில் முதலிரண்டும் நம் அரசியல் சாசனம் குடிமகனுக்கு அளித்துள்ள உரிமைகள். மற்ற யாவும் பீனல் கோடின்படி வெவ்வேறு அளவிலான தண்டனைக்குரிய குற்றங்கள். சிலவற்றுக்கு நேரடிச் சிறை, சிலவற்றுக்கு நீதிமன்ற விசாரணைக்குப் பின் தீர்ப்பு; சிறைக்குப் போனாலும் சிலவற்றுக்கு பெயில் உண்டு, சிலவற்றுக்குக் கிடையாது.

3) ஆனால் அரசு இயந்திரமானது இந்த வெவ்வேறு விஷயங்களுக்கு வேறுபாடு இல்லாதது போல் நடந்து கொள்ளும். அதில் வியப்பில்லை. ஏனெனில் அதிகாரம் செயல்படும் முறை அதுவே - ஆளுக்கேற்ற அல்லது சூழலுக்கேற்ற நீதிதான். தன்னை எதிர்க்கும் எல்லோரும் அதிகாரத்தைப் பொறுத்த

வரைக்கும் குற்றவாளிகளே!

4) சமீப காலங்களில் அறிவுஜீவிகள் என அறியப்படுவோருக்குக் கூட இவற்றுக்கு இடையேயான எளிய வித்தியாசங்கள் விளங்குவதில்லை என்பதைக் கவனிக்க முடிகிறது (அல்லது அப்படி நடிக்கிறார்கள்). நமக்கு உவப்பான கருத்துடைய ஆள் எனில் அது கருத்துச் சுதந்திர வரையறைக்குள் வரும், ஆகாத கருத்துடையவன் என்றால் அது நிச்சயம் கருத்துச் சுதந்திர எல்லைக்கு அப்பால் என்ற இரண்டு எதிர்ரெதிர் துருவக் கருப்பு வெள்ளை நிலைப்பாடுகள் மட்டுமே. (அரிதாக இதைக் கடந்து வெளியே வந்து நிற்க முடிந்தோர் மரியாதைக்குரியவர்கள்!)

5) மேற்சொன்ன வெவ்வேறு பக்கெட் வகைமைகளில் கருத்துச் சுதந்திரம் என்ற எல்லைக்குள் நின்று ஒருவர் சொன்ன கருத்துக்குக் கைது செய்யப்படுவதை ஏற்க முடியாது. அது கருத்துச் சுதந்திரத்தின் மீதான நேரடித் தாக்குதல். மற்றவர்கள் அடுத்து கருத்துச் சொல்ல அஞ்ச வேண்டும் என்ற நோக்கில் விடுக்கப்படும் மிரட்டல். அது ஆரோக்கியமான ஜனநாயகத்துக்கு உகந்ததல்ல. கருத்தைக் கருத்தால்தான் எதிர்கொள்ள வேண்டும்; கைதால் அல்ல.

6) "உன் கருத்தை வரிக்கு வரி மறுக்கிறேன், ஆனால் அக்கருத்தை நீ வெளிப்படுத்தும் சுதந்திரத்தைப் பெற்றுத் தர என் உயிரைத் தரவும் தயாராக இருக்கிறேன்." என்றார் வால்டேர். மாதொருபாகன் நாவலுக்காக பெருமாள்முருகன் சாதி வெறி மூடர்களால் மிரட்டப்பட்ட போது, அதற்கு அரசு இயந்திரம் துணை நின்ற போது நாம் எப்படி அதைக் கண்டித்தோமோ அப்படித்தான் ஒவ்வொரு முறை கருத்துத் சுதந்திரம் தாக்கப்படும் போதும் நாம் அதை எதிர்க்க வேண்டும்.

7) பாதிப்புறும் தரப்பு நமக்கு உவப்பானதா இல்லையா என்பது பொருட்டில்லை. தேர்ந்தெடுக்கப்பட்ட (selective) கருத்துச் சுதந்திரம் என்பதற்கு ஓர் அர்த்தமும் இல்லை. நமக்குத் தோதான அரசியல் நிலைப்பாடு கொண்டவர்களுக்கு மட்டும் பாதுகாப்பு இருந்தால் போதும் என்பது என்ன மாதிரி கருத்துச் சுதந்திரம்? அது சுதந்திரம் இருப்பதான பாவனை மட்டுமே.

8) கருத்துச் சுதந்திர நெரிப்பு என்பது ஃபாசிஸத்தின் கூறு. நாம் ஒருபுறம் ஃபாசிஸத்தை எதிர்த்துக் கொண்டே மறுபுறம் கருத்துச் சுதந்திரத் தடைகளை ஆதரிக்க முடியாது. அது *hypocrisy*. என்ன வியாக்கியானங்களைத் துணைக்குக் கூட்டி வந்தாலும் கருத்துரிமை மறுப்பில் ஃபாசிஸத்தின் கறை இருந்தே தீரும்.

9) கருத்துக்காக ஒருவர் தாக்கப்படுகையில் அவரது கருத்துரிமையை ஆதரிப்பவர்கள் அந்தக் கருத்தையும் ஆதரித்தவர் ஆக மாட்டார். அப்படி முத்திரை குத்தித் திரிப்பது ஆபத்தான சூழலையே உண்டாக்கும். ஒரு மாதிரி *hostile environment*. விவாதங்களை முற்றிலும் மறுத்து நான் விரும்புவதை மட்டுமே பேசு என்ற இடத்துக்கு மட்டுமே அந்த அச்சுறுத்தல்கள் எடுத்துப் போகும். ஒற்றைத்தன்மை என்பது எப்போதுமே ஜனநாயகத்துக்கு எதிரானது.

10) இறுதியாக ஒரு விஷயம் - கருத்துக்குக் கைது என்பது இருபுறமும் கூரான கத்தி. நாளை மத்தியிலோ மாநிலங்களிலோ ஆட்சிகள் மாறினால் இன்று கைதுகளை உற்சாகமாக ஆதரிக்கும் ஆட்களே இப்படியான காரணங்களை முன்னிட்டு கைது செய்யப்படும் சாத்தியமுண்டு என்பதை நினைவில் கொள்ள வேண்டும்.

(இது ஓர் உரத்த சிந்தனை முயற்சி மட்டுமே. எத்தரப்புக்கும் ஆதரவானதல்ல. எவருக்குப் பொருந்தினாலும் எடுத்துக் கொள்ளலாம்.)

★★★

(ஆகஸ்ட் 3, 2023)

23. கருத்துச் சுதந்திரம் - மேலும் சில...

ஓர் அமைப்பின் அங்கத்தினன் / கட்சிக்காரனுக்கும் ஒரு சாதாரணனுக்கும் என்ன வித்தியாசம்? அவன் எந்தப் பிரச்சனையிலும் கட்சியின் / அமைப்பின் நிலைப்பாடு என்னவோ அதை ஆதரிக்க வேண்டும். மக்களுக்கு அது நல்லதா என்பதை யோசிக்க முடியாது. ஏனெனில் கட்சியும் மக்கள் நலனுக்காகத்தானே சிந்திக்கிறது! நீ என்ன கட்சியை மீறி நல்லது சிந்தித்து விட முடியும்! ஆக, அதை ஆதரித்தாக வேண்டியிருக்கும்.

என்னதான் கருத்துச் சுதந்திரம் மிக்க கட்சி என்றாலும் பெரும்பான்மைத் தருணங்களில் இதுவே கள யதார்த்தம். (கட்சியின் அபத்தங்களை, தவறுகளை வெளியே பேச முடியாத சிலபல கட்சிக்காரர்களை / அமைப்பு சார்ந்தோரை அறிவேன், தனிமையில் அது பற்றிப் புலம்புவார்கள்.) மாறாக, சாதாரணர்கள் ஒரு பிரச்சனையில் எது மக்களுக்கு நல்லது என்று யோசித்து, தனக்குப் பிடித்த கட்சி அந்நிலைப்பாட்டை எடுத்தால் ஆதரிக்கலாம். இல்லையெனில் அதை இடித்துரைக்கலாம். கண்ணை மூடிக் கொண்டோ பல்லைக் கடித்துக் கொண்டோ எதையும் ஆதரிக்க வேண்டியதில்லை.

(செப்டெம்பர் 15, 2020)

★

அரசும், அதிகாரத்தின் அரவணைப்பில் இருப்போரும் மிக எளிதாக மோசமானதொரு தனி மனிதத் தாக்குதலைக் கருத்துச் சுதந்திரம் என்றும், மிக நியாயமான ஒரு கருத்துப் பகிர்வை அவதூறு என்றும் திரித்து விடுகிறார்கள். இரண்டுக்குமே சமீப உதாரணங்கள் இங்கே உண்டு. வினோதம் என்னவென்றால் இரண்டையும் எதிரெதிர் தரப்புகள் செய்தன. ஆக, இப்படித் தம் வசதிக்கேற்ப தர்க்கத்தை வளைப்பதில் கட்சி பேதம் எல்லாம் இங்கே கிடையாது. அதன் நீட்சியாகத் தானோ தன் தரப்பினரோ பாதிப்புற எதிர்காலத்தில் எல்லாச் சாத்தியங்களும் உண்டு என்று யோசிக்கவே மாட்டார்கள்.

உதாரணமாய் கிஷோர் பேசியது கருத்துரிமை என்று இன்று முட்டுக் கொடுக்கும் ஒருவர் எதிர்காலத்தில் இதே போல் தானும் வன்மத் தனிமனிதத் தாக்குதலுக்கு ஆளாகும் அபாயச் சூழலைத் தன் இன்றைய நிலைப்பாடு உருவாக்குகிறது எனக் கவலைப்படுவதில்லை. சென்ற மாதம் ஒரு பதிவர் தன் கருத்தை எழுதியதற்காக ஒரு கட்சியினர் அவதூறு வழக்குப் போட்டு மிரட்டியதை மகிழ்ந்து ஆதரித்தவர்கள் எதிர்காலத்தில் தான் எழுதும் ஒரு நியாயமான விஷயத்திற்காக எதிர்தரப்பு இதே போல் வழக்குப் போட்டு அலைய விடும் ஆபத்தான சூழலைத் தன் இன்றைய ஆதரவு உருவாக்குகிறது என்ற அக்கறையே இல்லை. அதனால்தான் ஒருவர் பேச்சு மற்றும் எழுத்துக்காக நிகழ்த்தப்படும் கைதுகள், வழக்குகள் பற்றி எல்லாம் மிகக் கவனமாக மிக நுணுக்கமாக ஆதரவோ எதிர்ப்போ சொல்ல வேண்டிய இக்கட்டு இருக்கிறது.

(ஜூன் 15, 2021)

★

அரசியல் தத்துவம் என்பது நமக்கான ஒரு கருவி அல்லது வழிகாட்டி என்ற அளவில் இருக்கும் வரை பிரச்சனையே இல்லை. ஆனால் அதற்கு நாம் கண்மூடித்தனமான விசுவாசத்துடன் இருக்க வேண்டும், உலகில் அதை விடச் சிறந்த தத்துவம் வேறில்லை, அதை எல்லோரும் ஏற்றே ஆக வேண்டும்,

மறுப்பவர்கள் யாவரும் சதிகாரர்கள் என்றெல்லாம் நம்ப ஆரம்பிக்கும் போது அரசியல் தத்துவம் என்பது வெறி நாய்க் கடி ஆகி விடுகிறது. திராவிடம், அம்பேத்கரியம், மார்க்ஸியம் என எல்லாவற்றிலும் இப்படியான கடிபட்டவர்கள் இருக்கிறார்கள். அப்படி ஆன பிறகு அவர்களுக்கும் சங்கிகளுக்கும் வித்தியாசம் இல்லாமல் போய் விடுகிறது.

உண்மையில் எவருக்குமே கருத்துரிமை குறித்து அசலான அக்கறை இல்லை. அரசுகளால், சங்கிகளால் கருத்துரிமை நசுக்கப்படும் போது கொந்தளிக்கும் முற்போக்குவாதிகள் கூட தம் தரப்பை எதிர்க்கும் அல்லது சீண்டும் ஒரு கருத்தை நசுக்கவே முற்படுகிறார்கள். அதாவது இங்கே கருத்துரிமையின் நிஜ அர்த்தமே "எனக்கு உவப்பான கருத்துக்களைச் சொல்லும் உரிமை" என்பதுதான். மற்றபடி, எல்லோரும் ஃபாசிஸ்ட்களே - திராவிடம், தலித்தியம், காந்தியம், மார்க்ஸியம், இந்துத்துவம், பெண்ணியம் எல்லோருக்கும் பொருந்தும். ஒரு கத்தியை எதிராளியை மட்டும் வெட்டு என்று எப்படிப் பழக்கப்படுத்த முடியும்? ஒரு நாள் அது உங்களையும் நிச்சயம் வெட்டும்.

இங்கே எல்லா அரசியல் தரப்புமே கண்மூடித்தனமான வெறியர்கள்தாம். நீங்கள் அவர்கள் நம்பிக்கைகளுக்கு, கருத்துகளுக்கு மறுப்பாய் / எதிர்ப்பாய் எழுதினால் இது வரை நீங்கள் அவர்கள் தரப்புக்கு ஆதரவாய்ப் பேசிய, செயல்பட்ட அத்தனையையும் ஒரே கணத்தில் ரத்து செய்து விட்டு உங்கள் மீது மோசமான முத்திரை ஒன்றைக் குத்த ஆரம்பித்து விடுவார்கள். அது சங்கி என்பதாக இருக்கலாம், பார்ப்பன அடிவருடி என்பதாக இருக்கலாம், சாதி வெறியன் என்பதாக இருக்கலாம், கார்ப்பரேட் கைக்கூலி என்பதாக இருக்கலாம். தமிழ்ச் சூழலில் உண்மையில் சிந்தனைத் தரப்பு என்ற ஒன்றே கிடையாது. எல்லாமே முரட்டு விசுவாசம்தாம். அவரவர் சக்திக்கு ஏற்ப உங்களை அடிப்பார்கள். உண்மை, நியாயம், தர்க்கம், அறம் என எதுவுமே இவர்களுக்குப் பொருட்டில்லை. எதிர்ச்சொல் உதிர்ப்பவன் விரோதி, அவனைத் தாக்கு, அவன்

வாயை அடை, இனி ஒருவன் அப்படிப் பேச அஞ்சும் சூழலை உருவாக்கு. அவ்வளவுதான்.

ஒவ்வொரு அரசியல் தரப்புமே இங்கே தாலிபான்கள்தாம். கருப்பு, சிவப்பு, நீலம் எதுவென்றாலும் குணம் சங்கிதான். எல்லா இஸத்துக்குமான பொதுப்புள்ளி ஃபாசிஸம்!

(ஜூலை 21, 2021)

★

நாட்டில் யாராக இருந்தாலும் கருத்துச் சுதந்திரம் வேண்டும். அது நமக்கு உவப்பில்லாத, நமக்கு எதிரான கருத்தாக இருந்தாலும். ஒருவேளை அது அவதூறாக இருந்து, அது சமூகத்தில் நம் பெயரைக் கெடுப்பதாக இருந்தால் அவர் மீது மான நஷ்ட வழக்குத் தொடுக்கலாம். (அல்லது மிரட்டி பணம் / பிற பலன்கள் பறிக்க முயன்று மறுக்கும் போது வேண்டுமென்றே நம் மீது பொய் எழுதினால் அதற்குரிய க்ரிமினல் வழக்குகள் போடலாம். அது தனிக் கதை. நிச்சயம் கருத்து சுதந்திரத்தில் வராது.)

மாறாக, ஒருவர் நம் பற்றிக் கூறிய கருத்துக்கு சிறை வைப்பதே தீர்வு என்பது அப்பட்ட மிரட்டல்தான்; அடுத்து எவனும் எனக்கு எதிராக எழுதத் துணியாதே என்ற பகிரங்க எச்சரிக்கைதான். இக்கருத்துச் சுதந்திர மறுப்பை இன்று பாராட்டிக் கை தட்டுபவருக்கு நாளை ஆட்சி மாறும் போது தன் குரல் வளையும் இதே பாணியில் நசுக்கப்படும் என்ற புரிதலும் வேண்டும். அப்போது கருத்துச் சுதந்திரம் இல்லை எனக் கதறக்கூடாது.

ஆனால் உண்மையில் இதெல்லாம் இவர்களுக்குத் தெரியாமல் இல்லை. தெரிந்தே சுயநலத்துக்காகக் கருத்து சுதந்திர நசுக்கலை ஆதரிக்கிறார்கள். அவர்கள் தரப்பின் நிலைப்பாடே கருத்துச் சுதந்திரம் என்றால் அது அவர்களுக்குச் சாதகமான கருத்தைச் சொல்லும் உரிமை மட்டுமே. எனில் அடுத்த ஆட்சி வந்தால்

அவர்கள் எப்படிப் பேச முடியும் எனக் கேட்கிறீர்களா? கமுக்கமாக பதுங்கு குழிக்குள் போய் விடுவார்கள் அல்லது ஜாக்கிரதையாக அனுமதிக்கப்பட்ட எல்லைக்குள் நின்று எதிர்ப்பது போல் பாசாங்கு செய்வார்கள் அல்லது இன்னும் ஒரு படி மேலே போய் கட்சி மாறவும் செய்வார்கள். ஆக, அவர்கள் தம் *hypocricy* நிலைப்பாட்டில் தெளிவாகவே இருக்கிறார்கள். நாம்தான் நீதி, நியாயம் எல்லாம் பேசிக் கொண்டு கோமாளிகளாகத் திரிகிறோம்.

யோசித்துப் பார்த்தால் எந்தச் சித்தாந்தத்தைப் பின்புலமாகக் கொண்ட அரசு எனினும் அதன் ஆதார இயல்பு ஃபாசிஸமே. அதன் அளவு *(degree)* வேண்டுமானால் வேறுபடலாம். ஓர் அரசு கழுத்தையே நெரிக்கும், இன்னோர் அரசு குரலை மட்டும் நெரிக்கும்.

(மே 25, 2022)

★

உண்மையில் நாம் கருத்துச் சுதந்திரமே இல்லாத ஒரு சமூகத்தைத்தான் இங்கே கட்டமைத்து வைத்திருக்கிறோம். அரசாங்க அடக்குமுறைகள் பற்றிச் சொல்லவில்லை. ஒரு சமூகமாக நாம் இங்கே உண்டாக்கி வைத்திருக்கும் ஏற்பாட்டைச் சொல்கிறேன்.

உதாரணமாக ஒரு சங்கிக்குத் திமுக பற்றி விமர்சிக்க உள்ள சுதந்திரம் கூட ஒரு திமுக ஆதரவாளனுக்குக் கிடையாது. அப்படி அவன் ஒரு சிறுவிமர்சனத்தை வைத்தாலும் அத்தனை ஆண்டுகள் அவன் பேசிய அத்தனை திமுக ஆதரவுப் பேச்சுகளும், அதன் பொருட்டு அவன் இழந்தவையும் ஒரு கணத்தில் ரத்து செய்யப்பட்டு அவனை திமுக விரோதி அல்லது துரோகி என முத்திரை குத்தி விடுவார்கள். இதேதான் ஒரு கமல் ரசிகனுக்கும், ரஜினி ரசிகனுக்கும், இளையராஜா ரசிகனுக்கும், ரஹ்மான் ரசிகனுக்கும், ஜெயமோகன் வாசகனுக்கும், மனுஷ்ய புத்திரன் வாசகனுக்கும் நடக்கிறது.

ஒரே ஒரு விமர்சனம் போதும். அதுவரையிலான ஆதரவுகளை மறந்து அந்தத் தரப்புக்கு எதிரி என்று சித்தரித்து கும்பல் கூடி அடி கொடுக்க. ரசிக, வாசக, தொண்ட வெறி!

அதனாலேயே 99% பேர் மனதிலேயே தம் விமர்சனத்தைப் புதைத்து விடுகின்றனர். இதைத்தான் கருத்துச் சுதந்திரமின்மை என்கிறேன். நம் மூத்த எழுத்தாளர்களில் பெரும்பாலானோர் ஏன் இலக்கிய விமர்சனம் எழுதாமல் நழுவுகின்றனர்? அதிகபட்சம் மேலோட்டமாகப் பட்டும் படாமல் பாராட்டி வைப்பார்கள். அதுவும் நேர்ப்பேச்சில் மட்டும் செய்து விட்டு எழுதாமல் தவிர்ப்பார்கள். எல்லாவற்றுக்கும் காரணம் இந்த அச்சம்தான். நீங்கள் எழுதும் ஒரு சிறு வரியின் மூலம் ஒருவர் உங்கள் வாழ்நாளுக்கும் எதிரியாகி விடுவார். எதற்கு வம்பு என்று நம் ஆட்களும் ஏதும் சொல்லாமல் தவிர்த்து விடுகிறார்கள். கருத்துச் சொல்லாமல் ஒடுங்கி விடுதலே பிழைத்திருத்தலின் சாரம்.

நீங்கள் இங்கே நேர்மையாக இருந்தால் உங்களுக்கு ஒரு நண்பர் கூட மிஞ்ச மாட்டார் என்பதே நிதர்சனம். இதுதான் நம் சமூகத்தின் கருத்துச் சுதந்திர லட்சணம்!

(ஜூன் 30, 2022)

★★★

24. கருத்துரிமை விதிவிலக்குகள்

ஒரு பெண் ட்விட்டர் பிரபலம் போலியாய் மாற்றியமைக்கப்பட்ட பிஜேபி தேர்தல் அறிக்கைப் படங்களைப் பகிர்ந்ததற்காக தேர்தல் ஆணையத்தில் அவர் மீது புகார் அளித்திருக்கிறது பாஜக. நிதம் பொய்யிலேயே புரள்பவர்கள், அதன் மூலம் வெற்றி ஈட்டிவர்கள் பொய்யான தகவலைப் பரப்பி விட்டார் என்று கதறுவது நகைமுரண்.

ஆம், தர்க்கப்படியும் சட்டப்படியும் மேலோட்டமாய்ப் பார்த்தால் ஓர் அறிக்கையை இப்படிப் போலியாய் மாற்றுவதும், அதைப் பரப்புவதும் ஃபோர்ஜரியில்தான் சேரும். (இதைக் கருத்துச் சுதந்திரம் எனச் சொல்ல முடியாது. நான் வடிவமைக்கவில்லை; பகிர மட்டுமே செய்தேன் என்று சொல்லியும் தப்பிக்க முடியாது. குற்றம் குற்றமே.)

ஆனால் இங்கே கவனிக்க வேண்டியது அவர் அப்படிப் போலி செய்ததன் / அதைப் பகிர்ந்ததன் நோக்கம் யாரையும் ஏமாற்றுவதல்ல; மாறாக பாஜக என்ற கட்சியின் அபத்தங்களைச் சுட்டுவதே. அதாவது அவர் செயலின் நோக்கம் பொய்யைப் பரப்புவதல்ல; மாறாக, தான் எதிர்க்கும் ஒரு கட்சியின் கீழ்மையைக் பகடி செய்வதே. ஆக, குற்றத்தின் மோட்டிவ் இங்கே அடிபடுகிறது. (அதன் விளைவைக் கணக்கில் கொண்டாலும் அதை ஒரு விபத்தாகவே கருத வேண்டியிருக்கும்.)

தவிர, அப்பெண்ணைப் புலிகளுடன் தொடர்புபடுத்திப் பேசும் திரித்தல் வேலையையும் நேக்காக அப்புகாரில் செய்திருக்கிறார்கள். அது தேர்தல் கமிஷன் / காவல் துறை முன் புகாரை வலுவாக்கும் தந்திரம். பலரும் படங்களைப் பகிர்ந்திருக்கும் போது ஒருவரை மட்டும் குறி வைத்திருப்பது மற்ற எல்லோரையும் மறைமுகமாய் மிரட்டும் செயல்தான்.

அப்பெண்ணின் சில கடந்த காலச் செயல்பாடுகள் மற்றும் நிலைப்பாடுகள் மீது எனக்கு மதிப்பில்லை என்றாலும் சங்கிகள் அவரைப் பழி வாங்கும் இந்நேரத்தில் அவரை ஆதரிக்கவே விரும்புகிறேன். சாமானியன் ஒரு பலமான அரசியல் அமைப்பினால் தாக்குதலுக்குள்ளாகும் போது கருத்து வேறுபாடு தாண்டி அவன் பக்கம் நிற்பதே அறம்.

(ஏப்ரல் 10, 2019)

★

அண்ணா, கலைஞர், ஸ்டாலின் பற்றித் தவறாகப் பேசியதற்காகவும், பெண் பத்திரிக்கையாளர்களை இழிவுபடுத்தி அவதூறு பரப்பியதற்காகவும் கிஷோர் கே ஸ்வாமி கைது செய்யப்பட்டிருக்கிறார். எவ்வளவு *liberal*-ஆன அளவுகோல் வைத்துப் பார்த்தாலும் அவரது பதிவுகள் கருத்துச் சுதந்திரத்தின் கீழ் வரவே வராது.

இந்திய அரசியல் சாசனம் (பிரிவு 19) கருத்துரிமைக்கு விதிவிலக்காகச் சொல்வன இவை: *in the interests of the sovereignty and integrity of India, the security of the State, friendly relations with foreign States, public order, decency or morality or in relation to contempt of court, defamation or incitement to an offence.* எனவே, ஆபாசத் தனிமனிதத் தாக்குதல், அவதூறு செய்தல் ஆகியன நிச்சயம் கருத்துரிமையில் வராது. அரசியல்வாதிகள், பத்திரிக்கையாளர்கள் எனப் பலர் விஷயத்தில் கிஷோர் ஸ்வாமி செய்தது அதைத்தான். அதில் கருத்து என ஏதுமில்லை. வெறும் வன்மமும் மனப்பிறழ்வுமே உள்ளது.

இதற்கு முன் நாம் கருத்துரிமைக்காக ஆதரவு தந்த எந்நிகழ்வுமே (உதா: மாதொருபாகன், ஆண்டாள், *Padmaavat, Family Man - 2*) இந்த வகைமையில் வராது. அதனால் முற்போக்கு நண்பர்கள் அப்போதெல்லாம் மட்டும் நாம் கருத்துரிமைக்குப் போராடி விட்டு இப்போது கைதுக்கு ஆதரவளிக்கலாமா எனக் குழம்ப வேண்டிய அவசியமில்லை. குழம்பி இந்தக் கைதைக் கண்டிக்கவும் வேண்டியதில்லை.

(ஜூன் 14, 2021)

★

நுபூர் ஷர்மா என்ற பாஜககாரர் நபிகள் பற்றிப் பேசியது கருத்துச் சுதந்திரத்தில் வருமா?

என் தரப்பு: கருத்துச் சுதந்திரத்துக்கு எந்த எல்லையும் கிடையாது. அது எந்த மதம் என்றாலும் அவர்களின் மதத்தின் புனிதர்கள் என்றாலும் அதை விமர்சிக்கும் சுதந்திரம் ஒரு நேர்மையான விமர்சகனுக்கு உண்டு. ஆனால் இங்கே நுபூர் ஷர்மா விவகாரத்தில் அவர் பேசியதை கருத்துச் சுதந்திரம் என்ற வரையறைக்குள் கொண்டு வர முடியாது. அது வெறுப்புப் பேச்சு *(hate speech)*. என்ன வித்தியாசம் எனப் பார்ப்போம்.

நுபூர் ஷர்மா பிஜேபி கட்சியைச் சேர்ந்தவர். தொடர்ச்சியாக இந்துத்துவ வெறியும் இஸ்லாமிய வெறுப்பும் கொண்ட கட்சி அது. ஆக, அவர் இஸ்லாமியத் தூதர் ஒருவர் குறித்துப் பேசுவது இயல்பாகவே உள்நோக்கம் கொண்ட ஒன்றாகி விடுகிறது. வன்மத்தில்தான் அவர் அதைப் பேசுகிறார் என்றாகிறது. ஒருவேளை, அவர் சார்பற்ற நடுநிலையாளராக இருந்தால் நபிகளின் பிறழ்வுகள் பற்றிப் பேசுபவர் இந்துக் கடவுள்களிலும் அப்படியான ஏராளப் பிறழ்வுகள் இருக்கின்றன. அதை என்றாவது விமர்சித்தோ கேலி செய்தோ பேசி இருக்கிறாரா? ஆக, அவரது இலக்கு மதச் சிறுபான்மையினரைச் சீண்டுவதும் புண்படுத்துவதும் ஒடுக்குவதுமே. அதற்கு விஷமத்துடன் ஒரு கருத்தை உருவாக்கிச் சொல்கிறார். அது வலிந்து திணிக்கப்பட்ட வன்மம். அது நிச்சயம் கருத்து சுதந்திரத்தின் கீழ் வராது.

இதுவே ஒரு நாத்திகரோ அல்லது இந்துச் சாய்வு அறவே இல்லாத ஒருவரோ இதே விஷயத்தைப் பேசி இருந்தால் அது நிச்சயம் கருத்து சுதந்திரம்தான். உதாரணமாக பெருமாள் முருகனுக்கு மாதொருபாகன் விஷயத்தில் இருந்தது படைப்புச் சுதந்திரம். சார்லி ஹெப்டோ கார்டூன் விவகாரத்தில் இருந்தது படைப்புச் சுதந்திரம். அம்மாதிரி இடங்களில் மதங்களுக்குக் கடந்து போகும் சகிப்புத்தன்மை அவசியம். அதுவே ஓர் இஸ்லாமிய வன்மம் கொண்ட அல்லது மாற்று மத ஆதரவுடைய பத்திரிக்கை அதே கார்டூன் போட்டால் கருத்துச் சுதந்திரத்தில் வராது. உள்நோக்குடைய வன்மம்தான்.

சட்டப்படி பார்த்தாலும் நுபூர் பேசியது சமூக நல்லிணக்கத்துக்கு ஊறு விளைவித்து நாட்டின் அமைதிக்குக் குந்தகம் விளைக்கும் குற்றமாகும். ஆகவே பாஜக அரசு அவரை உடனடியாக நீக்கி, அவரைக் கைது செய்ய ஏற்பாடு செய்திருக்க வேண்டும். குறைந்தபட்சம் வழக்குப்பதிவு செய்திருக்க வேண்டும். ஆனால் பாஜக உயர்மட்டத் தலைவர்களே அவரைப் பாராட்டினார்கள். பாதுகாத்தார்கள். அது மோடி அரசின் ஆசியுடன் பேசப்பட்ட பேச்சு என்ற பிம்பத்தை உருவாக்கினார்கள். அது உண்மையும்தான். அரசு அப்படி இருந்தால் நாடே இஸ்லாமிய வெறுப்பில் இருக்கிறது என்ற செய்திதான் உலகிற்குச் சென்று சேரும். அதனால்தான் மத்திய கிழக்கு நாடுகள் கடுப்பாகி இந்தியா மன்னிப்பு கேட்க வேண்டும் என்கின்றன. இப்போது வேண்டா வெறுப்பாக நுபூரைக் கை கழுவி அவர் மீது வழக்குப் போட்டு பரிகாரம் தேடுகிறார்கள். மற்றபடி, அரசுத் தரப்பே (அதாவது நாடே) அவரது மதக் காழ்ப்புக் கருத்தை அமோதித்து நின்றது என்ற அரபு நாடுகளின் புரிதல் சரியான ஒன்றுதான்.

அதனால் நுபூர் பேசியது கருத்து சுதந்திரமா, அதைப் போய் நாம் எதிர்க்கிறோமா என முற்போக்கு நண்பர்கள் குழப்பமடைய வேண்டாம். இப்படியான விவாதங்களை உருவாக்குவதும் இந்துத்துவத் தரப்பின் சதியே. அதற்குப் பலியாக வேண்டாம்.

(ஜூன் 8, 2022)

★

கருத்துச் சுதந்திரத்துக்கு, கலைச் சுதந்திரத்துக்குக் கோடுகள், நிறங்கள் இல்லை. அது நமக்கு எதிரான பரப்புரை கொண்ட படைப்பாக இருந்தாலும். *The Kerala Story* படத்தில் நச்சு சங்கிக் கருத்துக்கள் இருப்பின் அதை நாம் கடுமையாக எதிர்க்க வேண்டும், அதன் அபத்தங்களை எழுதி நிறுவ வேண்டும், வெகுஜனத்திடம் அதைப் பரப்ப வேண்டும். முடிந்தால் மாற்றுப் படம் எடுக்க வேண்டும். ஆனால் அதற்குத் தடை கோரக்கூடாது.

படைப்புக்குத் தடை என்பது இருபுறமும் கூரான கத்தி. நாளை நம் படைப்பையும் தடை செய்ய அதே கத்தி பயன்படும் என்பதை நினைவில் கொள்ளுங்கள். நம் பக்கக் கருத்துக்கு மட்டும் சுதந்திரம் வேண்டும் என்பது அசட்டுத்தனம். மக்கள் மந்தை ஆடுகள்தாம். அவர்களை நம் படைப்பின் வழி நம் பக்கம் ஈர்க்கிறோமா அல்லது மாற்றான் படைப்பின் பக்கம் சாய்கிறார்களா என்பதுதான் இங்கே நடக்கும் கருத்தியல் யுத்தம். இதில் தடை என்பதை யார் கோரினாலும் அது அழுகுணி ஆட்டம்தான்.

(மே 5, 2023)

★

தமிழகத்தில் யாரைப் பற்றி வேண்டுமானாலும் விமர்சனம் செய்து விட்டு பாதுகாப்பாய் நடமாடலாம். ஆனால் குறிப்பிட்ட தலைவரைப் பற்றி சின்ன விமர்சனம் வைத்தாலும் வந்து நம்மைக் குதறி எடுத்து விடுவார்கள். ஆபாச வசைகளும், கொலை மிரட்டல்களும் குவியும். ஒருகாலத்தில் அது வெறும் மிரட்டலோடு நிற்காது என்ற நிலையும் இருந்தது. இதில் கொடுமை என்னவெனில் கருத்துச் சுதந்திரத்தின் குரல் வளையை நெரிக்கும் இந்த அக்கப்போரை ஒரு பெருமை வாய்ந்த செயல் என்றே கருதுகிறார்கள்.

இத்தனைக்கும் அத்தலைவர் இன்றில்லை. அவர் தமிழகத்தைச் சேர்ந்தவரும் இல்லை.

(மே 2, 2020)

★★★

சி. சரவணகார்த்திகேயன்

கோவை சிங்காநல்லூரில் ஆகஸ்ட் 13, 1984 அன்று பிறந்த இவர், ஈரோட்டில் பள்ளிப் படிப்பை முடித்தார். சென்னைகிண்டி பொறியியல் கல்லூரியில் கணிப்பொறியியல் பயின்ற இவர், தற்போது பெங்களூரில் மென்பொருள் துறையில் பணியாற்றுகிறார்.

13 வயதிலிருந்து எழுதிவந்தாலும் முதல் பிரசுரம் 23 வயதில் நடந்தது. இதுவரை 36நூல்களை வெளியிட்டுள்ளார் - இதில் 1 பெருநாவல், 2 நாவல்கள், 2 குறுநாவல்கள், 35 சிறுகதைகள், 80க்கும் மேலான நுண்கதைகள், 2 கவிதைத் தொகுதிகள் அடக்கம்.

ஆதித்த கரிகாலன் கொலை வழக்கு, ஆப்பிளுக்கு முன், 96: தனிப்பெருங்காதல், இறுதி இரவு, குஜராத் 2002 கலவரம், பரத்தை கூற்று ஆகியன இவரது புகழ்பெற்ற நூல்கள்.அதிசுவாரஸ்யமான நடையில் தீவிர இலக்கியம் எழுதுவது இவரது தனித்துவம். இவரது அபுனைவுகள் செறிவான தரவுகள் மீது வலுவான தர்க்கத்தால் கட்டமைக்கப்பட்டவை.

2017ல் உயிர்மை வழங்கும் சுஜாதா விருது (இணையம்), 2019ல் திருப்பூர் இலக்கிய விருது (ஆப்பிளுக்கு முன் நாவலுக்காக), 2009ல் தமிழ் வளர்ச்சித் துறையின் சிறந்த நூல் விருது (முதல் நூலான சந்திரயானுக்காக) பெற்றவர்.2016ல் அகம் - பிரதிலிபி நடத்திய 'ஞயம் பட வரை' கட்டுரைப்போட்டியில் முதல் பரிசும், 2018ல் தினமணி- சிவசங்கரி சிறுகதைப் போட்டியில் ஆறுதல் பரிசும் (பெட்டை) பெற்றார். 2007ல்

குங்குமம் இதழில் வைரமுத்து இவரது 'ஒருத்தி நினைக்கையிலே... 'வைமுத்திரைக் கவிதையாகத் தேர்ந்தெடுத்தார்.

குங்குமம் இதழில் ச்சீய்... பக்கங்கள் (2012), ஆகாயம் கனவு அப்துல் கலாம் (2015), Notion Press / Bynge-ல்ஆதித்த கரிகாலன் கொலை வழக்கு (2021), அம்ருதா இதழில் நொபேல் விருதுகள் (2011), விகடன்.காமில் ஹலோ, ப்ளூடிக் நண்பா! (2019) ஆகிய தொடர்களை எழுதினார். தவிர, உயிர்மை, தீராநதி, விகடன் தடம், அகநாழிகை, ஆனந்த விகடன், குமுதம், தினமணி கதிர், காமதேனு, ஆழம்ஆகிய அச்சிதழ்களிலும், உயிர்மை, தமிழினி, அரூ, தமிழ் பேப்பர், மெட்ராஸ் பேப்பர்ஆகிய மின்னிதழ்களிலும் எழுதியிருக்கிறார்.

'தமிழ்' என்ற மின்னிதழ் நடத்தி அதில் ஜெயமோகன், யுவன் சந்திரசேகர், பெருமாள் முருகனை நீள்நேர்காணல் செய்துள்ளார். திருக்குறள், கம்பராமாயணம் இரண்டுக்கும் கவிதை நடையில் உரையெழுதி இருக்கிறார். இவரது 'மதுமிதா – சில குறிப்புகள்' கதை குறும்படமானது. திரைப்படங்கள், வலைத்தொடர்களுக்கு திரைக்கதை எழுதியுள்ளார். உயிர்மை சுஜாதா விருதுகள், Kindle Pen to Publish போட்டிகளில் நடுவராக இருந்துள்ளார்.

நண்பர்கள், வாசகர்களால் 'ரைட்டர்' என்றும் 'சிஎஸ்கே' என்றும் அழைக்கப்படுகிறார்.இலக்கியம், திரைப்படம், இசை தவிர தத்துவத்தில் ஆர்வம் உண்டு. பெற்றோர்இரா. சின்னதுரை – சி. தெய்வாத்தாள். மனைவி ந. பார்வதி யமுனா. மகன்கள் ஞானி – போதி.

மின்னஞ்சல்: c.saravanakarthikeyan@gmail.com

வலைதளம்: http://www.writercsk.com

சமூக வலைதளம்:

Facebook : Saravanakarthikeyan Chinnadurai

X & Instagram : writercsk

புத்தகங்கள்

இலக்கியம்

நாவல்

- ஆதித்த கரிகாலன் கொலை வழக்கு - 2022
- கன்னித்தீவு - 2019
- ஆப்பிளுக்கு முன் - 2017

சிறுகதை

- பெருங்களிறு - 2023
- கிருமி - 2021
- மியாவ் - 2018
- இறுதி இரவு - 2016

பிற புனைவு

- 69 [நுண்கதை] - 2021
- கறுப்பு சிவப்பு வெளுப்பு- 2021 (மின்னூல்)

கவிதை

- தேவதை புராணம் - 2012
- பரத்தை கூற்று - 2010

கவிதை உரை

- மண் மக்கள் மன்னன் [கம்பராமாயணம்] - 2024
- ரதி ரகசியம் [திருக்குறள்] - 2019

கட்டுரை

- ரைட்டர் - 2024
- ஜெயமோகம் - 2024
- ஜோல்னா பை - 2021

நேர்காணல்

- மும்மூர்த்திகள் - 2019

அபுனைவு

அறிவியல்

- ஒரு கோப்பை பிரபஞ்சம் - 2019
- ஃபீனிக்ஸ் கனவுகள் - 2016
- கிட்டதட்ட கடவுள் - 2013
- சந்திரயான் - 2009

வரலாறு

- ச்சீய்... பக்கங்கள் - 2014
- குஜராத் 2002 கலவரம் - 2014

அரசியல்

- திராவிடம் என்றால் என்ன? - 2024
- தளபதி Vs தளபதி - 2024
- மக்களின் அபின்- 2021
- அம்பேத்கர் பெரியார் அயோத்திதாசர்- 2021
- இந்தி தேசிய மொழியா? - 2019
- அநீதிக் கதைகள் - 2019

திரைப்படம்

- ஐ லவ் யூ மிஷ்கின் - 2019
- 96: தனிப்பெருங்காதல் - 2018

ரசனை

- இசை: இளையராஜா - 2024
- கற்பதுவே கேட்பதுவே கருதுவதே- 2021

பெண்

- மீயழகி - 2021

அனுபவம்

- Girls, Goddesses & Gentlewomen - 2020 (E-Book)
- பெண் + கள் + ஊர் - 2019 (மின்னூல்)

(ஸீரோ டிகிரி, கிழக்கு, உயிர்மை, கிண்டில் ஆகியவற்றில் இவரது நூல்கள் கிடைக்கும்.)

www.ingramcontent.com/pod-product-compliance
Lightning Source LLC
LaVergne TN
LVHW100802051026
849519LV00006B/1932
* 9 7 8 9 3 4 8 4 3 9 1 2 3 *